LỤC ĐỘ TẬP KINH

I0540916

GIÁO HỘI PHẬT GIÁO VIỆT NAM THỐNG NHẤT
HỘI ĐỒNG PHIÊN DỊCH TAM TẠNG LÂM THỜI

ĐẠI TẠNG KINH VIỆT NAM

THANH VĂN TẠNG

Tập 24

TẠP BỘ II

LỤC ĐỘ TẬP KINH

Hán dịch: KHƯƠNG TĂNG HỘI
Việt dịch: LÊ MẠNH THÁT

HỘI ĐỒNG HOẰNG PHÁP

PL 2565 – DL 2022

ĐẠI TẠNG KINH VIỆT NAM

THANH VĂN TẠNG - Tập 24 – TẠP BỘ II

LỤC ĐỘ TẬP KINH

Hán dịch: KHƯƠNG TĂNG HỘI

Việt dịch: LÊ MẠNH THÁT

Ban Báo Chí & Xuất Bản Hội Đồng Hoằng Pháp

Ấn hành lần thứ nhất, quý II/2022

Trách nhiệm xuất bản: Thích Hạnh Viên

Sửa bản in: Tâm Huy, Nguyên Đạo

Trình bày: Quảng Hạnh Tuệ

Thiết kế bìa: Quảng Pháp, Nhuận Pháp

https://hoangphap.org

MỤC LỤC PHÂN TÍCH

GIỚI THIỆU CÔNG TRÌNH PHIÊN DỊCH
ĐẠI TẠNG KINH VIỆT NAM

Yo vo, ānanda,
mayā dhammo ca vinayo ca desito paññatto,
so vo mamaccayena satthā. *

I. SƠ LƯỢC QUÁ TRÌNH PHIÊN DỊCH

Trước khi nhập Niết-bàn, đức Phật có di giáo tối hậu cho các chúng đệ tử: "Pháp và Luật mà Ta đã thuyết và quy định, là Đạo Sư của các ngươi sau khi Ta diệt độ." Phụng hành di giáo của đức Thế Tôn, các vị Trưởng lão A-la-hán đã thực hiện cuộc kiết tập lần thứ nhất tại thành Vương Xá, cùng hòa hiệp phúng tụng tất cả những điều đã được Phật giảng dạy trong suốt bốn mươi lăm năm giáo hóa; nền tảng của văn hiến Phật giáo mà về sau được gọi là Tam tạng được thành lập từ đó.

Kể từ đó, giáo pháp của đức Thích Tôn theo bước chân du hóa của các Thánh đệ tử lan tỏa khắp bốn phương. Nơi nào Giáo pháp được truyền đến, nơi đó bốn chúng đệ tử học tập và hành trì theo phương ngôn của bản địa, như điều đã được đức Phật chỉ giáo: *anujānāmi, bhikkhave, sakāya niruttiyā buddhavacanaṃpariyāpuṇitun"ti.* "Này các tỳ-kheo, Ta cho phép các ngươi học Phật ngôn bằng chính phương ngữ của mình." Y cứ theo lời dạy này, ngay từ khởi thủy Phật ngôn đã được chuyển thể qua nhiều phương ngữ khác nhau. Khi các bộ phái Phật giáo phát triển, mỗi bộ phái cố gắng thành lập Tam tạng Thánh điển theo phương ngữ của địa phương được xem là căn cứ địa. Khi mà

---

* Này *Ānanda*! Pháp và Luật mà Ta đã thuyết và qui định, là Đạo Sư của các ngươi sau khi Ta diệt độ.

hệ thống văn tự tại cổ Ấn Độ chưa phổ biến, sự lưu truyền Thánh điển bằng khẩu truyền là phương tiện chính. Do khẩu truyền, những biến âm do khẩu âm của từng địa phương khác nhau thỉnh thoảng cũng ảnh hưởng đến một vài thay đổi nhỏ trong các văn bản. Những biến thiên âm vận ấy trong nhiều trường hợp dẫn đến những giải thích khác nhau về một điểm giáo nghĩa giữa các bộ phái. Tuy nhiên, nhìn từ đại thể, các giáo nghĩa trọng yếu vẫn được hiểu và hành trì như nhau giữa tất các các truyền thống, nam phương cũng như bắc phương. Điều có thể được khẳng định qua các công trình nghiên cứu tỉ giảo về văn bản trong hai nguồn văn hệ Phật giáo hiện tại: Pali và Hán tạng. Các bản Hán dịch xuất xứ từ A-hàm, và các bản văn Pali hiện đọc được, đại bộ phận đều tương ưng với nhau. Do đó, những điều được cho là dị biệt giữa hai truyền thống nam và bắc phương, mà thường hiểu lệch lạc là Tiểu thừa và Đại thừa, chỉ là sự khác biệt bởi môi trường lịch sử văn minh theo các địa phương và dân tộc. Đó là sự khác biệt giữa nguyên thủy và phát triển. Phật pháp truyền sang phương nam, đến các nước Nam Á, nơi đó sự phát triển văn minh và các định chế xã hội chưa đến mức phức tạp, nên giáo pháp của Phật được hiểu và hành gần với nguyên thủy. Về phương bắc, tại các vùng đông bắc Ấn, và tây bắc Trung Quốc, nhiều chủng tộc dị biệt, nhiều nền văn hóa khác nhau, và do đó cũng xuất hiện nhiều định chế xã hội khác nhau. Phật pháp được truyền vào đó, một thời đã trở thành quốc giáo của nhiều nước. Thích ứng theo sự phát triển của đất nước ấy, từ ngôn ngữ, phong tục, định chế xã hội, giáo pháp của đức Phật cũng dần dần được bản địa hóa.

Thánh điển Tam tạng là nguồn suối cho tất cả nhận thức về Phật pháp, để học tập và hành trì, cũng như để nghiên cứu. Kinh tạng và Luật tạng là tập đại thành Pháp và Luật do chính đức Phật giảng dạy và quy định, là sở y cho tri thức và hành trì của Thánh đệ tử để tiến tới thành tựu cứu cánh Minh và Hành. Kinh và Luật cũng bao gồm những diễn giải của các Thánh đệ tử được thân truyền từ kim khẩu của đức Phật. Luận tạng, theo truyền thống Thượng tọa bộ nam phương, và cũng theo truyền thống Hữu bộ, do chính đức Phật thuyết. Nhưng các đại luận sư như Thế Thân (*Vasubandhu*), cũng như hầu hết các nhà nghiên cứu Phật học trên thế giới hiện đại, đều không công nhận truyền thuyết này, mà cho rằng đó là tập đại thành các công trình phân tích, quảng diễn, và hệ thống hóa những điều đã được Phật thuyết trong Pháp và Luật. Kinh và Luật tạng được thành lập trong một khoảng thời gian nhất định, trực tiếp hoặc gián tiếp từ kim khẩu của Phật, và là sở y chung cho tất cả các bộ phái Phật giáo, bao gồm cả Phật giáo Đại thừa, mặc dù có những sai biệt do vấn đề truyền khẩu với các khẩu âm và phương ngữ khác nhau, theo thời gian và địa vức.

Luận tạng là bộ phận Thánh điển phản ánh lịch sử phát triển của Phật giáo, bao gồm các phương diện tín ngưỡng tôn giáo, tư duy triết học, nghiên cứu khoa học, định chế và tổ chức xã hội chính trị. Tổng quát mà nói, đó không chỉ là phản ánh lịch sử phát triển của nội bộ Phật giáo, mà trong đó cũng phản ánh toàn bộ văn minh tại những nơi mà giáo lý của đức Phật được truyền đến. Điều này cũng được chứng minh cụ thể bởi lịch sử Việt Nam.

Mỗi bộ phái Phật giáo tự xây dựng cho mình một nền văn hiến Luận tạng riêng biệt, tập hợp các luận giải giáo nghĩa, bảo vệ kiến giải Phật pháp của mình, bài trừ các quan điểm dị học. Đây là nền văn hiến đồ sộ, liên tục phát triển trên nhiều khu vực địa lý khác nhau. Cho đến khi Hồi giáo bành trướng tại Ấn Độ, Phật giáo bị đào thải. Một bộ phận văn hiến Phật giáo được chuyển sang Tây Tạng, qua các bản dịch Phạn Tạng, và một số lớn nguyên bản Phạn văn được bảo trì. Một bộ phận khác, lớn nhất, gần như hoàn chỉnh nhất, văn hiến Phật giáo được chuyển dịch sang Hán tạng, bao gồm hầu hết mọi xu hướng tư tưởng dị biệt của Phật giáo phát triển trong lịch sử Ấn Độ, từ Nguyên thủy, Bộ phái, Đại thừa, cho đến Mật giáo.

Truyền thuyết ghi rằng Phật giáo được truyền vào Trung Hoa dưới đời Hán Minh Đế, niên hiệu Vĩnh bình thứ 10 (Tl. 65), và bản kinh Phật đầu tiên được dịch sang Hán văn là Kinh Tứ thập nhị chương, do Ca-diếp Ma-đằng và Trúc Pháp Lan. Nhưng truyền thuyết này không được nhất trí hoàn toàn giữa các nhà nghiên cứu lịch sử Phật giáo Trung Quốc. Điều chắc chắn là Khương Tăng Hội, quê quán Việt Nam, xuất phát từ Giao Chỉ (Việt Nam), đã đưa Phật giáo vào Giang Tả, miền Nam Trung Hoa. Các công trình phiên dịch và chú giải của Khương Tăng Hội đã chứng tỏ rằng trước đó, tức từ năm thứ 247 kỷ nguyên Tây lịch, thời gian được nói là Tăng Hội vào đất Kiến nghiệp, quy y cho Tôn Quyền, Phật giáo đã phát triển đến một hình thái nhất định tại Việt Nam, cùng một số kinh Phật được phiên dịch. Điều này cũng được củng cố thêm bởi những điều được ghi chép trong Mâu Tử Lý Hoặc Luận. Có lẽ do hậu quả của thời kỳ Bắc thuộc, hầu hết những điều được tìm thấy trong hành trạng của Khương Tăng Hội và trong ghi chép của Mâu Tử đều bị xóa sạch. Chỉ tồn tại những gì được ghi nhận là truyền từ Trung Quốc.

Dịch giả Phạn Hán đầu tiên tại Trung Quốc được khẳng định là An Thế Cao (đến Trung Quốc trong khoảng Tl. 147 – 167). Tất nhiên trước đó hẳn cũng có các dịch giả khác mà tên tuổi không được ghi nhận. Lương Tăng Hựu căn cứ trên bản Kinh lục xưa nhất của Đạo An (Tl. 312 – 385) ghi nhận có chừng 134 kinh không rõ dịch giả; và do đó cũng không xác định trước hay sau An Thế Cao.

Sự nghiệp phiên dịch Phật kinh Phạn Hán liên tục từ An Thế Cao, cho đến các đời Minh, Thanh được tập thành trong 32 tập của Đại Chánh, bao gồm Thánh điển Nguyên thủy, Bộ phái, Đại thừa, Mật giáo, 1692 bộ. Những trước tác của Trung Hoa, từ sớ giải, luận giải, cho đến sử truyện, du ký, v.v., tập thành từ tập 33 đến 55 trong Đại Chánh, gồm 1492 tác phẩm. Số tác phẩm được ấn hành trong Tục tạng chữ Vạn còn nhiều hơn thế nữa. Đây là hai bản Hán tạng tương đối đầy đủ nhất, trong đó tạng Đại Chánh được sử dụng rộng rãi trên quy mô thế giới.

Sự nghiệp phiên dịch Kinh điển ở nước ta được bắt đầu rất sớm, có thể trước cả thời Khương Tăng Hội, mà dấu vết có thể tìm thấy trong *Lục độ tập kinh*. Ngôn ngữ phiên dịch của Khương Tăng Hội là Hán văn. Hiện chưa có phát hiện nào về các bản dịch Kinh Phật bằng tiếng quốc âm. Suốt trong thời kỳ Bắc thuộc, do nhu cầu tinh thông Hán văn như là sách lược cấp thời để đối phó sự đồng hóa của phương bắc, Hán văn trở thành ngôn ngữ thống trị. Vì vậy công trình phiên dịch Kinh điển thành quốc âm không thể thực hiện. Bởi vì, công trình phiên dịch Tam tạng tại Trung Hoa thành tựu đồ sộ được thấy ngay, chủ yếu do sự bảo trợ của triều đình. Quốc âm chỉ được dùng như là phương tiện hoằng pháp trong nhân gian.

Cho đến thời Pháp thuộc, trước tình trạng vong quốc và sự đe dọa bởi văn hóa xâm lược, văn hóa dân tộc có nguy cơ mất gốc, cho nên sơn môn phát động phong trào chấn hưng Phật giáo, phổ biến kinh điển bằng tiếng quốc ngữ qua ký tự La-tinh. Từ đó, lần lượt các Kinh điển quan trọng từ Hán tạng được phiên dịch theo nhu cầu học và tu của Tăng già và Phật tử tại gia. Phần lớn các Kinh điển này đều thuộc Đại thừa, chỉ một số rất ít được trích dịch từ các A-hàm. Dù Đại thừa hay A-hàm, các Kinh Luận được phiên dịch đều không theo một hệ thống nào cả. Do đó sự nghiên cứu Phật học Việt Nam vẫn chưa có cơ sở chắc chắn. Mặt khác, do ảnh hưởng ngữ pháp Phạn, các bản dịch Hán hàm chứa một số vấn đề ngữ pháp Phạn Hán khiến cho ngay cả các nhà chú giải Kinh điển lớn như Cát Tạng, Trí Khải cũng phạm phải rất nhiều sai lầm. Chính Ngạn Tông, người tổ chức dịch trường theo lệnh của Tùy Dạng đế đã nêu lên một số sai lầm này. Cho đến Huyền Trang, vì phát hiện nhiều sai lầm trong các bản Hán dịch nên quyết tâm nhập Trúc cầu pháp, bất chấp lệnh cấm của triều đình và các nguy hiểm trên lộ trình.

Ngày nay, do sự phát hiện nhiều bản Kinh Luận quan trọng bằng tiếng Sanskrit, cũng như sự phổ biến ngôn ngữ Tây Tạng, mà phần lớn Kinh điển Sanskrit được phiên dịch, nên nhiều công trình chỉnh lý được thực hiện cho các bản dịch Phạn Hán. Thêm vào đó, do sự phổ biến ngôn ngữ Pali, vốn được xem là ngôn ngữ Thánh điển gần với nguyên thuyết nhất, một số sai lầm trong các bản dịch A-hàm cũng được chỉnh lý, và tỉ giáo, khiến cho lời dạy của Đức Thích Tôn được thọ trì một cách trong sáng hơn.

Trên đây là những nhận thức cơ bản để Ban phiên dịch Đại Tạng Kinh Việt Nam y theo đó mà thực hiện các bản dịch. Trước hết, là bản dịch các kinh A-hàm đang được giới thiệu ở đây. Các kinh thuộc bộ A-hàm được dịch sang Hán rất sớm, kể từ thời Hậu Hán với An Thế Cao. Nhưng phần lớn các truyền bản này đều phát xuất từ Tây vực, từ các nước Phật giáo thịnh hành thời đó như Quy-tư, Vu-điền. Do khẩu âm và phương ngữ nên trong các truyền bản được nói là Phạn văn đã hàm chứa khá nhiều sai lạc. Điều này có thể thấy rõ qua sự so sánh các đoạn tương đương Pali, hay các dẫn chứng trong Đại Tì-bà-sa, Du-già sư địa. Thêm vào đó, các dịch giả hầu hết đều học Phật và học tiếng Sanskrit tại các nước Tây Vực chứ không trực tiếp tại Ấn Độ như La-thập và Huyền Trang, nên trình độ ngôn ngữ Phạn có hạn chế. Các vị ấy khi vừa đặt chân lên Trung Hoa, do khát vọng thâm thiết của các Phật tử Trung Hoa, muốn có thêm kinh Phật để học và tu, cho nên trong khi chưa tinh thông tiếng Hán, mà công trình phiên dịch lại được thôi thúc cần thực hiện. Vì không tinh thông Hán ngữ nên công tác phiên dịch luôn luôn qua trung gian một người chuyển ngữ. Quá trình phiên dịch đi qua nhiều giai đoạn mà chính người chủ dịch không thể quán triệt, cho nên trong các bản dịch hàm chứa những đoạn văn rất tối nghĩa, và nhiều khi nhầm lẫn. Trong tình hình như vậy, một bản dịch Việt từ Hán đòi hỏi rất nhiều tham khảo để hy vọng tiếp cận với nguyên bản Sanskrit đã thất lạc, và cũng từ đó mà hy vọng có thể tiếp cận với lời Phật dạy hơn, điều mà các bản Hán dịch do trở ngại ngôn ngữ đã không thể thực hiện được.

Đại Tạng Kinh Việt Nam chủ yếu căn cứ trên Đại Chánh Đại Tạng Kinh, Nhật Bản, gồm 100 tập, được biên tập khởi đầu từ niên hiệu Đại Chánh (Taisho) thứ 11, Tl. 1922, cho đến niên hiệu Chiêu Hòa (Showa) thứ 9, Tl. 1934, tập hợp trên 100 nhà nghiên cứu Phật học hàng đầu của Nhật Bản, dưới sự chủ trì của Cao Nam Thuận Thứ Lang (Takakusu Junjiro) và Độ Biên Hải Húc (Watanabe Kaigyoku). Để bản sử dụng là bản in của chùa Hải Ấn, Triều Tiên, được gọi là bản Cao-lệ. Công trình chỉnh lý văn bản căn cứ các khắc bản Tống, Nguyên, Minh, cùng một số khắc bản và thủ bản tại Hoa và Nhật khác như tả bản Thiên Bình, bản Liêu của Cung nội sảnh, bản chùa Đại Đức, bản chùa Vạn Đức, v.v. Một số bản văn được phát hiện tại các vùng trong Tây Vực như Vu Điền, Đôn Hoàng, Quy Tư, Cao Xương, cũng được dùng làm tham khảo. Nhiều đoạn văn từ Pali và Sanskrit cũng được dẫn dưới cước chú để đối chiếu đoạn Hán dịch mà người biên tập nghi ngờ là không chính xác hoặc thuộc về dị bản nào đó.

Nội dung Đại tạng Đại Chánh được phân làm ba phần chính: phần thứ nhất, gồm 32 tập, là các bản dịch Phạn Hán bao gồm Kinh, Luật, Luận, được thuyết bởi chính kim khẩu của Phật, hay được kiết tập bởi các Thánh đệ tử, hoặc được trước tác bởi các Luận sư. Phần thứ hai, từ Đại Chánh tập 33 đến tập 55, trước tác của Trung Hoa, bao gồm các sớ giải Kinh, Luật, Luận, và luận thuyết riêng biệt của các tông phái Phật giáo Trung Hoa, các sử truyện, truyện ký, du ký, truyền kỳ; các bản Hán dịch thuộc ngoại giáo như Thắng luận, Số luận, Ba tư giáo, Thiên chúa giáo, các tập ngữ vựng Phạn Hán, giáo khoa Phạn Hán, các Kinh lục. Phần thứ ba, từ tập 56 đến 85, tập họp các trước tác của Nhật Bản, gồm các sớ giải Kinh, Luật, Luận, phần lớn căn cứ trên các bản sớ giải Trung Hoa mà giải nghĩa rộng thêm, và các luận thuyết của các tông phái tại Nhật Bản. Còn lại 12 tập sưu tập các đồ tượng, tranh ảnh, phần lớn là các đồ hình mạn-đà-la của Mật tông. 3 tập cuối, tổng mục lục, liệt kê nội dung các bản Đại tạng lưu hành.

Ban phiên dịch Đại Tạng Kinh Việt Nam chọn Đại Chánh tạng làm để bản, phiên dịch tất cả tác phẩm được ấn hành trong đó. Phàm lệ để thực hiện bản dịch tạm thời được quy định như sau:

1. Đại Tạng Kinh Việt Nam bao gồm tất cả các bản dịch tiếng Việt của Tam Tạng Kinh Điển Phật giáo đã xuất hiện ở nước ta từ trước đến nay, qua các thời kỳ với nhiều dịch giả khác nhau, để cho thấy quá trình hình thành Đại Tạng Kinh Việt Nam qua lịch sử.

2. Về bản đáy, bản dịch Việt căn cứ trên ấn bản Đại Chánh Tân Tu Đại Tạng Kinh 100 tập, mỗi tập trên dưới 1000 trang chữ Hán cỡ 10pt và sẽ được đánh số theo thứ tự của số ghi trong bản in Đại Chánh. Mỗi trang của bản in Đại chính được chia làm ba cột: a, b, c. Số trang và cột này đều được ghi trong bản dịch để tiện tham khảo.

3. Vì thế, một bản kinh chữ Hán có thể có nhiều bản dịch tiếng Việt, nên sau số thứ tự của Đại Chánh, sẽ đánh thêm các mẫu tự A, B, C... để phân biệt các bản dịch tiếng Việt khác nhau của cùng một bản kinh chữ Hán đó.

4. Về xử lý văn bản trong khi phiên dịch, phần lớn căn cứ công trình hiệu đính và đối chiếu của bản Đại Chánh. Ngoài ra, tham khảo thêm các công trình hiệu đính và đối chiếu khác.

5. Giữa các ấn bản có những điểm khác nhau, bản Việt sẽ lựa chọn hoặc hiệu đính theo nhận thức của người dịch.

6. Trong bản Hán, nếu chỗ nào xét thấy văn dịch hay từ ngữ không phù hợp với giáo nghĩa truyền thống phổ biến, người dịch sẽ tham khảo các Kinh, Luật, Luận cần thiết để hiệu chính. Những hiệu chính này được giải thích ở phần cước chú.

7. Bản Hán dịch thực hiện căn cứ phần lớn trên sự truyền khẩu. Do đó những từ phát âm tương tự dễ đưa đến ngộ nhận, như *sam* Pāli hay *sama* và *samyak*; *cala* và *jala*; *muti* và *muṭṭhi*, v.v... Trong những trường hợp này, người dịch sẽ tham chiếu các kinh tương đương, các bản Hán biệt dịch, suy đoán tự dạng nguyên thủy có thể có trong Phạn bản để hiệu chính. Những hiệu chính này đều được ghi ở phần cước chú.

8. Do các truyền bản khác nhau giữa các bộ phái, để có nhận thức về giáo nghĩa nguyên thủy, chung cho tất cả, cần có những nghiên cứu đối chiếu sâu rộng. Công việc này ngoài khả năng hiện tại của các dịch giả. Tuy nhiên, trong trường hợp có thể, những điểm dị biệt giữa các truyền bản sẽ được ghi nhận và đối chiếu. Những ghi nhận này được nêu ở phần cước chú.

9. Bản Hán dịch được phân thành số quyển. Bản dịch Việt không chia số quyển như vậy, nhưng sẽ ghi ở phần cước chú mỗi khi bắt đầu một quyển khác.

10. Các từ Phật học trong một số bản Hán dịch nếu không phổ biến, do đó có thể gây khó khăn cho việc đọc và nghiên cứu, trong các trường hợp như vậy, tuy vẫn giữ nguyên dịch ngữ của bản Hán, nhưng dịch ngữ tương đương thông dụng hơn sẽ được ghi trong phần cước chú. Trong trường hợp có thể, sẽ ghi luôn dịch giả của những dịch ngữ này và xuất xứ của chúng từ bản dịch nào để tiện việc tham khảo.

11. Các kinh sách tham khảo trong cước chú đều được viết tắt theo quy định phổ thông của giới nghiên cứu quốc tế; xem quy định về viết tắt ở cuối mỗi tập của Đại tạng kinh Việt Nam.

II. PHƯƠNG ÁN THỰC HIỆN

Dự án thực hiện bao gồm các công trình phiên dịch, biên tập, và ấn hành, một Hội Đồng phiên dịch Đại Tạng Kinh Việt Nam được thành lập, được điều phối bởi Tổng biên tập, với các nhiệm vụ được phân phối như sau:

1. Ủy ban Phiên dịch. Để hoàn tất một bản dịch, các công tác sau đây cần được thực hiện:

a. Phiên dịch trực tiếp: Các văn bản lần lượt được phân phối đến các vị có trình độ Hán văn tương đối, kiến thức Phật học cơ bản, và khả năng ngôn ngữ cần thiết, phiên dịch trực tiếp từ Hán sang Việt.

b. Hiệu đính và chú thích: nhiệm vụ chủ yếu của phần hiệu chính là đọc lại bản dịch thô và bổ túc những sai lầm có thể có trong bản dịch. Trong thực tế, người hiệu đính còn phải làm nhiều hơn thế nữa.

Trước hết là phần chỉnh lý văn bản. Phần này đáng lý phải thực hiện trước khi phiên dịch. Việc chỉnh lý văn bản thoạt tiên có vẻ đơn giản, vì người dịch chỉ lưu ý một số nhầm lẫn trong việc khắc bản của để bản. Những điểm khác nhau giữa các bản khắc hầu hết được ghi ở cước chú trong ấn bản Đại Chánh, người dịch chỉ cần hiểu rõ nội dung đoạn dịch thì có thể lựa chọn những từ thích hợp trong cước chú. Tuy nhiên, do hạn chế về trình độ Phật pháp và khả năng tham khảo nên đa số người dịch không chọn được từ chính xác. Mặt khác, ngay cả các từ trong cước chú không phải hoàn toàn chính xác. Ngay cả Đại sư Ấn Thuận cũng phạm phải một số sai lầm khi chọn từ, vì không tìm ra các đoạn Pali hoặc Sanskrit tương đương nên phải dựa trên ức đoán. Những ức đoán phần nhiều là sai. Mặt khác, nhiều sai lầm không phải do tả bản hay khắc bản, mà do chính từ truyền bản. Bởi vì, kinh điển từ Ấn Độ truyền sang hầu hết đều do khẩu truyền. Những biến đổi trong khẩu âm, phát âm, khiến nhầm lẫn từ này với từ khác, làm cho ý nghĩa nguyên thủy của giáo lý sai lạc. Người dịch từ Hán văn mà không có trình độ Phạn văn nhất định thì không thể phát hiện những sai lầm này. Điều đáng lưu ý những sai lầm này xuất hiện rất nhiều và rất thường xuyên trong nhiều bản dịch Phạn Hán.

Phần hiệu đính tập trung trên cú pháp Phạn mà ảnh hưởng của nó trong các bản dịch khiến cho nhiều khi ngay cả những vị tinh thông Hán, ngay cả các nhà chú giải kinh điển nổi tiếng cũng phải nhầm lẫn. Để hiểu rõ nội dung bản dịch Hán, cần thiết phải tìm lại nguyên bản Phạn để đối chiếu. Đại sư Cát Tạng đã vấp phải sai lầm khi không có cơ sở để phân tích mệnh đề Hán dịch là năng động hay thụ động, do đó đã nhầm lẫn người giết với kẻ bị giết. Đó là một đoạn văn trong *Thắng man* mà nguyên bản Phạn của kinh này đã thất lạc, nhưng đoạn văn tương đương lại được tìm thấy trong trích dẫn của *Sikṣasamuccaya* của *Sāntideva*. Nếu không tìm thấy đoạn Sanskrit được trích dẫn này thì không ai có thể biết rằng Cát Tạng đã nhầm lẫn.

Rất nhiều kinh điển trong nguyên bản Phạn đã bị thất lạc. Ngay cả những tác phẩm quan trọng như Đại Tì-bà-sa chỉ tồn tại trong bản dịch của Huyền Trang. Nhiều đoạn được trích dẫn trong bản dịch *Câu-xá*, mà Phạn văn đã được phát hiện, cũng giúp người đọc Đại Tì-bà-sa có manh mối để đi sâu vào nội dung. Đọc một bản văn mà không nắm vững nội dung của nó, nghĩa là chính dịch giả cũng không hiểu, hoặc hiểu sai, sao có thể hy vọng người đọc hiểu được đoạn văn phiên dịch? Do đó, công tác hiệu đính không đơn giản chỉ bổ túc những khuyết điểm trong bản dịch về lối hành văn, mà đòi hỏi công phu tham khảo rất nhiều để nắm vững nội dung nguyên tác trong một giới hạn khả dĩ.

Đại Tạng Kinh Việt Nam là bản dịch Việt từ Hán tạng, do đó không thể tự tiện thay đổi nội dung dù phát hiện những sai lầm trong bản Hán. Những sai lầm mang tính lịch sử, do đó không được phép loại bỏ tùy tiện. Tuy vậy, bản dịch Việt cũng không thể bỏ qua những nhầm lẫn được phát hiện. Những phát hiện sai lầm cần được nêu lên, và những hiệu đính cũng cần được đề nghị. Những điểm này được ghi ở phần cước chú để cho bản Việt vẫn còn gần với bản Hán dịch.

Trên đây là một số điều kiện tất yếu để thực hiện một bản dịch tương đối khả dĩ chấp nhận. Trong tình hình hiện tại, chúng ta chỉ có rất ít vị có thể hội đủ điều kiện yêu cầu như trên. Do đó, dự án thực hiện hướng đến chương trình đào tạo, không đơn giản chỉ là đào tạo chuyên gia dịch thuật, mà là bồi dưỡng những vị có trình độ Phật học cao với khả năng đọc và hiểu các ngôn ngữ chuyển tải Thánh điển, chủ yếu các thứ tiếng Pali, Sanskrit, Tây Tạng và Hán. Trong tình hình nghiên cứu Phật học hiện tại trên thế giới, người muốn nghiên cứu Phật học mà không biết đến các ngôn ngữ này thì khó có thể nắm vững giáo nghĩa căn bản. Và đây cũng là điều mà Ngạn Tông đã nêu rõ trong các điều kiện tham gia dịch thuật trong viện phiên dịch bảo trợ bởi Tùy Dạng Đế, mặc dù Ngạn Tông chỉ yêu cầu hiểu biết Phạn văn nhưng đồng thời cũng yêu cầu kiến thức uyên bác, không chỉ tinh thông Phật điển mà còn cả thư tịch ngoại giáo.

Chi tiết chương trình đào tạo cần được trình bày trong một dịp khác.

2. Ủy ban Ấn hành. Công tác ấn hành gồm các phần:

a. Sửa lỗi chính tả của các bản dịch. Hiện tại lỗi chính tả trong các bản dịch do các Thầy, Cô, và Phật tử tự nguyện chỉnh sửa. Nhưng chỉ là công tác nghiệp dư, do không chuyên trách, và do đó cũng thiếu kinh nghiệm trong việc phát hiện lỗi, nên các bản in phổ biến tồn tại khá nhiều lỗi chính tả.

b. Trình bày bản in. Công tác này tùy thuộc điều kiện kỹ thuật vi tính. Sơ khởi, ban ấn hành chưa đủ điều kiện để có những vị thành thạo sử dụng kỹ thuật vi tính trong việc trình bày văn bản. Công việc này hiện tại do các Thầy, Cô phụ trách, với trình độ kỹ thuật do tự học, và tự phát. Vì vậy, trong nhiều trường hợp không khắc phục được lỗi kỹ thuật nên hình thức trình bày của bản văn chưa được hoàn hảo như mong đợi.

Sự nghiệp phiên dịch được định khoảng 15 năm, hoặc có thể lâu hơn nữa. Hình thức Đại Tạng Kinh do đó không thể được thiết kế một lần hoàn hảo. Trong diễn tiến như vậy, tất nhiên trình độ kỹ thuật được cải tiến theo thời gian, khiến cho hình thức trình bày cũng cần thay đổi cho phù hợp với thời đại. Hậu quả sẽ khó tránh khỏi là sự không đồng bộ giữa các tập Đại Tạng Kinh ấn hành trước và sau.

c. Ấn loát. Sau khi hình thức trình bày được chấp nhận, bản dịch được đưa đi nhà in. Trách nhiệm ấn loát được giao cho nhà in với các khoản được ghi thành hợp đồng. Vấn đề ấn loát như vậy tương đối ổn định. Tuy nhiên, cũng cần có người chuyên trách để theo dõi quá trình ấn loát, hầu tránh những sai sót kỹ thuật có thể có do nhà in.

d. Phát hành, phổ biến và vận động. Một nhiệm vụ không kém quan trọng là phát hành và phổ biến Đại Tạng Kinh. Công việc này đáng lý do một ban phát hành chuyên trách. Nhưng trong điều kiện nhân sự hiện tại, một Ban như vậy chưa thể thành lập, do đó ban ấn hành kiêm nhiệm. Thêm nữa, công trình phiên dịch là sự nghiệp chung của toàn thể Phật tử Việt Nam, không phân biệt Giáo hội, hệ phái, do đó cần có sự tham gia và cống hiến của chư Tăng Ni, Phật tử, bằng hằng sản và hằng tâm, bằng tâm nguyện cá nhân hay tập thể dưới các hình thức hỗ trợ và bảo trợ bằng vật chất hoặc tinh thần, cống hiến bằng tất cả khả năng vật chất và trí tuệ. Công việc vận động này để cho được hữu hiệu với sự tham gia tích cực của nhiều chúng đệ tử cũng cần được chuyên trách bởi một ban vận động. Trong điều kiện nhân sự hiện tại, ban ấn hành kiêm nhiệm.

HẬU TỪ

Trải qua trên dưới 2 nghìn năm du nhập, những giáo nghĩa căn bản mà đức Phật đã giảng được học và hành tại Việt Nam, đã đem lại nhiều an lạc cho nhiều cá nhân và xã hội, đã góp phần xây dựng tình cảm và tư duy của các cộng đồng cư dân trên đất nước Việt. Thế nhưng, sự nghiệp phiên dịch cũng như ấn hành để phổ biến Thánh điển, làm nền tảng sở y cho sự học và hành, chưa được thực hiện trên quy mô rộng lớn toàn quốc.

Sự nghiệp phiên dịch tại Trung Quốc trải qua gần hai nghìn năm, với thành tựu vĩ đại, tập đại thành và bảo tồn kho tàng Thánh điển thoát qua nhiều trận hủy diệt do những đức tin mù quáng, quàng tín. Sự nghiệp ấy đại bộ phận do các quốc vương Phật tử tích cực bảo trợ, đã là sự nghiệp chung của toàn thể nhân dân theo từng giai đoạn đặc biệt của lịch sử. Việt Nam tuy cũng có các minh quân Phật tử, nhưng do tác động bởi các yếu tố chính trị xã hội nên chưa từng được tổ chức quy mô dưới sự bảo trợ của triều đình. Chỉ do yêu cầu thực tế học và hành mà một số kinh điển được phiên dịch, nhưng chưa đủ để lập thành nền tảng tương đối hoàn bị cho sự nghiên cứu sâu giáo nghĩa.

Gần đây, vào năm 1973, một Hội đồng phiên dịch Tam tạng lần đầu tiên trong lịch sử được thành lập. Chủ tịch: Thượng tọa Thích Trí Tịnh, Tổng thư ký: Thượng tọa Thích Quảng Độ, với các thành viên quy tụ tất cả các Thượng tọa và Đại đức đã có công trình phiên dịch và có uy tín trên phương diện nghiên cứu Phật học, dưới sự chỉ đạo của Viện Tăng Thống, Giáo hội Phật giáo Việt Nam Thống nhất. Chương trình phiên dịch được soạn thảo trên quy mô rộng lớn, nhưng do bởi hoàn cảnh chiến tranh cho nên chỉ mới thực hiện được một phần nhỏ. Một phần của thành quả này về sau được ấn hành năm 1993 bởi Viện Nghiên cứu

Phật học Việt Nam, trực thuộc Giáo hội Phật giáo Việt Nam, dưới danh hiệu "Đại Tạng Kinh Việt Nam." Thành quả này là các Kinh thuộc bộ A-hàm được phân công bởi Hội đồng Phiên dịch Tam tạng, trong đó, *Trường A-hàm* và *Tạp A-hàm* do TT Thiện Siêu, TT Trí Thành và ĐĐ Tuệ Sỹ thuộc Viện Cao đẳng Phật học Hải đức Nha Trang; *Trung A-hàm* và *Tăng nhất A-hàm* do TT Thanh Từ, TT Bửu Huệ, TT Thiền Tâm thuộc Viện Cao đẳng Phật học Huệ Nghiêm Saigon.

Ngoài ra, một phần phân công khác cũng đã được hoàn thành như:

TT Trí Nghiêm: Đại Bát Nhã (Huyền Trang dịch, 600 cuốn) thuộc bộ Bát-nhã. TT Trí Tịnh: Kinh *Ma-ha Bát-nhã-ba-la-mật* (Đại phẩm) thuộc bộ Bát-nhã; Kinh *Diệu pháp Liên hoa* (La-thập dịch), thuộc bộ Pháp hoa; Kinh Đại phương Quảng Phật Hoa nghiêm (bản Bát thập) thuộc bộ Hoa nghiêm, và toàn bộ Đại bảo tích.

Các bản dịch này cũng đã được ấn hành nhưng do bởi đệ tử của các Ngài chứ chưa đưa vào Đại Tạng Kinh Việt Nam.

Những vị được phân công khác chưa thấy có thành quả được công bố.

Mặc dù với nỗ lực to lớn, nhưng do hoàn cảnh nhiễu nhương của đất nước nên thành tựu rất khiêm nhượng. Thêm nữa, các thành tựu này cũng chưa hội đủ điều kiện và thời gian thuận tiện được hiệu đính và biên tập theo tiêu chuẩn nghiên cứu và phiên dịch Phật điển trong trình độ nghiên cứu Phật giáo hiện đại của thế giới, do đó cũng chưa thể được dự phần trong sự nghiệp phiên dịch và nghiên cứu Phật học trên quy mô quốc tế, như cống hiến của Phật giáo Việt Nam cho cộng đồng nhân loại trong sự nghiệp hoằng dương Chánh pháp chung của toàn thể Phật tử thế giới vì lợi ích và an lạc của hết thảy mọi loài chúng sanh.

Sự nghiệp như vậy không thể là cống hiến cá biệt của một cá nhân hay tập thể, của một Giáo hội hay hệ phái, mà là sự nghiệp chung của toàn thể Tăng tín đồ Phật giáo Việt Nam, không chỉ một thế hệ, mà liên tục trong nhiều thế hệ, cùng tồn tại và tiến bộ theo đà thăng tiến của xã hội và nhân loại. Trên hết là báo đáp ân đức của Phật Tổ, đã vì an lạc của chúng sanh mà trải qua vô vàn khổ hành, qua vô số a-tăng-kỳ kiếp. Thứ đến, kế thừa sự nghiệp hoằng pháp lợi sanh của Thầy Tổ để cho ngọn đèn Chánh pháp luôn luôn được thắp sáng trong thế gian.

Vì vậy, chúng tôi khẩn thiết, trên nương nhờ uy thần nhiếp thọ của Chư Phật và Thánh Tăng, cùng với sự tán trợ của chư vị Trưởng lão hiện tiền trong hàng Tăng bảo, kêu gọi sự hỗ trợ cống hiến bằng tất cả tâm nguyện và trí lực, bằng tất cả hằng sản và hằng tâm, của bốn chúng đệ tử Phật, cho sự nghiệp hoằng pháp đệ nhất tối thắng này được tiến hành vững chắc và liên tục từ thế hệ này cho đến nhiều thế hệ tiếp theo, duy trì ngọn đèn Chánh pháp tồn tại lâu dài trong thế gian vì lợi ích và an lạc của hết thảy chúng sanh.

Mùa Phật đản Pl. 2552 – Mậu Tý 2008
Trí Siêu – Tuệ Sỹ
cẩn bạch

GIÁO HỘI PHẬT GIÁO VIỆT NAM THỐNG NHẤT
HỘI ĐỒNG PHIÊN DỊCH TAM TẠNG LÂM THỜI

DUYÊN KHỞI

Kể từ phong trào chấn hưng Phật giáo vào thập niên 1930, chư vị dịch giả đã cố gắng phiên âm và phiên dịch Kinh điển từ Hán văn hay chữ Nôm sang chữ quốc ngữ để sử dụng trong sinh hoạt thiền môn Việt Nam cũng như để đem giáo lý Phật đi vào quần chúng. Những nỗ lực như vậy rất đáng trân trọng, nhưng vẫn còn là những đóng góp từ cá nhân, mang tính cấp thời, chưa có sự phối hợp đồng bộ, và chưa đủ tầm mức học thuật để giới thiệu Thánh điển Phật giáo tiếng Việt đến với cộng đồng dân tộc.

Vài thập niên sau đó thì chữ quốc ngữ qua ký tự La-tinh mới được phổ cập trong thiền môn, và kinh sách Phật giáo bằng tiếng Việt, phiên dịch cũng như trước tác, mới được bừng khai, không những tạo nên các phong trào tu học của quần chúng khắp nước, mà còn là sự dẫn đạo tư tưởng của Phật giáo Việt Nam đối với các thế hệ trưởng thành trong chiến tranh qua sự thành lập Giáo Hội Phật Giáo Việt Nam Thống Nhất (GHPGVNTN), đồng thời kiến lập Đại Học Vạn Hạnh, một viện đại học tư thục Phật giáo đầu tiên tại Nam Việt Nam vào năm 1964.

Từ nguồn nhân lực dồi dào với nhiều vị pháp sư, học giả được đào tạo trong và ngoài nước, cũng như các cơ sở giáo dục Phật giáo được trải rộng khắp miền Trung và Nam Việt, Viện Tăng Thống GHPGVNTN đã có nền tảng vững chắc về học thuật để quyết định thành lập Hội Đồng Phiên Dịch Tam Tạng; và qua Hội nghị Toàn thể Hội đồng Phiên dịch Tam Tạng tổ chức tại Viện Đại Học Vạn Hạnh vào các ngày 20, 21, 22 tháng 10 năm 1973, hội nghị đã đưa ra dự án phiên dịch với mục lục tổng quát các Kinh điển truyền bản Hán tạng cần phiên dịch, phân chia công việc, cũng như giới thiệu thành viên của Hội đồng Phiên dịch Tam Tạng gồm 18 vị Pháp sư như sau:

HỘI ĐỒNG PHIÊN DỊCH TAM TẠNG 1973

A. *Ủy Ban Phiên Dịch:*

1. Hòa thượng Trưởng lão Thích Trí Tịnh   (1917 – 2014)
   Trưởng Ban

2. Hòa thượng Trưởng lão Thích Minh Châu   (1918 – 2012)
   Phó Trưởng Ban

3. Hòa thượng Trưởng lão Thích Quảng Độ   (1928 – 2020)
   Tổng Thư Ký

4. Hòa thượng Trưởng lão Thích Trí Quang   (1923 – 2019)

5. Hòa thượng Trưởng lão Thích Đức Nhuận   (1924 – 2002)

6. Hòa thượng Trưởng lão Thích Bửu Huệ   (1914 – 1991)

7. Hòa thượng Trưởng lão Thích Trí Thành   (1921 – 1999)

8. Hòa thượng Trưởng lão Thích Nhật Liên   (1923 – 2010)

9. Hòa thượng Trưởng lão Thích Thiện Siêu   (1921 – 2001)

10. Hòa thượng Trưởng lão Thích Huyền Vi   (1926 – 2005)

B. *Thành Viên Bổ Sung:*

1. Hòa thượng Trưởng lão Thích Đức Tâm   (1928 – 1988)

2. Hòa thượng Trưởng lão Thích Huệ Hưng   (1917 – 1990)

3. Hòa thượng Trưởng lão Thích Thuyền Ấn   (1927 – 2010)

4. Hòa thượng Trưởng lão Thích Trí Nghiêm   (1911 – 2003)

5. Hòa thượng Trưởng lão Thích Trung Quán   (1918 – 2003)

6. Hòa thượng Trưởng lão Thích Thiền Tâm   (1925 – 1992)

7. Hòa thượng Trưởng lão Thích Thanh Từ   (1924 –)

8. Hòa thượng Thích Tuệ Sỹ   (1943 –)

Sau gần 50 năm kể từ khi Hội đồng Phiên dịch Tam Tạng được thành lập, nhiều Kinh điển đã được phiên dịch, góp phần đáng kể vào kho tàng Thánh điển Phật giáo Việt Nam, nhưng có thể nói rằng dự án phiên dịch đưa ra thời ấy, vẫn chưa hoàn tất. Lý do thứ nhất, do hoàn cảnh chiến tranh và bất toàn xã hội, các Kinh điển được dịch rồi vẫn không có đủ thời gian thuận tiện để được hiệu đính và nhuận sắc lại theo đúng tiêu chuẩn Phật điển hàn lâm. Thứ nữa, với nguồn tài liệu cổ ngữ, sinh ngữ dồi dào hiện nay cùng với phương tiện kỹ thuật vi tính, thông tin liên mạng, chư vị dịch giả có rất nhiều cơ hội để truy cập, tham khảo, đối chiếu các truyền bản khác nhau để có được định bản tiếng Việt đáng tin cậy, theo chuẩn mực quốc tế. Ngoài ra, chư vị thành viên Hội đồng Phiên dịch đã theo thời gian, tuần tự viên tịch khi công trình phiên dịch còn dang dở. Nay chỉ còn 2 trong số 18 vị dịch giả còn đương tiền, nhưng một vị đang trong tình trạng bất hoạt; vị duy nhất còn lại có thể tiếp tục đảm đương trọng nhiệm là Hòa thượng Thích Tuệ Sỹ. Xét thấy, đây cũng là phước duyên hy hữu cho Phật giáo Việt Nam cũng như cho công trình phiên dịch Tam Tạng do Viện Tăng Thống đề ra nửa thế kỷ trước:

a) Về phương diện học thuật, Hòa thượng Tuệ Sỹ là một trong số ít học giả uy tín trong việc nghiên tầm, phiên dịch, chú giải và giảng thuật về Tam Tạng Kinh điển từ nhiều thập niên qua; đã và đang đào tạo, nâng đỡ nhiều thế hệ Tăng Ni và Cư sĩ có trình độ Phật học và cổ ngữ có thể phụ trợ công trình phiên dịch;

b) Về phương diện điều hành, Hòa thượng Tuệ Sỹ chính thức tiếp nhận ấn tín Viện Tăng Thống từ Đức Đệ ngũ Tăng Thống, hàm nghĩa kế thừa sự nghiệp hoằng pháp của GHPGVNTN, đồng thời kế thừa công trình phiên dịch của Hội đồng Phiên dịch Tam Tạng được Hội đồng Giáo phẩm Trung ương Viện Tăng Thống thành lập năm 1973.

Từ những nhân duyên và điều kiện kể trên, công trình phiên dịch dang dở của chư vị tiền hiền tất yếu phải được Hòa thượng Tuệ Sỹ đưa vai gánh vác, không thể để cho gián đoạn. Đó là lý do, từ danh nghĩa Viện Tăng Thống GHPGVNTN, Hội Đồng Phiên Dịch Tam Tạng Lâm Thời (HĐPDTTLT) đã được thành lập vào ngày 03 tháng 12 năm 2021, theo Thông Bạch số 11/VTT/VP, nhằm kế thừa sự nghiệp phiên dịch Tam Tạng của chư vị Trưởng lão Hội Đồng Phiên Dịch Tam Tạng Viện Tăng Thống, với thành phần nhân sự như sau:

HỘI ĐỒNG PHIÊN DỊCH TAM TẠNG LÂM THỜI 2021*

Cố Vấn: Giáo sư Trí Siêu Lê Mạnh Thát (Việt Nam)
Chủ Tịch: Hòa thượng Thích Tuệ Sỹ (Việt Nam)
Chánh Thư Ký: Hòa thượng Thích Như Điển (Đức quốc)
Phó Thư Ký Quốc Nội: Hòa thượng Thích Thái Hòa (Việt Nam)
Phó Thư Ký Hải Ngoại: Hòa thượng Thích Nguyên Siêu (Hoa Kỳ)

Ủy Ban Duyệt Sách:

Hòa thượng Thích Tuệ Sỹ; Giáo sư Trí Siêu Lê Mạnh Thát.

Ủy Ban Phiên Dịch:

Hòa thượng Thích Đức Thắng (Việt Nam); Hòa thượng Thích Thái Hòa (Việt Nam); Thượng tọa Thích Nguyên Hiền (Việt Nam); Thượng tọa Thích Nhuận Châu (Việt Nam); Đại đức Thích Nhuận Thịnh (Việt Nam); Cư sĩ Đạo Sinh Phan Minh Trị (Việt Nam); Cư sĩ Trí Việt Đỗ Quốc Bảo (Đức quốc).

Ủy Ban Chứng Nghĩa Chuyết Văn:

Hòa thượng Thích Thiện Quang (Canada); Thượng tọa Thích Nguyên Tạng (Úc); Đại đức Thích Nhuận Thịnh (Việt Nam); Cư sĩ Tâm Huy Huỳnh Kim Quang (Hoa Kỳ); Cư sĩ Tâm Quang Vĩnh Hảo (Hoa Kỳ).

Những thành viên khác tùy theo nhu cầu sẽ được thỉnh cử sau.

Xét thấy công hạnh tu trì cũng như kiến văn của thành viên chưa thể sánh ngang với chư Tôn túc Trưởng lão Hội đồng Phiên dịch Tam Tạng 1973, do đó chỉ có thể thành lập Hội đồng Lâm thời để kế thừa việc phiên dịch Kinh-Luật-Luận theo khả năng. Trong điều kiện như thế, HĐPDTTLT sẽ không phiên dịch theo thứ tự lịch sử hình thành Thánh điển như Đại Chánh, mà theo phương pháp các Kinh Lục cổ điển, phân Thánh giáo thành Ba thừa: Thanh Văn Tạng, Bồ-tát Tạng và Mật Tạng. Cho đến khi nào sở học và đạo hạnh được nâng cao, đủ để xác định tín tâm trong hàng bốn chúng đệ tử, bấy giờ Hội đồng Phiên dịch Tam Tạng Lâm thời sẽ chuyển thành chính thức, và sẽ tuần tự thực hiện chương trình phiên dịch đúng theo đề xuất của Hội đồng Phiên dịch Tam Tạng 1973.

* Cập nhật ngày 08.05.2022.

Sự nghiệp phiên dịch Đại Tạng Kinh là sự nghiệp chung, hệ trọng và trường kỳ, của Tăng tín đồ Phật giáo Việt Nam trong và ngoài nước. Hình thành Đại Tạng Kinh tiếng Việt không những tạo điều kiện thuận lợi cho việc nghiên cứu và thực hành Phật Pháp đúng đắn cho tứ chúng đệ tử, khẳng định vị thế của Phật giáo Việt Nam đối với nhân loại và cộng đồng Phật giáo quốc tế, mà còn là sự phục hưng những giá trị văn hóa dân tộc nhằm góp phần vào việc xây dựng và phát triển đất nước. Nhận thức được tầm quan trọng này, chư vị lãnh đạo các Giáo hội Phật giáo Việt Nam Thống Nhất tại hải ngoại đã vận động thành lập Hội Đồng Hoằng Pháp vào ngày 08 tháng 5 năm 2021, với sự tán trợ của Viện Tăng Thống, nhằm mở rộng con đường hoằng pháp ngoài nước theo tiêu hướng của GHPGVNTN, cũng như để vận động yểm trợ và thúc đẩy công trình phiên dịch và ấn hành Đại Tạng Kinh Việt Nam tiến đến thành tựu viên mãn.

Để tri niệm ân sâu của chư lịch đại Tổ sư và chư vị Tôn túc trong Hội Đồng Phiên Dịch Tam Tạng 1973 trong sự nghiệp hoằng truyền chánh đạo, Hội Đồng Hoằng Pháp nguyện góp phần công đức, toàn tâm ủng hộ, cúng dường tâm lực, trí lực và tài lực để Đại Tạng Kinh Việt Nam chuẩn mực được lần lượt ấn hành, khởi đầu từ Thanh Văn Tạng, tháng 01 năm 2022, cho đến khi hoàn tất Bồ-tát Tạng và Mật Tạng trong thập niên tới.

Nguyện đem công đức Pháp thí này hồi hướng chánh pháp cửu trụ, tứ chúng an hòa, phát Bồ-đề tâm tiến tu đạo nghiệp; lại nguyện nhân loại được an vui, phúc lạc; sớm chấm dứt thiên tai dịch bệnh, khắp loài chúng sinh đều được lạc nghiệp an cư.

Ngưỡng vọng chư tôn Trưởng lão, chư Hòa thượng, Thượng tọa, Đại đức Tăng Ni cùng bốn chúng đệ tử trong và ngoài nước chứng minh và liễu tri.

Nam mô Công Đức Lâm Bồ-tát.

Phật lịch 2565, năm Tân Sửu
Ngày 01 tháng 01 năm 2022

Hội Đồng Phiên Dịch Tam Tạng Lâm Thời
Cẩn bạch

PHÀM LỆ

1. Đại Tạng Kinh Việt Nam bao gồm tất cả các bản dịch tiếng Việt của Tam Tạng Kinh Điển Phật giáo đã xuất hiện ở nước ta từ trước đến nay, qua các thời kỳ với nhiều dịch giả khác nhau, để cho thấy quá trình hình thành Đại Tạng Kinh Việt Nam qua lịch sử.

2. Về bản đáy, bản dịch Việt căn cứ trên ấn bản Đại Chánh Tân Tu Đại Tạng Kinh 100 tập, mỗi tập trên dưới 1000 trang chữ Hán cỡ 10pt và sẽ được đánh số theo thứ tự của số ghi trong bản in Đại Chánh. Mỗi trang của bản in Đại chính được chia làm ba cột: a, b, c. Số trang và cột này đều được ghi trong bản dịch để tiện tham khảo.

3. Vì thế, một bản Kinh chữ Hán có thể có nhiều bản dịch tiếng Việt, nên sau số thứ tự của Đại Chánh, sẽ đánh thêm các mẫu tự A, B, C... để phân biệt các bản dịch tiếng Việt khác nhau của cùng một bản Kinh chữ Hán đó.

4. Về xử lý văn bản trong khi phiên dịch, phần lớn căn cứ công trình hiệu đính và đối chiếu của bản Đại Chánh. Ngoài ra, tham khảo thêm các công trình hiệu đính và đối chiếu khác.

5. Giữa các ấn bản có những điểm khác nhau, bản Việt sẽ lựa chọn hoặc hiệu đính theo nhận thức của người dịch.

6. Trong bản Hán, nếu chỗ nào xét thấy văn dịch hay từ ngữ không phù hợp với giáo nghĩa truyền thống phổ biến, người dịch sẽ tham khảo các Kinh, Luật, Luận cần thiết để

hiệu chính. Những hiệu chính này được giải thích ở phần cước chú.

7. Bản Hán dịch thực hiện căn cứ phần lớn trên sự truyền khẩu. Do đó những từ phát âm tương tự dễ đưa đến ngộ nhận, như *sam* Pāli hay *sama* và *samyak*; *cala* và *jala*; *muti* và *muṭṭhi*, v.v... Trong những trường hợp này, người dịch sẽ tham chiếu các Kinh tương đương, các bản Hán biệt dịch, suy đoán tự dạng nguyên thủy có thể có trong Phạn bản để hiệu chính. Những hiệu chính này đều được ghi ở phần cước chú.

8. Do các truyền bản khác nhau giữa các bộ phái, để có nhận thức về giáo nghĩa nguyên thủy, chung cho tất cả, cần có những nghiên cứu đối chiếu sâu rộng. Công việc này ngoài khả năng hiện tại của các dịch giả. Tuy nhiên, trong trường hợp có thể, những điểm dị biệt giữa các truyền bản sẽ được ghi nhận và đối chiếu. Những ghi nhận này được nêu ở phần cước chú.

9. Bản Hán dịch được phân thành số quyển. Bản dịch Việt không chia số quyển như vậy, nhưng sẽ ghi ở phần cước chú mỗi khi bắt đầu một quyển khác.

10. Các từ Phật học trong một số bản Hán dịch nếu không phổ biến, do đó có thể gây khó khăn cho việc đọc và nghiên cứu, trong các trường hợp như vậy, tuy vẫn giữ nguyên dịch ngữ của bản Hán, nhưng dịch ngữ tương đương thông dụng hơn sẽ được ghi trong phần cước chú. Trong trường hợp có thể, sẽ ghi luôn dịch giả của những dịch ngữ này và xuất xứ của chúng từ bản dịch nào để tiện việc tham khảo.

11. Các Kinh sách tham khảo trong cước chú đều được viết tắt theo quy định phổ thông của giới nghiên cứu quốc tế; xem quy định về viết tắt ở cuối mỗi tập của Đại Tạng Kinh Việt nam.

12. Quy ước các danh từ viết hoa

Các từ gốc Sanskrit/Pāli:

a. Từ thường phiên âm: tất cả viết thường với gạch nối. Như *śūnyatā* = thuấn-nhã-đa tính, *kṣatriya* = sát-đế-lợi. Trừ các từ tôn kính, theo ngữ cảnh; như: *Nirvāṇa* = Niết-bàn; *Ācārya* = A-xà-lê; *Bhikṣu* = Tỳ-kheo v.v...

b. Từ đặc hữu (nhân danh, địa danh): Chữ đầu hoa, còn lại thường, với gạch nối. Như *Śariputra* = Xá-lợi-phất, *Śrāvastī* = Xá-vệ, *Kapilavastu* = Ca-tì-la-vệ.

c. Trường hợp vừa âm vừa nghĩa, phần phiên âm chữ đầu hoa, còn lại thường với gạch nối; phần nghĩa viết Hoa, như *Śariputra* = Xá-lợi Tử.

Các từ thuần Việt, chưa có quy tắc chính thức, nhưng theo cách viết phổ thông hiện nay:

a. Từ phổ thông: tất cả không hoa, trừ trường hợp tôn kính hay đặc biệt.

b. Từ đặc hữu, nhân danh, địa danh: tất cả viết hoa.

Vạn Hạnh, Pl. 2550 - Dl. 2006
Trí Siêu và **Tuệ Sỹ** cẩn chí

BẢNG VIẾT TẮT

A	*Aṅguttara-Nikāya* – Tăng chi bộ kinh
Câu-xá	A-tỳ-đạt-ma-câu-xá luận, T 29 No 1558
Cf.	*confer*, Tham chiếu, so sánh
Cđ., Chân Đế	bản dịch của Chân Đế
cht.	chú thích
...cho đến	Lặp lại nguyên văn đoạn trên
D	*Dīgha-nikāya*, Trường bộ kinh
Đại.	Đại Chánh Tân Tu Đại Tạng Kinh, Taisho
đd	đã dẫn
Dh, Dhp	*Dhammapada*, kinh Pháp cú
Du-già	Du-già sư địa luận, T 30 No 1579
Ht., Huyền Trang	bản dịch của Huyền Trang
ibid.	*ibidem*, cùng chỗ đã dẫn, đã dẫn, dẫn thượng
M	*Majjhima-Nikāya* – Trung bộ kinh
NM	bản in đời Nguyên Minh
nt	như trên
Pl.	Pāli
S	*Samyutta-Nikāya* – Tương ưng bộ kinh
Sdt.	sách dẫn trên
Sđd.	Sách đã dẫn
Skt.	Sanskrit
Sn	*Sutta-nipāta* – Kinh tập
TN	Taisho, bản Đại Chánh, theo số quyển
Tập dị	Tập dị môn túc luận

Th 1	*Theragātha* – Trưởng lão kệ
Th 2	*Therīgāthā* – Trưởng lão ni kệ
thc.	tham chiếu
thk.	tham khảo
Tì-bà-sa	A-tì-đạt-ma Đại tì-bà-sa luận
Tl.	Tây lịch
TNM	bản in các đời Tống Nguyên Minh
tr.	Trang
vd.	ví dụ
Vin.	*Vinaya*, Luật tạng Pāli
Vsm.	*Visuddhimagga* – Thanh tịnh đạo luận
x.	xem
Wogihara	Phạn Hòa từ điển, Địch Nguyên Vân Lai (Wogihara Unrai)

QUYỂN MỘT
CHƯƠNG I
BỐ THÍ VƯỢT BỜ

Nghe như vầy, một thời đức Phật ở nước Vương Xá, trong núi Diều. Bấy giờ Ngài cùng ngồi với năm trăm La-hán và một ngàn Bồ-tát. Trong đó có Bồ-tát tên A-nê-sát, khi Phật nói pháp, thường tĩnh tâm lắng nghe, yên lặng không vọng niệm, ý để nơi kinh. Đức Phật biết vậy, nên giảng hạnh cao khó bì về sáu độ vô bờ của Bồ-tát. Thế nào là sáu?

Một là bố thí, hai là trì giới, ba là nhẫn nhục, bốn là tinh tấn, năm là thiền định, sáu là hạnh cao của trí sáng vượt bờ.

Bố thí vượt bờ ấy là sao? Là yêu nuôi người vật, thương xót lũ tà, vui hiền, giúp người thành đạt, cứu giúp chúng sinh, vượt cả đất trời, thấm khắp biển sông, bố thí chúng sinh, người đói cho ăn, kẻ khát cho uống, lạnh cho mặc, nóng cho mát, người bệnh cho thuốc, xe ngựa thuyền bè, các vật trân báu, vợ con, đất nước... ai xin liền cho. Như thái tử Tu-đại-noa, bố thí người nghèo thiếu, như cha mẹ nuôi con, vua cha đuổi đi, vẫn thương không oán.

KINH SỐ 1

Xưa có Bồ-tát, lòng rõ lẽ chân, thấy đời vô thường, mạng sanh khó giữ, đem hết của cải bố thí. Trời Đế Thích thấy Bồ-tát thương nuôi quần sinh, bố thí cứu người, công cao vòi vọi, đức cảm mười phương, sợ đoạt ngôi mình, nên hoá địa ngục hiện ở trước mặt, nói rằng: "Bố thí cứu người, khi chết hồn linh đọa vào địa ngục núi Thái, muôn độc nấu đốt. Bố thí chịu hại, Ngài còn bố thí làm gì?" Bồ-tát đáp: "Há có chuyện làm phước mà vào địa ngục Thái sao?". Đế Thích đáp: "Nếu Ngài không tin có thể hỏi tội nhân xem." Bồ-tát hỏi: "Ngươi vì cớ gì mà ở địa ngục?" Tội nhân đáp: "Tôi xưa ở đời, đem hết cửa nhà, ra giúp người nghèo, cứu vớt người nạn, nên nay tội nặng, ở ngục núi Thái". Bồ-tát hỏi: "Nếu người nhân từ bố thí, mà bị tai ương, thì người nhận thí thế nào?". Đế Thích đáp: "Người nhận của thí, khi chết lên trời". Bồ-tát đáp: "Việc ta cứu giúp, chỉ vì chúng sinh. Nếu đúng lời ngươi, thì đó chính là chí nguyện của ta. Vì thương giúp mà chịu tội, ta cũng quyết làm, nguy thân cứu người, đó là chí nguyện cao cả của Bồ-tát."

Đế Thích hỏi: "Ngài có chí nguyện gì mà chuộng cao hạnh này?"

Bồ-tát đáp: "Ta muốn cầu Phật cứu giúp chúng sinh, khiến được Niết-bàn, không còn sinh tử".

Đế Thích nghe nói mục đích thánh thiện, nhân thế cúi đầu nói: "Thật không có việc người bố thí thương giúp chúng sinh mà lìa phúc chịu hoạ, vào địa ngục Núi Thái. Nhưng vì đức Ngài động đến đất trời, sợ đoạt ngôi tôi nên mới hiện địa ngục để mê hoặc ý chí Ngài. Kẻ ngu lừa dối bậc Thánh, xin Ngài tha tội nặng ấy".

Khi đã hối lỗi xong, cúi đầu lui ra.

Hạnh thương cho vượt bờ của Bồ-tát, bố thí như vậy.

KINH SỐ 2

Xưa có Bồ-tát là vua nước lớn, hiệu Tát-ba-đạt, bố thí chúng sinh, xin gì đều cho, thương giúp người nạn, lòng thương xót xa.

Trời Đế Thích thấy vua thương cho, đức trùm mười phương. Trời, rồng, quỷ, thần đều nói: "Ngôi cao Thiên đế xưa nay thường không phải của một người. Ai giới đủ hạnh cao, thương cho phúc lớn, khi chết hồn lên thì làm Thiên đế. Sợ đoạt ngôi mình, Đế Thích muốn đến thử để rõ chân nguỵ, bèn sai Biên Vương rằng: "Nay vua người kia, lòng từ rộng lớn, phúc đức vòi vọi, e có chí muốn đoạt đế vị của ta. Vậy ngươi hãy hóa làm chim bồ câu, mau bay đến chỗ vua, giả vờ sợ hãi, xin vua kia thương. Vua ấy nhân từ, ắt cho ngươi ở. Ta sẽ đến sau, theo vua đòi ngươi. Vua hẳn không trả, phải ra chợ mua thịt đền cho bằng chỗ ấy. Ta không ngừng dối, còn lòng vua thì chân chất trong sạch, chứ chẳng bao giờ sai, cuối cùng tự cắt thịt mình cho bằng với trọng lượng chim kia. Nếu thịt cân cứ theo đó mà nặng dần, khi thịt hết, thân đau, vua ắt hối tiếc. Lòng đã hối tiếc thì chí nguyện không thành".

Đế Thích liền hoá diều hâu, còn Biên Vương hoá làm bồ câu. Bồ câu bay vụt đến dưới chân vua, sợ hãi nói rằng: "Xin đại vương thương tôi, mạng tôi cùng rồi". Vua nói: "Chớ sợ, chớ sợ, ta nay cứu ngươi". Diều hâu theo sau tìm đến, hướng về vua nói: "Bồ câu tôi vừa đến, bồ câu là món ăn của tôi, xin vua trả lại." Vua nói: "Bồ Câu đem mạng đến nương ta, ta đã nhận cho nó nương nhờ rồi, ta nói ra phải giữ chữ tín, trước sau không sai. Nếu ngươi muốn thịt, thì ta tự nạp đủ nặng hơn trăm lần".

Diều hâu nói: "Tôi chỉ muốn thịt bồ câu thôi, chứ không dùng các thịt khác, mong vua cho lại, chứ sao cướp món ăn của tôi?". Vua nói: "Ta đã nhận cho nó nương nhờ, chữ tín nặng như đất trời, thì lòng nào làm trái được. Vậy ta phải lấy món gì để ngươi vui vẻ cho bồ câu ở lại mà ra đi?". Diều hâu nói: "Nếu lòng vua thương cho, ắt là người cứu chúng sinh, vậy hãy cắt thịt vua cho bằng thịt chim bồ câu thì tôi vui lòng mà nhận. Vua nói: "Tốt lắm". Liền tự cắt thịt bắp vế để cân cho bằng thịt chim câu. Chim câu nặng dần, vua tự cắt mình như vậy, cho đến khi thịt mình đã hết, mà cân vẫn chưa bằng. Vết thương trên thân đau đớn vô cùng. Vua vì lòng thương mà chịu đựng, mong cho bồ câu được sống, nên bảo cẩn thận: "Ngươi mau giết ta, lấy tủy để cân cho nặng bằng thịt chim câu đi. Ta vâng lời chư Phật, nhận trọng giới chân chính để cứu nguy ách cho chúng sinh, tuy có bị lũ tà não loạn, nhưng cũng như làm gió nhẹ, làm sao có thể lay được núi Thái?"

Diều hâu thấy chí vua, giữ đạo không đổi, hạnh thương cho khó sánh, nên hiện lại thân trước. Đế Thích và Biên Vương đều cúi đầu xuống đất nói: "Đại vương mong muốn điều gì, mà chịu khổ não như vậy?". Vua người đáp: "Chí ta không muốn ngôi trời Đế Thích hay Phi hành hoàng đế. Ta thấy chúng sinh đắm chìm trong mờ tối, không thấy ba ngôi báu, không nghe lời Phật dạy, buông lòng nơi việc làm hung ác, quẳng thân vào ngục Vô Trạch, thấy họ ngu hoặc như vậy mà lòng đau xót, nên ta thệ nguyện được quả Phật để cứu vớt chúng sinh khỏi khốn ách, khiến chứng Niết-bàn."

Trời Đế Thích kinh sợ nói: "Kẻ ngu này vì cho Đại vương muốn cướp ngôi mình nên mới quấy nhiễu Ngài. Vậy Ngài có điều gì để dạy bảo tôi?" Vua nói: "Hãy khiến vết thương thân ta bình phục như cũ, để lòng ta yêu chuộng các hạnh bố thí cao hơn nay."

Trời Đế Thích liền sai thiên y thần dược truyền thuốc vào người vua, vết thương liền lành, sắc mặt và sức lực còn đẹp mạnh hơn trước. Những vết thương đầy mình như vậy bỗng chốc lành lặn. Đế Thích cúi đầu rồi đi quanh vua ba vòng, vui vẻ ra đi.

Từ đó về sau, vua lại bố thí hơn xưa.

Hạnh thương cho vượt bờ của Bồ-tát, bố thí như vậy.

KINH SỐ 3

Xưa có vị Bồ-tát rất đỗi nghèo khổ, cùng các lái buôn đi đến nước khác.

Họ đều có chí tin Phật, bố thí kẻ nghèo thiếu, cứu giúp chúng sinh. Mọi người đều nói: "Bọn ta đều thương cho, còn ngươi định lấy gì để cho?" Bồ-tát đáp: "Thân này là thứ tạm mượn, không gì là không thể bỏ đi. Tôi thấy cá biển, lớn bé ăn nhau, nên lòng đau xót. Vậy tôi sẽ đem thân mình, thay cho bọn cá nhỏ, để chúng nó được toàn mạng trong chốc lát". Bèn liền tự nhảy xuống biển, cá lớn nhờ vậy được no, cá nhỏ được sống. Hồn linh Bồ-tát hoá làm vua cá chiên, thân dài mấy dặm.

Bên bờ biển có một nước nọ, nước ấy bị hạn, dân chúng đói khát, ăn thịt lẫn nhau. Cá thấy vậy rơi lệ nói rằng: "Chúng sinh rối loạn, nỗi khổ đau thay! Thân ta có thịt mấy dặm, có thể cung cấp cho dân thiếu thốn mươi tháng." Bèn tự phơi mình lên bãi biển nước ấy. Cả nước ăn thịt cá, mà được toàn sinh mạng. Lấy thịt mấy tháng mà cá vẫn sống. Thiên thần hiện xuống nói: "Ngươi có thể chịu nỗi đau không? Sao không chết đi, để giải thoát cái đau đớn ấy". Cá nói: "Nếu tôi chết đi, hồn lìa thân nát; sau này dân chúng đói khát, lại ăn thịt nhau, tôi không nỡ nhìn, vì lòng thương họ". Thiên thần nói: "Bồ-tát ôm lòng từ khó sánh!" Thiên thần vì vậy đau lòng nói: "Ngài ắt thành Phật, độ cho chúng tôi".

Có người đem búa chặt lấy đầu cá. Lúc cá chết rồi, hồn linh liền hóa làm thái tử con vua. Vừa sinh ra đã có trí sáng bậc thượng chánh, rộng thương bốn ân, thấm khắp đất trời, thương dân nghèo khó, nghẹn ngào lời nói. Nước ấy vẫn hạn. Thái tử sạch lòng chay lạt, bỏ ăn nhịn hiến, cúi đầu hối lỗi nói: "Dân chúng không lành, lỗi ở nơi ta. Xin bỏ thân này, cho dân được mưa móc". Ngày ngày than khóc như con chí hiếu gặp tang cha lành. Do lòng chí thành cảm đến nơi xa, nên có 500 vị Phật đến cõi nước ấy. Vua nghe lòng vui vẻ, quên cả thân mình, thái tử không ai không thành khẩn. Vua đem món ngon, áo đẹp cúng đủ các vật thiết, năm vóc gieo xuống đất, cúi đầu lễ bái, khóc lóc thưa rằng: "Con lòng nhơ, hạnh xấu, không vâng lời dạy đối với bốn ân Tam bảo, làm khổ hại nhân dân, tội đáng chặt thân đày nơi hèn kém. Khô hạn đã lâu, lê dân đói khát, oán giận đau khổ thấy thương tình. Xin trừ tai ách cho dân, hành tội các lỗi của con". Đức Phật bảo: "Ngươi là ông vua nhân từ, có lòng thương xót nhân huệ, đức bằng trời Đế Thích, chư Phật đều biết. Nay ban cho ngươi phúc này, hãy yên lòng chớ lo âu, mau dạy dân đều trồng lúa".

Vua liền y lệnh, trai gái có nghề, nhà nhà đều làm. Khi lúa trổ bông, nông quan đem báo. Vua nói: "Hãy đợi lúa chín". Lúa trổ bông khắp nước, đều chứa hạt lớn, có đến mấy hộc, mùi vị ngọt ngon, thơm lừng cả nước. Toàn cõi đều vui ca ngợi đức vua. Nước thù bốn phía đều đến xưng thần. Dân chúng thêm đông, cõi bờ ngày một mở rộng, khắp nước giữ giới, quy y tam bảo. Vua cùng thần dân sau khi chết rồi, đều sinh lên trời.

Phật dạy: "Người nghèo lúc ấy là thân ta. Vì nhiều đời nhân từ bố thí cứu vớt chúng sinh, công đức không hoại diệt nên nay đắc quả làm Phật hiệu là Thiên Trung Thiên làm bậc Đại hùng trong ba cõi".

Hạnh thương cho vượt bờ của Bồ-tát, bố thí như vậy.

KINH SỐ 4

Xưa có Bồ-tát, khi làm tu sĩ, thường ở núi đầm, chuyên cần giữ đạo, không phạm các ác, ăn trái rừng, uống nước suối không giữ món gì, nghĩ thương chúng sinh ngu si tự khốn, thấy ai nguy ách, liều mình cứu giúp.

Trên đường đi tìm trái, gặp con cọp mẹ. Sau khi cho con bú, cọp mẹ mệt đuối vì thiếu ăn, đói khát tâm cuồng, muốn quay lại ăn con nó. Bồ-tát thấy vậy, bỗng động lòng thương, buồn nghĩ chúng sinh ở đời ưu khổ không lường, mẹ ăn thịt con, nỗi đau khó nói, nghẹn ngào rơi lệ. Liền quay mình nhìn bốn phía tìm xem có gì cho cọp mẹ ăn, để cứu mạng cọp con, nhưng đều không thấy, trong lòng tự nghĩ: "Cọp là loài ăn thịt". Lại nghĩ: "Ta lập chí học đạo chỉ vì chúng sinh đắm chìm trong khổ đau nặng nề, lòng muốn cứu vớt, khiến xa tai hoạ, thân mạng vĩnh viễn an vui. Sau này ta rồi cũng già chết, thân này rốt cuộc cũng bỏ đi, chi bằng đem lòng bố thí chúng sinh để đạt thành công đức". Bèn tự đưa đầu mình vào miệng cọp. Đem đầu cho cọp là muốn mau chết để không cảm thấy đau. Cọp mẹ cọp con đều được toàn mạng.

Chư Phật ca ngợi công đức ấy bằng công đức bậc thượng thánh, trời rồng thiện thần và người có đạo đức không ai không tiếc thương. Ai tinh tấn cần hành hoặc đắc được quả Nhập lưu, Thất lai, Bất lai, La-hán, Duyên giác, có người phát lòng vô thượng chánh giác, đem mãnh chí ấy, vượt trước hơn các Bồ-tát được chín kiếp, thể ở đời năm dơ làm thầy trời người, độ kẻ nghịch ác, khiến tà theo chánh đạo.

Hạnh thương cho vượt bờ của Bồ-tát, bố thí như vậy.

KINH SỐ 5

Xưa có Bồ-tát làm đại quốc vương, nước tên Càn Di, Vua hiệu Thiên Duyệt, trong sáng ngoài nhân, nét mặt hiền hoà ngay thẳng công bình, dân theo đức hoá, ngục không nhốt tù, lê dân nghèo thiếu, mặc lòng cầu xin, vua thương cho khắp, ân sánh Đế Thích.

Đạo sĩ nước khác phục vua nhân từ, bố thí theo lòng chúng muốn. Lũ tà ghen ghét, lấy ngụy hủy chân, bèn đến cửa cung nói: "Ta nghe vua sáng, cứu dân nghèo thiếu, như ơn trời phủ khắp". Rồi hỏi vệ sĩ: "Ngươi có thể tâu vua chăng?" Cận thần tâu lên, vua liền đi ra đạo sĩ xuất hiện nói: "Đức vua sáng suốt, lòng nhân thấm đến bốn phương, các loại hữu thức, không ai không khen ngợi. Dám xin chấp nhận nguyện vọng mà tôi muốn tâu lên". Vua nói: "Tốt lắm!" Đạo sĩ nói: "Vua trời ưa bố thí, nếu xin chắc không trái ý. Bây giờ tôi cần đầu người để làm một việc. Nguyện xin đầu vua, để thỏa mong ước".Vua nói: "Đầu ta đẹp gì, mà ngươi muốn xin? Ta có các báu, cho ngươi lợi hơn". Đạo sĩ không nhận, vua lại sai thợ làm đầu bảy báu, mỗi thứ mấy trăm để cho đạo sĩ. Đạo sĩ nói: "Tôi chỉ muốn đầu vua thôi". Vua chưa từng trái ý, liền tự bước xuống điện, lấy cột tóc vào cây nói: "Ta lấy đầu cho ngươi đây". Đạo sĩ rút dao đi nhanh đến. Thần cây thấy vậy, giận người vô đạo, giơ tay tát vào má nó, mình liền vặn tréo, mặt bị méo xẹo, buông tay rơi dao. Vua được bình an, thần dân chúc thọ, buồn vui lẫn lộn. Chư Thiên ca ngợi đức vua: "Đáng gọi là nội thí sao?" Bốn vua trời ủng hộ, các độc tiêu hết, trong nước không bệnh, lúa đậu trúng mùa, lao ngục phá tan, vua tôi vui vẻ.

Đức Phật bảo các Sa-môn: "Vua nước Càn Di bấy giờ là thân ta, đạo sĩ là Điều-đạt vậy."

Hạnh thương cho vượt bờ của Bồ-tát, bố thí như vậy.

KINH SỐ 6

Xưa có Bồ-tát làm đại quốc vương, lấy lòng nhân trị dân quên mình giúp người. Tháng tháng đi tuần để cứu giúp kẻ nghèo thiếu. Người cô quả bệnh tật thì cho thuốc men cơm cháo. Mỗi khi đi tuần thú, bảo hậu xa chở đủ các vật báu, áo mền thuốc men... người chết cho chôn. Khi thấy dân nghèo, vua tự trách lỗi mình: "Vua nghèo đức, dân mới nghèo; Vua giàu đức thì nhà dân đủ. Nay dân nghèo tức ta nghèo". Vua nhân từ như vậy nên tiếng đồn khắp mười phương.

Một hôm, tòa ngồi của Đế Thích bị nóng, trong lòng ông ta lo sợ nghĩ: "Đức kia vòi vọi, ắt đoạt ngôi ta. Ta phá chí nó thì hạnh ấy mới hết". Bèn tự hoá làm một lão phạm chí, theo vua xin một nghìn đồng bạc. Vua liền lấy cho. Lão nói: "Tôi tuổi già xế bóng, sợ người trộm mất, vậy xin gửi vua". Vua nói: "Nước ta không có trộm cắp". Lão lại nói: "Xin gửi vua". Vua liền nhận giữ. Đế Thích lại hoá làm phạm chí, đến cửa cung. Cận thần tâu vua, vua liền đi ra, phạm chí ấy than rằng: "Công huân và tiếng tăm của Đại Vương, bủa khắp tám phương, đức hạnh hiếm có, vì vậy nay tôi từ xa đến có điều muốn xin".Vua nói: "Tốt lắm!" Phạm chí nói: "Tôi xưa nay bạc phước, sinh nhà hèn hạ, nhưng thích sang quý nên muốn xin nước này". Vua nói rất tốt, bèn cùng vợ con lên chiếc xe nhỏ ra đi. Vua trời lại hoá làm phạm chí, theo vua xin chiếc xe. Vua lấy xe ngựa cho rồi cùng vợ con lên đường, tựa núi nghỉ đêm. Có vị đạo sĩ chứng năm thần thông, là bạn của vua, bỗng nhớ đức vua, ngước xem sao trời, biết vua mất nước, bèn tĩnh tâm thiền định, thấy trời Đế Thích tham lam tật đố, chiếm đoạt đất nước, khiến vua suy yếu mệt mỏi. Đạo sĩ dùng bước chân thần, bỗng đến chỗ vua, hỏi: "Ngài mong cầu gì, mà chịu lao chi đến vầy?" Vua đáp: "Chí ta muốn gì, Ngài đã biết rồi!". Đạo sĩ liền hoá ra cái xe có càng, để đưa vua về, khi sao sớm đã mờ.

Trời Đế Thích hóa làm vị phạm chí, lại theo xin xe, vua lại lấy cho. Dần dần đi về nước ấy chưa tới vài mươi dặm, trời lại hoá ra vị phạm chí đầu tiên đến đòi tiền bạc. Vua nói: "Ta đã đem nước cho người, mà quên mất tiền của ngươi". Phạm chí nói: "Hẹn vua ba ngày trả tiền lại cho tôi". Vua liền đem vợ con đến cầm ở một nhà nọ được một ngàn đồng bạc để trả cho phạm chí. Vợ vua hầu cô gái con nhà ấy. Cô gái đi tắm cởi vòng ngọc châu và các món báu ở trong mình ra treo ở cái giá, trời lại hoá làm chim ó, cắp lấy áo và chim ó bay đi. Cô gái đổ cho tỳ nữ trộm lấy, liền bắt giam vào ngục. Đứa con vua nằm ngủ chung với con chủ nhà, ban đêm trời đến giết đứa con chủ nhà. Nhà có con chết ấy, bắt con vua giam vào ngục. Mẹ con đều bị nhốt, đói khát tiều tuỵ, kêu than không ai cứu. Cả ngày khóc than. Khi đã định tội, đem bỏ ngoài chợ.

Vua làm thuê được một ngàn đồng bạc, đến chuộc vợ con về. Đi ngang qua chợ thấy vợ con như vậy liền tưởng nhớ mười phương chư

Phật, tự hối lỗi rằng: "Kiếp trước thân ta độc ác đến thế sao?" Rồi tĩnh tâm nhập định, nhờ ánh sáng của thần thông thấy được việc của Đế Thích làm.

Lúc ấy giữa trời có tiếng nói rằng: "Sao không mau giết đi." Vua nói: "Ta nghe Đế Thích cứu khắp chúng sinh, lòng son thương xót, nuôi nấng hơn mẹ hiền, dẫu loài ngậm máu phun người không ai không chịu ơn giúp đỡ. Ngươi cũng vì không có ác duyên mà được ngôi vị Đế Thích đấy sao? Đế Thích vì ôm lòng độc dữ, khi độc ác chín mùi thì thành tội, còn sống mà đã đoạ vào ngục núi Thái sơn". Trời, người, rồng, quỉ không ai không khen ngợi vua. Vua chúa đất liền giải tội cho vợ con vua. Hai vua gặp nhau tìm hỏi căn nguyên, và kể rõ đầu đuôi, lớn bé cả nước ai cũng rơi lệ. Vua chúa đất liền chia nước ra cho vua cai trị. Thần dân nước cũ, tìm đến chỗ vua, cả nước nghênh đón. Vua tôi hai nước, bên vui, bên buồn.

Vua khi ấy là thân ta, người vợ là Câu Di, đứa con này là La Vân, Thiên đế nay là Điều-đạt, Phạm chí trong núi là Xá-lợi-phất, vua nước kia là Di-lạc vậy.

Hạnh thương cho vượt bờ của Bồ-tát, bố thí như vậy.

KINH SỐ 7

Xưa có Bồ-tát làm đại quốc vương, lấy điều ngay thẳng trị dân, lòng không thiên lệch, nhưng không đi xem xét dân tình. Vị tướng quốc tâu: "Xin vua đi xem một lần". Vua nói: "Tốt lắm". Hôm sau liền đi. Dân chúng vui vẻ, đều được như ý, vua thấy nhà giàu trong nước ở nhà đẹp đẽ, lợp ngói vàng bạc, ăn mặc rực đường. Bèn nói: "Nước ta giàu thay!" Lòng rất vui mừng, về cung nhớ lại nghĩ rằng: "Các nhà giàu này có ích gì cho nước đâu?". Liền sai kiểm kê của cải, lấy để nuôi quân.

Có một nhà giàu, của riêng có ba nghìn vạn, viết sổ dâng vua. Vua giận nói: "Sao dám dối mặt ta ư?" . Người ấy trả lời: "Tôi từ nhỏ làm ăn, đại khái có ít của riêng, còn châu báu trong nhà đều là phần của năm nhà, chứ không phải của riêng tôi". Vua nói: "Sao gọi là của riêng?. Người ấy đáp: "Lòng nhớ sự nghiệp Phật. Miệng nói lời Phật dạy. Thân làm việc Phật, bỏ phần của năm nhà ra dựng chùa Phật, thờ kính bậc hiền thánh, cúng dường áo cơm, thương nuôi các loài bò bay máy cựa. Việc gì lòng không ưa thì không đem đến cho kẻ khác. Cái phúc đức này theo ta như bóng theo hình, nên gọi là của riêng. Còn phần của năm nhà, một là nước, hai là lửa, ba là giặc, bốn là quan, năm là mạng chết. Thân đi, của quí trong nhà loại bỏ lại cho đời, một mình ra đi, của hoạ phước chưa biết tới đâu. Thấy đời như huyễn, nên không dám có. Nếu kể phần của năm nhà thì có đến cả mười ức. Đây là sào huyệt của tai họa, thường sợ nguy mình, há dám có của cải sao? Xin quân sĩ hãy chở đi, để trừ mối lo cho tôi."

Vua nói: "Thành thật thay lời nói ấy!" Bèn cho phép người ấy ra đi. Vua trở về thư phòng, lắng tâm tinh tấn suy nghĩ liền tỉnh ngộ rằng: "Thân này còn không giữ được, huống gì đất nước, vợ con, những thứ ấy có thể được lâu dài sao?" Bèn soạn chép kinh Phật, đọc văn giải nghĩa, lòng dơ theo đó gột sạch, tiến quan trung trinh, nhận lời can gián, đại xá cả nước, trả của báu lại cho dân, đối xử tốt với quần thần, bàn luận việc khoan chính. Vua gọi quần thần bảo: "Phàm người không thấy nghĩa mầu và giới trọng của kinh Phật, thì kẻ ấy là đui điếc. Người nhà giàu kia thì giàu, chỉ có ta là nghèo." Bèn truyền phân chia của báu cho người trong nước, cấp đỡ người nghèo, cho dân những gì họ muốn, lập chùa miếu Phật, giăng lụa đốt hương, dâng cơm cho các sa-môn, tự thân giữ sáu ngày trai. Cứ như vậy ba năm, bốn cõi yên tĩnh, giặc cướp đều hết, ngũ cốc được mùa, dân hết đói lạnh. Sau khi chết vua sinh lên cõi trời thứ hai.

Đức Phật bảo các sa-môn: "Ông vua bấy giờ là thân ta, người giàu là Thu-lộ Tử (Xá-lợi-phất), người khuyên vua đi xem xét dân tình là A-nan".

Hạnh thương cho vượt bờ Bồ-tát, bố thí như vậy.

KINH SỐ 8

Xưa Bồ-tát là một nhà giàu lớn tên Tiên Thán, của giàu vô số, thấy giáo pháp sáng suốt của Phật, biết đời vô thường, mạng sống khó giữ, của cải chẳng phải mình có, chỉ có công đức bố thí là không hư mất, liền báo cho dân rằng: "Nếu ai nghèo thiếu thì cứ theo ý muốn mà đến lấy đi". Như vậy trải qua vài tháng.

Bấy giờ chính sách khoan hồng nên dân chúng giàu có không ai thiếu của. Tiên Thán nghĩ rằng: "Chỉ nên mua thuốc, giúp người đau yếu". Liền mua thuốc hay, cứu mạng chúng sinh, thương nuôi đến khắp, ơn cho không đâu không tới.

Bố thí nhiều năm, đức thơm toả xa, người bệnh bốn phương kéo về, từ đầu đến cuối đều khen đức rộng thấm sánh ngang với trời. Tiền của hết sạch, bèn tự mình đi tìm châu báu. Cách nhà hơn trăm dặm ở trên một bờ sông, gặp vài xe chở những người bệnh nặng đến. Tiên Thán hỏi: "Quí vị đi đâu vậy?" Những người ấy đáp: "Đến chỗ Tiên Thán, hầu được sống trọn mạng thừa". Tiên Thán liền quay về, mượn vua 500 lượng vàng, mua thuốc chữa trị, những người bệnh đều được khỏi. Rồi tự mình cùng những người buôn vào biển tìm của báu, kiếm được rất nhiều. Khi trở về nước, bèn để trên thuyền rồi đi bộ về. Trên đường đi thiếu nước Tiên Thán gặp một cái giếng bèn kêu mọi người đến múc, rồi tự lấy nước mà uống. Các người buôn thấy Tiên Thán kiếm được bạch châu lóng lánh tuyệt vời, lòng tham càng dữ, muốn hủy bậc thánh, hại người nhân, bèn cùng nhau xô Tiên Thán xuống cái giếng ấy. Nhưng vì Bồ-tát nhân đức nên cảm động đến thần kỳ, thiên thần rước lấy khiến không bị thương tích, con buôn về nước. Vua hỏi: "Tiên Thán đi đâu rồi?". Bọn ấy đáp: "Ra khỏi nước liền biệt dạng, không biết đi nơi nào". Vua hỏi: "Bọn bây đã giết rồi sao?". Bọn ấy đáp: "Dạ, không phải". Tiên Thán ở dưới giếng, thấy bên giếng có cái lỗ giếng, liền men theo đó mà ra khỏi cái giếng của nhà kia. Chỉ bảy ngày là đi về đến nước mình. Vua hỏi: "Vì sao mà về tay không vậy?". Thán đáp: "Không kiếm được của." Vua yên lặng suy nghĩ rằng: "Đây ắt có nguyên do gì, liền vời các con buôn lại hỏi: "Nếu các ngươi thành thật thú tội thì được sống, còn nếu dối lừa ta thì phải chết". Cả bọn liền thú nhận, nên bị giao cho ngục quan định tội, Tiên Thán khóc lóc, chạy đến cửa cung dập đầu xin tội. Vua nói: "Điều ấy trái với chính sách, Tiên Thán lại xin: "Kẻ ngu thấy sai chưa rõ trách nhiệm xin tha cho sự không hiểu biết của họ". Vua khen lòng nhân bao trùm của Tiên Thán tha tội dữ cho bọn lái buôn rồi ra chiếu chỉ khiến trả lại báu vật, các lái buôn đều nói: "Nếu Tiên Thán là người không thờ Phật, há có lòng nhân như vậy sao?". Mỗi người đều chọn của báu để trả Tiên Thán, Tiên Thán nhận mỗi người một nửa. Các con buôn đều cúi đầu nói: "Nhờ ơn Ngài được toàn mạng, xin đem nạp hết". Khi nhận của ấy, Tiên Thán đem vàng trả lại cho vua rồi bố thí hơn nữa. Vua cùng thần dân đem nhau đi thọ giới. Con hiếu, tôi trung trời thần vệ hộ nước giàu dân mạnh, bốn cõi chịu đức không ai không khen hay.

Đức Phật dạy: "Tiên Thán lúc ấy là thân ta".

Hạnh thương cho vượt bờ của Bồ-tát, bố thí như vậy.

KINH SỐ 9

Xưa có Bồ-tát sinh vào nhà giàu, mới rơi xuống đất, liền nói: "Chúng sinh muôn hoạ, ta phải cứu giúp, họ không thấy bóng Phật, không nghe pháp sáng, ta phải mở tai mắt để trừ đui điếc cho họ, khiến họ thấy nghe đạo chính chân vô thượng làm vua các thánh, làm nguồn cho phép tắc rõ ràng, dụ dẫn tinh tấn bố thí, không ai là không phục tùng."

Họ hàng sợ hãi nói: "Từ xưa đến giờ, chưa nghe trẻ con làm vậy. Hay là hồn linh của trời rồng quỷ thần ư, phải bói xem sao?". Đứa bé liền trả lời với cha mẹ rằng: "Tôi từ chỗ thượng thánh hóa về, tự nhiên mang trí sáng biết khắp, chứ không phải loài yêu quỉ, hãy yên lòng, đừng ngờ vực, nói xong liền im lặng, cha mẹ nói: "Bé có chí lớn rộng khắp đất trời, sẽ là bậc phi phàm ư, bèn đặt tên có là Phổ thí, tuổi mới lên mười mà các kinh điển Phật giáo và học thuật thế gian không gì mà không thông suốt, liền từ giã cha mẹ, mà đi giúp mọi người, bố thí những kẻ nghèo thiếu. Cha mẹ nói: "Nhà ta có tiếng rất giàu, vậy con mặc lòng bố thí người nghèo". Phổ thí đáp: "Không đủ đâu! Xin cho con làm Sa-môn cho con y bát cùng tích trượng, để đem cứu người thì đó là ý nguyện cuộc đời con". Cha mẹ nhớ lại lời thề, lúc con mới sinh, nên không từ chối cản trở, liền theo ý nguyện, cho con làm Sa-môn, đi khắp nơi giáo hoá.

Qua một nước lớn, nước ấy có một nhà giàu, cũng hiểu các sách thấy Phổ Thí cung cách đàng hoàng, mặt mày đẹp đẽ, tính tình đằm thắm, sạch như vàng trời, có nét của bậc thượng Thánh, sẽ làm bậc anh hùng ở đời bèn gọi Phổ Thí hỏi: "Có muốn gì xin cứ bảo ta sẽ làm vừa lòng Thánh nhân, ta có người con gái hèn, xin đem cho Ngài sai sử". Phổ Thí đáp: "Tốt, hãy đợi tôi về".

Liền lên đường đi đến bờ biển, xuống thuyền qua biển, khi lên bờ, bèn đi vào núi, đến chỗ không người ở, từ xa trông thấy một thành bằng bạc, cung điện sáng đẹp, bấy giờ có con rắn độc quấn quanh thành bảy vòng, mình lớn, trăm khoanh, thấy Phổ Thí đến, ngóc đầu lên, Phổ Thí nghĩ rằng, đây loài ngậm độc, ắt có lòng hại ta phải khởi lòng từ không ngăn trở để diệt độc nó, hung dữ là lửa, nhân từ là nước, lấy nước diệt lửa, khi nào chẳng tắt". Liền ngồi thiền dấy lòng từ nguyện cho chúng sinh sớm lìa tám nạn, lòng bỏ niệm ác, gặp Phật nghe pháp, gặp sa-môn được nghe đạo sáng, vô thượng chính chân, lòng mở, uế diệt, như sự thấy biết của ta, dấy được định từ, độc rắn liền diệt, nó cúi đầu nằm ngủ, Phổ Thí bước lên đầu nó vào thành, trong thành có thiên thần, thấy Phổ thí đến mừng rỡ nói: "Từ lâu cảm phục Thánh đức, nay Ngài ung dung đến đây, thật đúng với bản tâm của tôi. Xin ở lại đây một thời gian, chín mươi ngày". Phổ Thí nhận lời, Thiên Vương liền đem việc triều chính giao phó cho cận thần, tự mình dâng thức ăn uống, sáng tối tinh cần vâng giữ hạnh cao của Chư Phật về vô thường, khổ, không, vô ngã, là pháp sáng chiếu giúp chúng sanh.

Khi ngày cúng dường đã mãn, Phổ Thí lên đường, Thiên Vương đem một viên trân châu minh nguyệt tặng rồi tiễn chân nói: "Đem viên châu này theo mình thì sáng đến bốn mươi dặm, lòng vừa ước gì, thì các báu đầy đủ. Nếu sau được làm Phật, tôi xin được làm đệ tử hầu hạ một bên bậc Thánh, Phổ thí nói: "Được". Rồi lại đi về phía trước, trang hoàng đẹp hơn thành bạc. Lại có rắn độc bao thành mười bốn vòng, thân lớn gấp bội thân trước, ngóc đầu mấy trượng. Phổ Thí lại khởi định từ, độc rắn liền tiêu, nó cúi đầu nằm ngủ, Phổ Thí bước lên đầu nó, đi vào. Trong thành có Thiên nhân, thấy Phổ Thí đến vui mừng nói: "Từ lâu mến phục thánh linh, nay Ngài đến đây thật là tốt lành. Xin ở lại đây hai thời, 180 ngày, tôi xin hết lòng cúng dường, chỉ xin lưu lại uy thần." Phổ Thí liền nhận lời. Lưu lại thuyết pháp về hạnh sáng vô thượng, khi đã hết hạn, từ giã lui chân, Thiên nhân lại lấy một hạt châu thần ra tiễn, ánh sáng nó chiếu xa 80 dặm, lòng vừa ước gì, các báu liền đầy cả dặm, Thiên nhân nói: "Nếu Ngài đắc đạo, tôi xin làm đệ tử có thần túc vô thượng". Nhận thần châu rồi, Phổ Thí lại lên đường đi, thấy thành lưu ly rực rỡ hơn thành trước, lại có rắn độc, thân to rất lớn, vòng quay thành 21 khoanh, ngóc đầu trợn mắt giữ cửa thành ấy, Phổ Thí lại ngồi, nghĩ sâu về định phố từ, thề cứu chúng sinh, rắn tự tiêu độc, cúi đầu. Phổ Thíbước lên mà vào. Trong thành có Thiên nhân vui vẻ, nói lời như trước, thỉnh ở lại ba thời, nguyện cúng dường những gì Phổ Thí muốn, hết hạn từ giã lên đường. Thiên nhân lại lấy một hạt thần châu tiên biệt, ánh sáng nó chiếu xa đến 160 dặm, châu đến chỗ nào thì các báu vật tìm theo đầy trong khoảng ánh sáng ấy, tuỳ ý mình muốn, không có gì cầu mà chẳng được, Thiên nhân nói: "Nếu Ngài đắc đạo vô thượng chính chân, tôi nguyện làm đệ tử có trí tuệ rất sáng suốt, Phổ Thí nói: "Chắc được như ý ngươi muốn". Phổ Thí được châu rồi nói: "Của này đủ cứu giúp chúng sinh thiếu thốn".

Thế rồi trở về chỗ cũ của mình, các thần rồng biển đều bàn với nhau rằng, biển lớn chúng ta chỉ cần ba viên thần châu ấy sẽ làm chúng ta vinh hoa, nay vị đạo sĩ này, được cả thì làm sao chúng ta sang giàu được thà mất các báu khác chứ không chịu mất những hàng châu ấy". Thần biển hoá làm người phàm hiện ra trước mặt Phổ Thí nói: "Tôi nghe nhân giả có được của báu nhất thế gian, có thể cho tôi xem được không?" Phổ thí lấy đưa ra, thần biển liền đập đầu Phổ Thí để lấy hạt châu. Phổ Thínghĩ: "Ta trải bao hiểm trở, vượt qua biển lớn, mới được báu vật ấy, muốn đem cứu giúp chúng sinh nghèo thiếu, ngờ đâu bị thần biển này xem thấy mà đoạt mất ư?" Liền nói: "Ngươi trả châu lại cho ta. Nếu không, ta làm khô biển ngươi hết bây giờ." Thần biển đáp: "Lời ngươi sao láo thế?" Biển lớn này sâu rộng khó lường ai có thể làm khô hết được, mặt trời có thể rơi, gió to có thể ngưng lại, chứ biển này không thể khô cạn được, cũng như hư không, khó có thể huỷ diệt được." Phổ thí nói: "Xưa ta trước Phật Định Quang nguyện được đạo lực lật úp các biển, tay nâng tu di, lay động đất trời, lay dời các cõi, đức Phật theo ý muốn mà cho ta được như nguyện. Ta nay đã được phép ấy, còn ngươi có cái sức tà chỉ bằng tơ tóc của loài quỷ yêu làm sao có thể lấn áp được cái thế mạnh chân chính của ta được. Liền nói kinh rằng:

"Ta từ vô số kiếp nay, uống dòng sữa mẹ, nước mắt khóc than, máu chảy thân chết, biển chẳng có nhận, ái ân khó dứt, sinh tử không dừng, ta vẫn muốn dứt gốc ái ân, dừng hồn sống chết, đời này gỡ ra không hết thì đời đời xin gỡ ra".

Liền đứng hai chân bằng lại, tháo bầu nước biển quẳng ra ngoài núi thiết vi, lúc ấy có vị trời tên Biến Tịnh, ở xa nghe thấy tự mình suy nghĩ: "Xưa ta trước Phật Định Quang nghe người này có được chí nguyện như vậy, ắt sẽ làm Thế Tôn độ chúng sinh ta". Vị trời ấy xuống giúp tháo bầu nước, mười phần hết tám, thần biển hối hận sợ hãi nói: "Người này là ai mà linh thiêng vô bờ như thế, nước biển hết rồi, chỗ ta sẽ hư". Liền đem các báu, trống hết tất cả các kho ra đưa cho Phổ Thí, Phổ Thí không nhận, nói: "Ta chỉ muốn hạt châu thôi", các thần trả lại hạt châu còn Phổ Thí cũng trả lại nước rồi đi khắp đất mình tìm đường bố thí. Nước nào Phổ Thí đi qua, nước ấy dân không còn nghèo.

Các nước không ai là không thay đổi tính nết. Lấy năm giới và mười lành làm chính sách quốc gia mở ngục đại xá, ơn thấm khắp chúng sinh. Bèn đạt đến quả Phật.

Đức Phật bảo các sa-môn: "Phổ Thí là thân ta, người cha là Bạch Tịnh, mẹ nay là Xá Diệu mẹ ta, nữ đạo sĩ nay là Câu Di, vị thiên thần trong thành bạc khi ấy nay là A-nan, vị thiên thần trong thành vàng nay là Mục-liên, vị thiên thần trong thành lưu ly là Xá-lợi-phất, Bồ-tát nhiều kiếp siêng năng, thực hành bốn ân, thệ nguyện cầu Phật cứu vớt chúng sinh".

Hạnh thương cho vượt bờ của Bồ-tát, bố thí như vậy.

KINH SỐ 10

Xưa Bồ-tát làm đại quốc vương tên là Trường Thọ, Thái tử tên Trường Sinh, vua ấy nhân từ, thường mang lòng từ thương xót chúng sanh, thệ nguyện cứu giúp, siêng năng không mệt mỏi, không dùng dao gậy, dân chúng không oán, mưa gió đúng thời, lúa quý đầy tràn.

Tiểu vương nước bên, tính nết bạo ngược, luật pháp tham tàn nên dân nghèo, nước trống. Bèn bảo quần thần: "Ta nghe Trường Thọ, nước nó rất giàu, cách đây không xa, nó giữ lòng từ không giết quân, không phòng bị, ta muốn chiếm nước nó, có thể được chăng?". Quần thần trả lời: "Được". Bèn liền khởi binh đến biên giới nước ấy. Quan giữ cửa ải, đem biểu về tâu tình trạng, xin tìm cách phòng bị. Trường Thọ liền họp quần thần lại bàn: "Vua kia đến đây chỉ tham nước ta đông dân, nhiều báu. Nếu đánh với nó chắc tổn mạng dân, lợi mình, hại dân, tham lam bất nhân, việc ấy ta không làm". Quần thần nói: "Chúng thần từ lâu, luyện tập binh sĩ, bày mưu binh pháp, xin được tự đánh diệt bọn ấy, không nhọc thánh quân lo nghĩ." Vua nói: "Ta thắng thì nó chết, ta yếu thì ta chết, binh nó và dân ta đều do trời sinh dưỡng, việc trọng thân tiếc mạng ai chẳng như thế. Nhưng để toàn thân mình mà hại dân chúng thì bậc hiền không làm." Quần thần đều đứng ra nói: "Vua này nhân từ như trời, không thể mất được, phải tự mình kiểm đốc đem binh chống giặc". Trường Thọ biết được, gọi Thái tử bảo: "Vua kia tham nước ta, đem lòng độc dữ đến đây, quần thần vì một thân ta mà muốn hại mạng dân chúng. Nay ta giao nước để dân trời được toàn mạng, nghĩa ấy có được không?" Thái tử nói: "Dạ được".

Thế rồi cha con vượt thành, bèn đổi họ tên, trốn nơi núi đồng. Do vậy, vua tham mới vào được nước ấy. Quần thần, dân chúng mất vua cũ mình như con hiếu mất cha mẹ, khóc lóc vật vã, không nhà nào là không như thế. Vua tham tìm bắt, treo giải một nghìn cân vàng và nghìn vàng quan tiền.

Trường Thọ ra đi ngồi dưới gốc cây bên vệ đường thiền định, thương xót chúng sinh sống chết cần khổ, không thấy khổ, không, vô thường, vô ngã, và bị dục mê hoặc, khổ thật vô số. Có người phạm chí nước xa, nghe vua ưa chuộng bố thí, cứu mạng chúng sinh, từ xa đến cũng dừng lại dưới gốc cây, hỏi han lẫn nhau. Mỗi người kể rõ đầu đuôi việc của mình. Phạm chí kinh hãi hỏi: "Thiên vương vì sao đến nỗi này?". Rồi rơi lệ tự kể lể: "Năm tàn của tôi không còn mấy chốc nên đến xin chút gì hầu mạng thừa, nay đại vương mất nước thì mạng tôi cũng cùng rồi." Nói liền than khóc. Vua nói: "Ông nghèo khổ, từ xa đến, gặp lúc ta mất nước, không biết lấy gì để giúp ông, không đau xót sao?" Vua gạt nước mắt nói: "Ta nghe vua mới treo giải nhiều lắm, vậy ông hãy lấy đầu ta, có thể được trọng thưởng." Phạm chí đáp: "Không phải vậy, tôi từ xa cảm phục đức nhân của vua cứu giúp chúng sinh nhuần thấm như đất trời. Thế nên bỏ đất nước đến đây mong được cứu mạng, nay vua bảo tôi chém đầu Ngài, tôi chẳng dám vâng lời ấy được". Vua nói: "Thân này là đồ mục nát, há dám giữ được ư? Phàm sống ắt có chết, ai có thể còn hoài? Nếu ông không lấy, rốt cuộc nó cũng là tro bụi mà thôi!" Phạm chí nói: "Thiên vương vung vải ân huệ, nhân đức như trời, ắt muốn giết mình để cứu kẻ thấp hèn, xin Ngài buông tay cho tôi dắt đi." Vua liền đưa tay đi theo. Đến cửa thành cũ, vua ra lệnh trói mình lại đem tâu. Người trong nước thấy vua, khóc than vang cả nước. Phạm chí được thưởng. Vua tham sai đem vua đến ngã tư đường thiêu sống rồi giết đi. Quần thần đều tâu: "Vua cũ chúng thần cuối cùng phải chết. Vậy xin cho làm bữa tiệc nhỏ để tiễn đưa linh hồn người." Vua tham nói: "Được." Trăm quan lê dân kêu khóc nghẹt đường. Vật vã lăn lóc, không ai là không kêu trời. Thái tử Trường Sinh cũng giả làm người bán củi, đứng trước mặt cha. Vua thấy con, ngửa mặt lên trời nói: "Nếu trái lời trăn trối của cha, ngậm hung ôm dữ, chất chứa oán giận chập chồng, để tai vạ đến muôn đời. Đấy không phải là người con hiếu. Chư Phật lòng từ bốn bậc rộng thấm, đức trùm trời đất, ta theo đạo ấy, giết mình để cứu chúng, còn sợ không một chút của hạnh hiếu đạo, huống làm chuyện ngỗ ngược báo thù sau? Nếu không trái bỏ lời ta mới có thể gọi là hiếu". Người con không nỡ nhìn cha mình chết, bèn trở vào núi sâu.

Vua chết rồi, Thái tử kêu khóc, máu chảy cả miệng, nói: "Vua ta tuy lúc lâm chung, có lời răn hết sức nhân từ, nhưng ta ắt trái lời, phải giết kẻ độc ác kia." Bèn ra làm thuê trồng rau cho một ông quan.

Một hôm, quan tình cờ dạo vườn, thấy rau xanh tốt, bèn hỏi nguyên do, người giữ vườn đáp: "Tôi có mướn một người làm thuê rất giỏi việc trồng vườn". Người ấy kêu đến hỏi: "Ngươi còn có khả năng gì?" Người ấy đáp: "Trăm nghề tuyệt hảo, tôi đều đứng đầu." Quan xin lệnh vua cho vào nấu ăn cho vua. Người ấy còn giỏi hơn cả thái quan (quan nấu ăn cho vua). Vua hỏi: "Món này do ai làm vậy?" Quan đem sự thực ra đáp. Vua liền lấy người ấy làm quan coi bếp, mỗi việc đều vừa lòng. Vua cất nhắc lên làm cận thần, bảo rằng: "Con của Trường Thọ là trọng thù của ta, nay ta dung ngươi làm cận vệ." Người ấy liền đáp: "Thưa vâng". Vua hỏi: "Ngươi thích đi săn không?" Đáp: "Thần rất thích." Vua liền ra ngoài đi săn, rong ngựa đuổi mồi bị thất lạc với mọi người, chỉ

với Trường Sinh cùng ở trong núi ba ngày, đến lúc đói khốn vua bèn
tháo kiếm trao cho Trường Sinh, rồi gối đầu đùi Trường Sinh mà ngủ.
Trường Sinh nghĩ: "Nay ta đã được ngươi rồi ư?" Bèn rút kiếm muốn
chém đầu, bỗng nhớ lại lời cha dặn: "Trái lời cha dạy là bất hiếu đấy!"
Lại tra kiếm dừng lại. Vua tỉnh giấc nói: "Ta mộng thấy Trường Sinh
muốn chém đầu ta. Việc gì như thế?" Trường Sinh đáp: "Núi có quỷ dữ,
thích việc nung nấu, thần tự chầu hầu, còn gì mà sợ?" Vua lại ngủ nữa.
Cứ vậy ba lần Trường Sinh đều quăng kiếm nói: "Ta vì cha ta nhân từ
mà tha mạng cho ngươi đó!" Vua tỉnh dậy nói: "Ta mộng thấy Trường
Sinh tha mạng cho ta rồi." Thái tử nói: "Trường Sinh chính là tôi đây!
Cũng vì thương nhớ cha mà theo đuổi kẻ thù đến nay. Cha tôi khi chết
miệng còn để lại lời răn nhân từ, bảo tôi tuân theo đạo nhẫn nhục, ác
đến lành đi của Chư Phật. Nhưng tôi giữ tính cực ngu, muốn đem hai
cái hung dữ luyện vào nhau. Nhưng ba lần nhớ lại lời cha dạy, ba lần
buông kiếm. Vậy xin Đại vương mau giết tôi để trừ hoạn dữ. Khi thân
chết hồn lìa, thì ý ác không còn sinh nữa".

Vua hối lỗi nói: "Ta làm chuyện bạo ngược, không biết phải trái.
Tiên vương của ngươi hạnh cao thuần đủ, mất nước chứ không mất
hạnh. Có thể gọi là bậc thượng thánh. Ngươi giữ tròn hạnh cha, có thể
gọi là hiếu. Còn ta là giống sài lang, giết hại sanh linh để được no ấm.
Nay mạng sống trong tay ngươi mà ngươi tha không giết, thì sau này
ta há làm trái được sao. Giờ ta muốn về nước mình, vậy phải đi đường
nào?" Trường Sinh đáp: "Đây là đường mê do tôi làm ra. Tôi sẽ đem
vua ra khỏi rừng này."

Khi gặp quần thần, vua hỏi: "Quí vị có ai biết Trường Sinh không?"
Mọi người đều nói: "Không biết". Vua nói: "Người này là Trường Sinh
đó, nay trở lại nước. Còn ta sẽ về nơi cũ của mình. Từ đây trở đi kết
thành anh em, họa phước cùng nhau".

Ngày lập Thái tử làm vua, cả nước buồn vui lẫn lộn. Mọi người
không ai là không chúc thọ. Vua tham trở về nước mình, lại đến triều
cống, trở nên giàu mạnh thái bình.

Đức Phật bảo các sa-môn: "Vua Trường Thọ bấy giờ là thân ta. Thái
tử là A-nan. Vua tham là Điều-đạt. Điều-đạt đời đời có ý ác đối với ta,
ta vẫn cứu cho. A-nan và Điều-đạt vốn không có oán thù nhau, nên

không hại lẫn nhau. Ta đời đời nhẫn những điều không thể nhẫn, giữ ý lập hạnh, cho nên nay được thành Phật, đấng Thế Tôn trong ba cõi".

Hạnh thương vượt bờ của Bồ-tát, bố thí như vậy!

QUYỂN HAI

KINH SỐ 11: VUA BA-DA

Xưa vua nước Ba-la-nại tên là Ba-da lấy nhân từ cai trị đất nước, bỏ binh khí, dẹp gậy gộc, hủy nhà tù, đường không có tiếng than. Mọi người vừa ý, nước giàu dân mạnh, chư thiên khen ngợi đức nhân từ.

Thành vua dài rộng 400 dặm, chu vi 1600 dặm, mỗi ngày vua cho mọi người trong thành ăn theo ý nguyện của họ. Lân quốc nghe nước này giàu có, tai nạn diệt hết, bèn cùng bề tôi mưu rằng: "Nước kia giàu có, dân chúng sướng vui, ta muốn chiếm nó. Nếu đến ắt thắng". Các quan đều tâu: "Xin vui theo ý vua."

Liền khởi binh đến nước nhân từ ấy. Quần thần nước nhân từ tâu vua, muốn chống cự lại. Vua nhân từ buồn bã nói: "Vì thân một người mà giết thân triệu dân; Vì yêu mạng ta một người mà tàn sát mạng cả triệu dân. Một miệng ngày hai bữa, một thân vài bộ áo quần, thì còn tranh giành gì với ai, mà bỏ đức của trời xuân, giữ thói tàn hại của giống sài lang ư? Ta thà bỏ mạng sống một đời, chứ không bỏ chí lớn, quên mình để yên ổn quần sinh, đó là lòng nhân bao trùm trời đất vậy". Bèn gọi quần thần đến nói: "Các khanh hãy về ngày mai lại bàn". Đêm ấy vua vượt thành, trốn vào trong núi, ngồi dưới gốc cây. Có phạm chí tuổi độ sáu mươi đi đến hỏi vua: "Vua nước nhân từ kia vạn phúc an lành chứ?" Vua đáp: "Ông vua ấy đã chết rồi!" Phạm chí nghe nói lăn xuống đất khóc than. Vua hỏi ông ấy: "Sao ông khóc than quá lắm thế?". Phạm chí đáp: "Tôi nghe vua ấy nhân từ thấm khắp quần sinh như trời Đế Thích, nên ruổi đến gởi thân, vậy mà vua ấy đã chết, già tôi cùng rồi". Vua nói: "Ông vua nhân từ ấy chính là ta đây. Vua nước láng giềng nghe nước ta giàu có, dân mạnh, nhiều của quí, nên ra lệnh cho vũ sĩ rằng: "Ai lấy được đầu ta thì sẽ được thưởng tôi trai tớ gái mỗi thứ một nghìn, nghìn con ngựa, nghìn con trâu, vàng bạc mỗi thứ nghìn cân. Nay ngươi hãy lấy đầu ta, đem mũ vàng kiếm báu làm tin, đến chỗ vua ấy, sẽ được thưởng nhiều, có thể làm của truyền đời, lòng ta rất vui". Phạm chí đáp: "Bất nhân trái đạo, thà chết chứ không làm". Vua nói: "Ông này cậy ta được sống, mà khiến ông phải khốn cùng sao? Nay ta lấy đầu cho ông để ông không mang tội". Bèn đứng dậy cúi lạy mười phương, rơi lệ thề rằng: "Quần sinh ai nguy, ta sẽ làm cho an ổn, ai bỏ chân theo tà, ta sẽ khiến quy mạng Tam bảo. Nay tôi lấy đầu này để cứu ông hết nghèo, khiến ông vô tội." Liền rút kiếm tự hủy mình để cứu nạn cho kẻ kia. Phạm chí lấy đầu, kiếm và mũ đi đến chỗ vua kia. Vua hỏi cựu thần rằng: "Vua nhân từ sức mạnh địch cả nghìn người mà lại bị tên này bắt được sao?" Cựu thần cúi đầu lăn xuống đất, kêu khóc đau đớn không thể đáp được. Bèn hỏi phạm chí, phạm chí kể rõ đầu đuôi, dân chúng kêu khóc đầy đường, hoặc có người thổ huyết, có người chết giấc, phơi thây, Vua quan vũ sĩ lớn nhỏ đều nghẹn ngào. Vua ngửa mặt lên trời than: "Ta thật vô đạo, tàn hại một bậc nhân từ như trời!" Bèn lấy thi hài và đầu của vua nhân từ gắn liền lại, đem vàng dát vào thây rồi để ngồi trên điện, làm vua 32 năm, sau lập con vua ấy lên ngôi. Nước láng giềng không ai là không yêu thương như yêu thương con mình. Vua nhân từ chết rồi bèn sinh lên trời. Đức Phật bảo các tỳ-kheo: "Vua nhân từ ấy là thân ta, vua nước láng giềng là Mục-kiền-liên, quần thần nước ấy là các tỳ-kheo".

Hạnh thương cho vượt bờ của Bồ-tát, bố thí như vậy.

KINH SỐ 12: VUA NƯỚC BA-LA-NẠI

Xưa thái tử vua nước Ba-la-nại tên Ca Lan, có hai anh em. Khi vua cha chết, đem nước nhường nhau, không chịu lên ngôi. Người anh đem vợ trốn vào núi học đạo, đến ngụ ở gần bờ sông.

Bấy giờ nước khác có kẻ phạm tội, phép nước chặt hết tay chân, cắt mất tai mũi, bỏ thuyền trôi sông. Tội nhân kêu trời kể lể. Đạo sĩ nghe thấy buồn bã xót thương nghĩ rằng: "Người ấy là ai mà khốn khổ lắm thế? Phàm người rộng lòng nhân từ, quên mình nguy thân để cứu ách nạn cho quần sinh, đó chính là sự nghiệp của bậc đại sĩ." Liền lao mình xuống sông, rẽ sóng lướt tới, kéo thuyền người ấy vào bờ, rồi cõng về nhà hết lòng nuôi dưỡng. Đến khi vết thương khỏi, thân mình lành kể có bốn năm, thương nuôi không mệt mỏi. Người vợ dâm đãng không từ ai, đã cùng tội nhân âm mưu giết chồng, nói: "Chàng giết nó đi, thiếp sẽ cùng chàng chung sống." Tội nhân nói: "Người kia là kẻ hiền, cớ sao mà giết đi?". Người vợ lại nói như trước. Tội nhân nói: "Tôi không còn tay chân, không thể giết được." Người vợ nói: "Chàng ngồi xuống đây, thiếp tự có kế rồi". Bèn giả bộ đau đầu, nói với chồng: "Bệnh này chắc do thần núi làm ra, thiếp muốn giải nó. Vậy sáng mai thiếp theo chàng để cúng cầu phúc". Người chồng nói: "Tốt lắm".

Sáng ngày vợ chồng đi đến bờ núi cao 40 dặm, hai mặt vách đứng sừng sững, ai thấy cũng sợ. Người vợ nói: "Theo phép, chàng đứng quay về phía mặt trời, để mình thiếp tế lễ". Người chồng liền quay về phía mặt trời, người vợ giả vờ đi vòng quanh mấy bận, rồi xô chồng rớt xuống núi. Lưng chừng núi có một cây, lá dày đặc lại mềm mại. Đạo sĩ vịn cành đứng được, trái cây ấy ngon ngọt, ăn vào thì được toàn mạng. Cạnh cây có rùa, thường ngày cũng đến ăn trái, thấy cây có người, sợ không dám đến. Bị đói đã năm ngày, nó mạo muội đến ăn quả. Cả hai đều không hại nhau, dần dần trở nên gần gũi. Đạo sĩ nhảy qua cưỡi rùa, rùa sợ quá phóng xuống đất. Thiên thần giúp cho, nên cả hai đều không thương tổn, nhân vậy trở về cố quốc. Người em đem nước nhường anh. Người anh quên mình, đem lòng từ rộng lớn cứu giúp quần sinh, làm vua cai trị nước ấy. Mặt trời mọc là bố thí trong khoảng bốn trăm dặm, người ta, xe ngựa và các báu vật cùng đồ ăn uống tự do, đông tây nam bắc đều cho nuôi như vậy. Công ơn, tiếng tốt của vua vang khắp nơi, mười phương ca ngợi đức vua.

Người vợ, tưởng chồng đã chết, người trong nước không ai biết mình, bèn cõng người chồng què quặt vào trong nước, tự giải bày: "Kể từ kết tóc, gia thất gặp đời suy loạn, thân thể lại tàn tật, nhưng lòng mến thiên vương có lòng từ bố thí nên đến xin". Người trong nước khen bà như thế nên mách rằng: "Vua trời thương khắp, nuôi hết quần sinh, ngày mai chắc ra cửa đông bố thí. Vậy ngươi hãy đón ngài, vì quí cái hạnh tốt của ngươi, chắc sẽ cho ngươi nhiều".

Sáng ngày, người ấy theo vua xin ăn. Vua ngầm biết nó, nói rõ đầu đuôi về người vợ cho quần thần nghe. Một bề tôi nói: "Phải thiêu nó đi." Một bề tôi khác nói: "Chém nó đi". Quan chấp pháp đại thần nói: "Phàm tội không gì lớn hơn là bỏ chính theo tà, làm hạnh bội nghịch. Vậy hãy đóng đinh người hung ác, rồi treo lên lưng con quỷ cái ấy để nó phải cõng mãi mãi". Quần thần đều nói: "Phải đấy! Hãy cho chúng theo cái chúng thích, để làm rõ việc chấp chính". Vua đem mười điều thiện giáo hóa dân chúng, không ai là không vui mừng vâng nhận. Vua cùng quần thần sau khi chết thì sinh lên trời. Vợ chồng tội nhân khi chết đọa vào địa ngục.

Phật bảo các tỳ-kheo: "Ông vua bấy giờ là thân ta, tội nhân là Điều-đạt, người vợ là con gái của Hoài Vu".

Hạnh thương cho vượt bờ của Bồ-tát, bố thí như vậy.

KINH SỐ 13: VUA TÁT-HÒA-ĐÀN

Xưa có quốc vương hiệu Tát-hòa-đàn, có nghĩa bố thí tất cả. Có ai đến xin, đều chẳng trái ý. Bố thí như vậy, tên tuổi của vua vang đến tám phương không ai là không nghe biết.

Bấy giờ ngài Văn-thù Sư-lợi muốn đến thử xem, bèn hóa làm một thanh niên bà-la-môn từ nước khác đến thẳng cửa cung vua nói với người giữ cửa rằng: "Tôi từ xa đến muốn yết kiến Đại vương". Lập tức người giữ cửa vào tâu thưa như vậy. Vua rất vui mừng, liền ra ngoài đón rước như con gặp cha. Trước hết, chào hỏi, rồi mời ngồi, thưa rằng: "Đạo nhân từ đâu đến mà mạo hiểm vượt qua đường sá lầy lội, có được khỏe không?" Phạm chí nói: "Tôi ở nước khác, nghe công đức vua, nên đến để gặp, nay muốn xin của". Vua nói: «Rất tốt! Muốn gì được nấy, chớ có ngờ vực. Tôi nay nên bố thí tất cả. Vậy ngài muốn xin những vật gì?"

Bà la môn nói: "Tôi chẳng cần vật gì khác, chỉ muốn vua làm đầy tớ và vợ vua làm nữ tỳ cho tôi. Nếu được như vậy thì đi theo tôi". Vua rất vui vẻ đáp: "Rất tốt! Nay thân ta đây, tự ta định đoạt được, xin giao đạo nhân để hầu hạ sai khiến, còn như phu nhân là con gái của một đại quốc vương, phải đến hỏi ý xem sao?" Vua liền vào cung nói với phu nhân: «Nay có đạo nhân, tuổi nhỏ đoan chính, từ phương xa lại, muốn xin thân ta để làm đầy tớ, lại muốn xin khanh làm nữ tỳ. Vậy ý khanh thế nào?»

Phu nhân hỏi: "Vua trả lời họ làm sao?» Vua nói: «Ta hứa làm đầy tớ cho người nhưng chưa hứa cho khanh". Bấy giờ phu nhân nói: "Vua sắp bỏ thiếp, riêng mình được tiện mà không nhớ độ thiếp". Ngay khi ấy, phu nhân liền theo vua đi ra, bạch với đạo nhân: "Xin được đem thân này cúng cho Đạo nhân sai sử". Bấy giờ Bà-la-môn lại hỏi vua: "Ngài xét kỹ chưa? Giờ ta muốn đi". Vua bạch với đạo nhân: "Đời ta bố thí đến nay chưa hề có hối hận".

Khi theo đạo nhân rồi, nhà tu nói: "Các ngươi theo ta, đều phải đi chân đất, không được mang dép, đúng phép nô tỳ, chẳng được che dấu". Vua cùng phu nhân đều nói: "Thưa vâng! Xin theo lời dạy bảo của đại gia, không dám trái lệnh".

Bấy giờ bà-la-môn liền dẫn nô tỳ vượt đường mà đi. Văn-thù Sư-lợi liền hóa ra người khác thế chỗ vua và phu nhân để cai trị việc nước, khiến được như cũ. Vợ vua vốn là con gái của một đại quốc vương đoan chính vô song, tay chân mềm mại, sinh trưởng thâm cung, không quen lạnh khổ, lại mình nặng vì mang thai mấy tháng mà đi bộ theo đại gia, nên toàn thân đau đớn, bàn chân lở loét, không thể đi lên phía trước nữa, mệt mỏi đi thụt đằng sau. Bấy giờ bà-la-môn quay lại mắng: "Ngươi nay làm nữ tỳ thì phải như phép nữ tỳ, không thể có thái độ thời xưa của ngươi". Phu nhân quì xuống thưa: "Tôi không dám thế nhưng quá mệt mỏi, nên dừng lại nghỉ một chút". Phạm chí la: "Mau đến đây, nhanh theo sau ta, đi tới phía trước, đến chợ kinh đô, bán riêng làm đầy tớ".

Rồi bán mỗi người một chủ cách nhau vài dặm. Bấy giờ có vị trưởng giả, mua được tớ trai, khiến về giữ nhà, có ai đến chôn thì thâu tiền thuế, không được làm bậy. Lúc ấy nữ tỳ thuộc về đạo sĩ. Vợ đạo sĩ rất ghen, sớm tối sai làm, không được lười nghỉ. Sau đó mấy ngày tớ gái mãn kỳ, sinh được con trai. Người vợ giận mắng: "Ngươi là con ở, đâu có được đứa con này, mau đem giết đi". Làm theo lời vợ đạo sĩ bảo, bèn đem giết đứa bé. Khi mang đi chôn, bèn đến chỗ tớ trai. Hai người gặp nhau, nữ tỳ nói: "Thiếp sinh được đứa con trai, hôm nay đã chết, mà không đem tiền theo thì có thể dối chôn nó được không?" Tớ trai đáp: "Đại gia rất nóng, nếu nghe điều này, tội ta không nhỏ, khanh mau đem đi, tìm đến chỗ khác, đừng đứng ở đây".

Vua cùng phu nhân tuy được gặp nhau, nhưng không nói đến chuyện khổ cực cũng không ai có lòng oán hận. Nói năng như vậy trong chốc lát, nhấp nháy như mộng, vua và phu nhân tự nhiên trở về nước mình, ngồi trên chính diện trong cung như trước không khác. Cùng các quần thần hậu cung thể nữ thảy đều như xưa. Thái tử sinh ra cũng tự nhiên sống. Trong lòng vua và phu nhân tự nghĩ: "Duyên cớ gì đến như vậy?"

Văn-thù Sư-lợi ở giữa không trung, ngồi trên hoa sen bảy báu, hiện thân sắc tướng ca ngợi: "Lành thay! Ông nay bố thí chí thành thế". Vua và phu nhân nhảy múa vui vẻ, liền đến trước mặt làm lễ. Văn-thù Sư-lợi vì đó giảng kinh, ba nghìn quốc độ đều rung động mạnh, người trong cả nước phát ý đạo vô thượng chính chân. Vua và phu nhân ngay khi ấy được quả pháp nhẫn vô sanh.

Phật bảo A-nan: "Ông vua bấy giờ là thân ta, phu nhân lúc ấy là Câu Di, thái tử nay là La Vân". Phật dạy: "Này A-nan, Ta kiếp trước bố thí như vậy, vì mọi người nên không tiếc thân mạng, đến vô số kiếp, không có hối hận, không mang sang giàu, chỉ nhắm giác ngộ chân chính".

Hạnh thương cho vô bờ của Bồ-tát, bố thí như vậy.

KINH SỐ 14: TU-ĐẠI-NOA

Xưa vua nước Diệp-ba hiệu là Thấp-tùy tên là Tát-xà, lấy điều ngay thẳng trị nước, dân không oán hận. Vua có thái tử tên Tu-đại-noa, dung mạo rực rỡ hơn đời, nhân hiếu khó sánh, dùng tứ đẳng độ khắp, lời nói không thương tổn người. Vua có con một nên quí vô cùng. Thái tử thờ cha giống như thờ trời. Đến tuổi hiểu biết, thường mong bố thí cứu giúp quần sinh, khiến cho đời sau hưởng phước vô cùng. Kẻ ngu không thấy vô thường thay đổi, nên nói: «Mọi vật có thể giữ được». Kẻ sĩ có trí thấy rõ năm nhà nên chi kẻ sĩ chuộng bố thí. Chư Phật mười phương, Duyên giác, bậc Vô sở trước không ai không ca ngợi bố thí là điều quí báu nhất đời. Thái tử bố thí nhiều hơn, cho khắp chúng sinh. Ai muốn được ăn mặc, lên tiếng là cho. Vàng bạc, châu báu, xe, ngựa, ruộng, nhà, không có gì xin mà không cho.

Tiếng thơm bay xa, bốn biển khen ngợi. Vua cha có một con voi trắng, sức mạnh uy vũ địch được sáu mươi voi thường, nước địch đến đánh, voi đều chiến thắng. Các vua bàn nhau: «Thái tử là bậc hiền thánh, không có gì xin mà không cho. Vậy sai tám người phạm chí, đến chỗ thái tử xin con voi trắng. Nếu xin được thì ta sẽ trọng thưởng các ông.»

Các phạm chí vâng mệnh lên đường, mặc áo da nai, cầm bình mang dép, chống gậy, trải qua các quận huyện xa hơn nghìn dặm, đến nước Diệp-ba. Họ đều chống gậy đứng một chân, hướng về cửa cung, rồi gọi vệ sĩ bảo: «Ta nghe Thái tử bố thí cho người nghèo thiếu, thấu khắp quần sinh, nên từ xa đến đây xin những gì ta thiếu». Vệ sĩ liền vào như việc ấy tâu lên. Thái tử nghe xong mừng rỡ ra đón, như con gặp cha, cúi đầu sát chân, an ủi hỏi: «Vì sao đến đây mà khổ thân thế này? Muốn xin vật gì mà lại đứng một chân như vậy?» Các đạo sĩ đáp: «Thái tử đức sáng khắp tám phương, trên thấu trời xanh, dưới đến suối vàng, vòi vọi như núi Thái, không ai là không thán phục. Ngài là con của vua trời, nói ra lời gì, ắt đáng tin tưởng, ưa bố thí không trái ý nguyện mọi người. Nay chúng tôi muốn xin con voi trắng đi trên hoa sen. Con voi ấy tên La-xà-hòa Đại Đàn». Thái tử nói: «Rất tốt! Xin dâng các ngài vàng bạc châu báu, mặc lòng mong muốn. Xin đừng tự làm khó». Liền sai thị giả mau thắng voi trắng yên cương vàng bạc, rồi dẫn đến, tay trái cầm dàm voi, tay phải cầm bình vàng, rửa tay các phạm chí, rồi thương yêu vui vẻ trao voi cho họ. Các phạm chí cả mừng bèn chú nguyện xong, đều lên cõi voi, mỉm cười mà đi.

Tể tướng các quan không ai là không buồn bã nói: «Voi này anh hùng mãnh lực, đất nước nhờ nó được yên. Kẻ địch đến đánh liền bị vỡ chạy. Mà nay thái tử đem cho nước thù thì lấy gì để cậy nhờ. Tất cả đều đến tâu vua: «Voi trắng ấy sức mạnh địch nổi sáu mươi voi thường, là của báu đánh địch của nước này, mà thái tử lấy cho kẻ thù nguy hiểm. Kho tàng ngày một trống không, Thái tử tự ý bố thí không ngừng, trong vòng mấy năm, chúng thần sợ rằng vợ con cả nước ắt làm vật bố thí hết.» Vua nghe lời đó, buồn rầu hồi lâu nói: «Thái tử ưa thích đạo Phật, đem của giúp người nghèo thiếu, thương nuôi quần sinh là hạnh đầu của muôn hạnh. Nếu ta ngăn cấm hay bắt phạt thì là vô đạo». Trăm quan đều thưa: «Lời dạy thiết tha là khuôn phép không dám trái, nhưng bắt phạt vì ngang ngược, chúng thần xin tâu, cho trục xuất khỏi nước, để nơi ruộng đồng trong khoảng mười năm, cho xấu hổ mà tự hối lỗi, đó là ý nguyện của chúng thần». Vua liền sai sứ giả đến bảo thái tử: «Voi là vật báu của nước, mà đem cho nước địch là tại làm sao? Vua không nỡ gia phạt, vậy hãy mau ra khỏi nước». Sứ giả vâng mệnh đến bảo thái tử như vậy. Thái tử đáp: «Chẳng dám trái lệnh trời, nhưng xin cho bố thí giúp kẻ nghèo thêm bảy ngày nữa rồi ra khỏi nước cũng không ân hận». Sứ giả về tâu. Vua nói: «Hãy mau đi khỏi, ta không cho phép ngươi». Sứ giả trở lại đáp: «Lệnh vua chẳng cho». Thái tử lại nói: «Không dám trái lệnh trời, ta có của riêng, không dám xâm phạm của nước». Sứ giả lại tâu, vua liền chấp thuận. Thái tử vui mừng, sai kẻ hầu đi nói rằng: «Trong nước dân chúng có ai nghèo thiếu khuyên mau đến đây sẽ theo ý muốn, mặc lòng không trái. Đất nước, quan tước, ruộng nhà, của báu đều là những huyễn mộng, không gì là không bị ma diệt». Dân chúng lớn nhỏ chạy đến cửa cung, Thái tử đem thức ăn uống áo mền bảy báu và các món quý, mặc ý dân muốn. Bố thí xong rồi, người nghèo đều giàu.

Vợ Thái tử tên Man-đề, là con gái dòng vua, nhan sắc mỹ miều, cả nước vô song. Từ đầu đến chân đều mang bảy báu anh lạc. Thái tử gọi vợ đến bảo: «Hãy nghe lời ta nói. Đại vương đày ta đến núi Đàn-đặc với hạn mười năm. Nàng có biết chưa?» Người vợ kinh hãi đứng lên, mắt nhìn Thái tử rơi lệ hỏi: «Chàng có tội gì mà bị đuổi đi, bỏ nước giàu sang mà ở nơi rừng sâu vậy?» Thái tử đáp lời vợ: «Vì ta bố thí hết của trong nước, con voi nổi tiếng là vật báu chiến đấu cũng đem cho kẻ thù, nên vua cùng quần thần giận đuổi ta đi». Người vợ liền nói lời thề lớn nguyện cho đất nước sung túc, vua quan muôn dân giàu có, sống lâu vô cùng, còn mình sẽ lập chí ở nơi núi đầm kia mà thành đạo. Thái tử nói: «Núi đầm kia là nơi ghê rợn, cọp sói thú dữ khó là chỗ ở được. Lại có sâu độc quỷ mị, ma chết sấm chớp, giông tố gió mưa, mây mù rất là đáng sợ. Nóng lạnh quá mức, cây cối khó nương, gai góc sỏi đá, chẳng phải là nơi khanh chịu được. Khanh là con vua, sinh ra trong sung sướng, lớn lên trong cung cấm, mặc thời mềm mại, ăn uống ngọt ngon, nằm thì nằm trướng, âm nhạc vui tai, muốn gì được nấy. Nay ở núi đầm, nằm thì gối cỏ, ăn thì quả rừng, chẳng phải ai cũng chịu được, sao khanh kham được?" Người vợ đáp: «Áo quần mềm mại, châu báu mùng mền, thức ăn ngon ngọt nào có ích gì khi mà sống phải cùng Thái tử chia ly. Đại vương lúc đi, có cờ làm hiệu, lửa lấy khói làm hiệu, người vợ lấy chồng làm hiệu. Thiếp nay nương nhờ Thái tử như đứa trẻ nương tựa mẹ cha, Thái tử ở trong nước bố thí bốn phương, thiếp cũng cùng ý nguyện. Nay chàng phải trải qua bao nguy hiểm mà thiếp đành ở lại giữ sự vinh hoa, há là nhân đạo ư? Thảng hoặc có người đến xin, mà thiếp không thấy chàng, thì lòng thiếp thương nhớ, ắt là chết chứ chẳng nghi ngờ gì". Thái tử nói: «Nếu người nước xa đến xin vợ con, ta không trái ý, còn nàng vì tình quyến luyến, thảng hoặc làm trái đạo bố thí thì sẽ mất hết ơn lớn thấm nhuần, phá hoại trách nhiệm nặng nề của ta". Người vợ nói: «Thái tử bố thí ở đời ít có, hãy thành đạt lời thề lớn, cẩn thận đừng mệt mỏi. Trăm nghìn vạn đời, không có người nào như chàng, tiếp nối trách nhiệm nặng nề của đức Phật, thiếp không dám trái ý». Thái tử nói: «Tốt!». Liền đem vợ con đến từ biệt mẹ, cúi đầu sát đất, xót xa giã từ: «Xin mẹ đừng lo, hãy giữ gìn ngọc thể, việc nước có gì trái ương, xin mẹ nhiều phen nhân từ can gián, đừng để tự do, mà oan uổng dân trời kia, phải nhẫn điều không thể nhẫn, chịu nhẫn là quí». Người mẹ nghe lời từ biệt, quay bảo người hầu: «Thân ta như đá, lòng ta như thép cứng, nay có một đứa con mà đuổi đi, lòng ta bao nỡ. Khi chưa có con thì kết nguyện cầu tự, đến lúc thọ thai như cây ươm hoa, ngày ngày đợi thành. Trời chẳng cướp lời nguyện, khiến ta có con, nay nuôi thành người mà phải sinh ly sao?» Phu nhân tần thiếp, người nào ghen ghét thì vui mừng chẳng còn kính trọng. Thái tử và vợ con cúi đầu lạy rồi từ lui. Trong cung lớn nhỏ không ai là không nghẹn ngào, ra đi cùng trăm quan và dân chúng buồn rầu nói lời tiễn biệt. Họ đều ra khỏi thành, không ai là không trộm nghĩ: «Thái tử là thánh linh của nước, là thứ tôn quí trong các báu, mà hai thân lòng nào lại đuổi đi như thế?» Thái tử ngồi ngoài thành tạ ơn những người đưa tiễn, khiến họ trở về chỗ ở của mình. Dân chúng bái phục, tất cả đều phát khóc, hoặc có người vật mình dưới đất kêu trời, tiếng vang cả nước.

Thái tử cùng vợ lên đường, tự biết đã cách xa nước mình, liền ngồi dưới một gốc cây. Có phạm chí từ xa đi đến xin Thái tử cởi áo báu trên mình và châu ngọc của vợ con đem cho hết, rồi bảo vợ con lên xe, tự mình cầm cương mà đi. Vừa muốn lên đường, lại gặp một phạm chí đến xin con ngựa, thái tử tháo ngựa ra cho, tự mình vào trong càng xe, kéo xe lên đường. Lại gặp phạm chí đến xin xe. Thái tử liền đỡ vợ con xuống, lấy xe đem cho. Xe ngựa áo quần châu báu trên mình và các vật khác của Thái tử đều cho hết không còn gì. Bèn bảo vợ ẩm đứa con gái còn mình thì bồng đứa con trai. Khi còn ở trong nước bố thí cho kẻ khác voi quí và các báu vật ngựa xe, đến nỗi bị đuổi đi mà chưa từng có giận hối, lòng vẫn hòa hợp vui vẻ vào núi.

Hai mươi mốt ngày thì đến núi Đàn-đặc. Thái tử thấy cây cối trong núi tốt tươi, suối chảy nước trong, quả ngọt đầy dẫy, le nhạn uyên ương vui chơi trong đó, trăm chim líu lo cùng nhau vui hót. Thái tử thấy vậy gọi vợ bảo: «Nàng có thấy núi này không, cây cối rợp trời, ít có gãy đổ, đàn chim líu lo hót giọng dễ thương, mỗi nơi đều có suối chảy, các quả rất nhiều, có thể dùng để ăn uống, chỉ lấy đạo làm sự nghiệp, đừng trái lời thề".

Trong núi đạo sĩ đều giữ tiết tháo, thích học. Có một đạo sĩ tên A-châu-đà, ở lâu trong núi, có đức sâu mầu. Thái tử cùng vợ con đi đến đảnh lễ, rồi đứng chắp tay hướng về đạo sĩ thưa: «Tôi đem vợ con đến đây học đạo, xin Ngài rủ lòng từ rộng lớn dạy dỗ cho tôi thành đạt chí nguyện». Đạo sĩ dạy gì, Thái tử làm theo, bèn lấy cây cỏ làm nhà, kết tóc cỏ làm áo, ăn trái uống nước suối. Đứa con trai tên Đa Lợi, mặc chiếc áo cỏ nhỏ, ra vào theo cha. Đứa gái tên Kế-noa-diên, mặc áo da nai, theo mẹ ra vào. Ở núi được một đêm thì trời làm tăng nước suối mùi vị ngọt thêm, sinh cây thuốc quí, quả tốt xum xuê. Sau có phạm chí già nghèo ở huyện Cưu Lưu, vợ phạm chí tuổi đã lớn mà nhan sắc đoan chính thường cầm bình đi lấy nước. Trên đường gặp một người tuổi trẻ chận lại trêu chọc: «Nàng sống nghèo vậy thì lấy gì để nuôi thân, tham chi của cải lão già ấy mà về ở với nó. Lão ta học đạo sai đúng không thông, thời gian giáo hóa khó thành một người, ngu si điếc lác mà nàng còn định tham sao? Mặt mày đen xấu, mũi chính vểnh vẹo, thân thể rệu rẹo, mặt xô môi dày, ngôn ngữ ngọng nghịu, hai mắt lại xanh, dạng hình như quỷ, toàn thân không đẹp, ai không chán ghét. Vậy mà nàng làm vợ nó, không thấy xấu hổ chán chường ư?» Người vợ nghe lời chê chồng như thế thì rơi lệ mà rằng: «Ta thấy ông kia râu tóc bạc phơ, như sương dính cây, sáng tối trong lòng mong cho mau chết, mà chưa thỏa nguyện. Không vậy thì sao.» Khi về, bèn nói mọi sự cho chồng nghe và rằng: «Chàng phải có đứa đầy tớ để sai, thiếp không đi lấy nước nữa đâu. Nếu còn như vậy thì thiếp bỏ chàng mà đi đó». Người chồng nói: «Ta nghèo làm sao có được đầy tớ để sai». Người vợ nói: «Em nghe bậc thượng sĩ bố thí là Tu-đại-noa, lòng từ rộng lớn cứu giúp mọi người đến hết cả của nước, vua cùng quần thần đày ở trong núi. Vị ấy có hai đứa con, nếu xin ắt sẽ cho chàng.» Người vợ nói nhiều lần, vì yêu vợ nên khó trái lời. Bèn nghe lời ấy, đến nước Diệp-ba, thẳng đến cửa cung thưa: «Thái tử bình yên không?». Vệ sĩ đem tâu lên vua, Vua nghe lời ấy, trong lòng nghẹn ngào, nước mắt ràn rụa, giây lát mới nói: «Thái tử bị đuổi cũng vì bọn này, mà nay lại đến nữa sao?» Bèn gọi đến tỉ mỉ hỏi nguyên do. Lão đáp: «Tiếng thơm thái tử, xa gần khen ngợi, nên tôi từ xa đến để nương nhờ, hầu được sống còn». Vua nói: «Các báu vật Thái tử bố thí hết sạch, nay ở rừng sâu, ăn mặc không đủ lấy gì mà cho ngươi». Lão đáp: «Đức Thái tử sáng vòi vọi, từ xa hết sức ngưỡng mộ, quí hồ thấy được mặt rồi thì có chết cũng không ân hận». Vua sai người chỉ cho đường tắt mà đi.

Trên đường gặp một chàng thợ săn, lão hỏi: «Ông từng đi qua các núi, có thấy Thái tử đâu không?». Chàng thợ săn vốn biết lý do thái tử bị đuổi, nổi giận mắng: «Ta chém đầu ngươi chứ hỏi Thái tử làm chi?» Phạm chí vừa xấu hổ vừa sợ hãi nghĩ: «Ta ắt bị tay này giết mất», nên quyền biến dối rằng: «Vua cùng quần thần ra lệnh gọi Thái tử về nước làm vua». Thợ săn đáp: «Tốt lắm!». Liền vui vẻ chỉ chỗ ở của Thái tử. Xa xa thấy một túp lều nhỏ, thái tử cũng thấy lão phạm chí đến. Hai đứa trẻ thấy vậy, trong lòng hoảng sợ, anh em bàn với nhau: «Cha mình ưa bố thí, mà nay người này đến, của cải hết sạch không có để cho, ắt đem anh em ta cho đó». Chúng dắt tay nhau đi trốn. Lúc trước bà mẹ có đào cái hố, lòng hố chứa được người, hai đứa trẻ cùng vào trong hố, lấy củi phủ lên cùng dặn nhau: «Nếu cha có kêu thì đừng trả lời».

Thái tử ngửng đầu hỏi thăm, mời ngồi trước mình, đem nước vắt và trái cây để trước mặt. Ăn quả uống nước xong, bèn an ủi nói: «Ngài đi đường xa chắc mệt mỏi». Lão đáp: «Tôi từ nước kia đến, toàn thân đau nhức lại rất đói khát. Tiếng thơm Thái tử tám phương khen ngợi, vòi vọi chiếu xa như núi Thái, thiên thần địa kỳ ai cũng khen hay. Vì vậy, nay tôi từ xa đến xin nương tựa chỗ nghèo, hầu kéo dài mạng sống bé mọn». Thái tử xót xa nói: «Tôi không tiếc, nhưng của cải đã hết rồi». Phạm chí nói: «Ngài có thể đem hai đứa bé cấp dưỡng cho mạng già này». Thái tử đáp: «Ông từ xa đến xin con, tôi không trái ý». Thái tử kêu con. Hai anh em sợ hãi, cùng nhau bàn: «Cha mình kêu tìm, ắt là đem cho con quỷ đó». Chúng trái lệnh không đáp. Thái tử biết chúng núp trong hố, bèn giở củi ra thấy con. Hai đứa chạy ra ôm cha run rẩy khóc nức nở bảo: «Ông kia là quỉ, chẳng phải phạm chí. Chúng con từng thấy phạm chí, mặt mày chưa từng như ông này. Cha đừng đem chúng con cho quỉ ăn thịt. Mẹ con hái quả sao về chậm thế, hôm nay nhất định bị quỉ nuốt chết, khi mẹ về tìm chúng con sẽ như trâu mẹ đi tìm nghé con, chạy cuồng kêu gào, cha sẽ hối hận». Thái tử nói: «Ta từ lúc sinh ra bố thí đến giờ chưa từng mảy may hối hận nên ta đã hứa, các con đừng trái ý». Phạm chí nói: «Ngài lấy lòng từ rộng lớn mà cho tôi, nếu để mẹ những đứa trẻ về ắt làm hư ơn lớn, trái với bổn nguyện của tôi. Chẳng bằng sớm đem đi». Thái tử nói: «Khanh muốn xin trẻ, nên từ xa đến, trước sau tôi không dám trái ý, vậy hãy đi mau». Thái tử tay phải rửa tay phạm chí, tay trái dắt con trao cho phạm chí. Phạm chí nói: «Tôi già khí lực suy yếu, nhỡ hai đứa này bỏ trốn đến chỗ mẹ nó thì tôi làm sao bắt được? Thái tử rộng cho, xin trói chúng lại giao cho tôi». Thái tử giữ con, khiến phạm chí trói lại, tự tay nắm đầu dây. Hai đứa trẻ vùng vẫy vật vã trước mặt cha, nức nở gọi mẹ: «Hỡi thiên thần địa kỳ, thần núi thần cây xin hãy một lượt thúc gọi lòng mẹ con rằng: Hai trẻ đã đem cho người, hãy mau bỏ những trái kia, thì có thể gặp mặt con một lần chót». Buồn cảm đến đất trời, thần núi xót thương, nên gây nổ lớn giống như sét đánh. Người mẹ bấy giờ đang hái trái, lòng thấy xốn sang, ngửa ngó trời xanh, không thấy mây mưa, mắt phải giật, nách trái ngứa, hai vú chảy sữa liên tục. Người mẹ nghĩ: «Việc này rất lạ, ta còn hái quả làm chi, mau kịp trở về xem con ta có việc gì chăng?» Liền bỏ hết quả, nhanh chóng trở về, hoảng hốt như điên. Trời Đế Thích nghĩ: «Bồ-tát chí cao, muốn hoàn thành trách nhiệm nặng nề của lời thề sâu rộng, nếu để vợ về sẽ phá hoại chí cao. Bèn hóa làm sư tử ngồi chận giữa đường. Người vợ nói: «Người là vua trong loài thú, ta cũng là con vua loài người, đều ở trong núi này. Ta có hai đứa con hãy còn bé nhỏ, sáng giờ chưa được ăn gì, còn mong ta về». Sư tử tránh qua người vợ mới được lên đường. Một lần nữa lại hiện trước mặt, hóa làm con sói trắng. Người vợ nói như trước, sói lại tránh đường. Lại hóa làm cọp, thấy phạm chí đã xa, bèn lùi tránh đường. Người vợ về thấy thái tử ngồi một mình, buồn bã lo sợ hỏi: «Con ta đi đâu mà nay chàng ngồi một mình? Hai trẻ thường khi trông thấy thiếp hái quả về thì chạy đến, nằm lăn xuống đất, rồi lại đứng lên nhảy nhót vui cười reo lên: Mẹ về! Con đói được no! Nay sao không thấy, hay đem cho người nào rồi? Khi thiếp ngồi các con đứng hai bên, thấy mình thiếp dính bụi, chúng tranh nhau phủi đi. Nay hai trẻ không thấy lại, cũng không thấy ở nơi nào. Chàng đã đem chúng cho ai rồi vậy? Hãy mau nói cho thiếp biết, cầu xin đất trời, tình thật khó nói, chàng cho cả đến con nối dõi tốt lành. Nay đồ chơi của con, nào voi đất, trâu đất, ngựa đất, heo đất, đủ thứ đồ chơi đẹp, ngổn ngang dưới đất, thấy chúng lòng thiếp xót xa, chắc thiếp phát điên. Hay bị cọp sói quỉ yêu, đạo tặc nuốt rồi. Hãy mau giải thích gút mắc này nếu không, chắc thiếp chết mất». Thái tử hồi lâu mới nói: «Có một phạm chí đến xin hai con, nói rằng: Vì tuổi già sức yếu, muốn đem chúng về giúp đỡ mình, tôi đã đem cho rồi». Người vợ nghe nói như vậy, xót xa vật vã dưới đất, kêu khóc ai oán, rơi lệ mà rằng: «Đúng như giấc mộng. Trong một đêm, mơ thấy lão phạm chí già cả nghèo nàn, cắt hai vú của tôi cầm mà chạy, chính là chuyện hôm nay đây». Nói rồi khóc lóc kêu trời, vang cả khu núi: «Con ta đi đâu, ta phải đi tìm. Thái tử thấy vợ kêu khóc càng thảm thiết, bèn gọi bảo: Ta xưa cùng nàng đã thề vâng giữ hiếu cao, chí ta đạo lớn, ưa cứu chúng sinh, không có gì xin mà không cho. Lời thề rất rõ, mà nay sao thương khóc để làm loạn tâm ta. Người vợ nói: «Thái tử cầu đạo, sao nhọc quá thế? Phàm nhà kẻ sĩ, quí trọng chỗ vợ con, không ai là không như thế, huống gì là bậc nhân tôn ư?» rồi nguyện rằng: «Xin cho cầu gì được nấy như bậc nhất thiết trí».

Đế Thích và chư thiên đều bàn: «Thái tử hoằng đạo, cho khắp khôn ngăn, đem vợ thử chơi, xem lòng thế nào? Đế Thích liền hóa làm một phạm chí, đến trước Thái tử nói: «Tôi nghe Ngài có lòng nhân như trời đất, cứu khắp quần sinh, bố thí không trái ý, nên đến nương nhờ. Vợ Ngài trinh hiền, đức thơm bay xa, nên tôi đến xin. Nếu như bằng lòng thì xin đem cho tôi». Thái tử đáp: "Tốt lắm!". Bèn dùng tay phải đem nước rửa cho phạm chí, tay trái dắt vợ. Khi vừa muốn trao, chư thiên ca ngợi, không ai là không khen hay. Trời đất bỗng nhiên động mạnh, người quỉ không ai là không kinh ngạc. Phạm chí nói: «Thôi, ta không nhận đâu». Thái tử hỏi: «Người đàn bà này chắc có gì xấu chăng? Về cái xấu của đàn bà, người này đều không có, còn về cái lễ của đàn bà, người này đứng đầu đầy đủ. Vua cha nàng chỉ có người con gái này. Nàng trọn lễ thờ chồng, chẳng ngại lầm than, thú vui ăn mặc, chẳng cầu đẹp ngon, siêng năng mạnh khỏe, mặt đẹp hơn cả mọi người. Nếu người nhận thì ta vui, đó là cách tốt nhất để trừ hậu hoạn". Phạm chí nói: «Người đàn bà hiền lành đúng như lời Ngài nói, xin kính vâng nhận, nhưng ta đem gửi cho Ngài đừng đem cho ai nữa. Lại nói: Ta là Đế Thích, chẳng phải người thường cõi thế, nên đến thử Ngài. Ngài chuộng Phật tuệ hình bóng khuôn phép khó sánh. Nay Ngài muốn cầu việc gì, mặc lòng xin sẽ được như ý." Thái tử nói: «Nguyện được giàu to, thường ưa bố thí không tham, hơn cả bây giờ, khiến vua cha ta và thần dân trong nước nghĩ tới gặp mặt». Trời Đế Thích nói: «Tốt!» Ngay lúc ấy không còn thấy nữa.

Phạm chí kia vui được như ý, nên đi không biết mệt, lôi dẫn hai trẻ, muốn được trông nhờ. Nhưng trẻ là cháu vua, giàu sướng tự do, nay rời cha mẹ, lại bị dây trói, chỗ trói bị trầy, buồn khóc gọi mẹ, bị phạm chí đánh mà chạy. Ban ngày phạm chí nằm ngủ, hai trẻ trốn đi, tự trầm mình hồ sen, lấy lá sen phủ lên, thủy trùng quấn thân. Thức dậy, phạm chí đi tìm, lại bắt được trẻ, bèn lấy gậy quất ngang dọc, máu chảy đỏ đất. Thiên thần xót thương mở trói, chữa thương, vì chúng hóa ra quả ngọt, khiến đất mềm mại. Anh em hái trái, cùng đưa nhau ăn mà nói: «Quả này ngọt giống như quả trong vườn vua, đất này mềm mại như nệm thảm bên vua. Anh em ôm nhau ngửa mặt lên trời gọi mẹ, nước mắt ràn rụa đầy người. Còn chỗ phạm chí đi, đất ấy gập ghềnh sỏi đá gai góc, chân mình đụng vào, thành vết thương độc đau nhức. Nếu thấy quả nào thì hoặc đắng hay cay. Phạm chí da bọc lấy xương, còn hai trẻ da thịt tươi mịn, nhan sắc trở lại như xưa.

Khi về đến nhà, lão vui cười nói: «Ta vì nàng kiếm được hai đứa nô tì, từ nay tùy ý sai bảo». Người vợ thấy hai đứa bé nói: «Nô tì không phải thế. Hai đứa này đoan chính, tay chân mịn màng, không thể làm nặng. Mau đem ra chợ bán, rồi mua đứa ở khác để sai.» Phạm chí lại bị vợ sai, muốn đến nước khác, nhưng trời làm lộn đường, bèn đi về nước cũ. Dân chúng biết được đều nói: «Đây là con của thái tử, là cháu của đại vương». Họ nghẹn ngào chạy đến cửa cung tâu vua. Vua kêu phạm chí đem hai trẻ vào cung. Người cung nhân lớn nhỏ, không ai là không rấm rứt. Vua gọi lại muốn bế, hai trẻ chẳng đến. Vua hỏi: «Vì sao?» Trẻ đáp: «Xưa là cháu vua, nay là đứa ở. Đứa ở hèn hạ, sao dám ngồi trên gối vua». Vua hỏi Phạm chí: «Ông làm sao có được hai đứa trẻ này?". Phạm chí cứ như mọi việc trình bày. Vua bảo: «Mua trả hết bao nhiêu tiền?» Phạm chí chưa trả lời, đứa con trai liền đáp: «Con trai giá một ngàn đồng bạc, một trăm trâu đực, con gái giá hai ngàn đồng vàng, hai trăm trâu cái». Vua hỏi: «Con trai lớn mà rẻ, con gái nhỏ mà đắt, việc ấy vì sao?» Đứa bé đáp: «Thái tử vừa là bậc thánh lại có lòng nhân, thấm khắp đất trời, thiên hạ vui vẻ nương theo như con trẻ nương nhờ cha mẹ. Người ấy được lòng thiên hạ, mà bị đuổi đi xa ở núi đầm cùng cọp sói sâu độc làm bạn, ăn trái cây, mặc áo cỏ, mưa sấm run thân. Phàm tiền của là thứ cỏ rác, mắc tội (xài) bị đuổi đi. Nên biết con trai là rẻ, còn con gái của thứ dân, nếu có nhan sắc, thì đem ở thâm cung, nằm thì nệm êm, đắp thì trướng quí, mặc áo quần nổi tiếng trong thiên hạ, ăn những thức dâng của thiên hạ, cho nên con gái đắt». Vua nói: «Đứa bé lên tám mà có sự luận nghị của bậc cao sĩ, huống gì cha nó». Cung nhân lớn nhỏ nghe lời nói bóng gió như vậy không ai là không phát khóc. Phạm chí nói: «Trả giá bạc một nghìn đồng, trâu đực, cái mỗi thứ trăm con thì tôi cho Ngài hai trẻ là tốt, còn không thì chúng là của tôi». Vua nói: «Được», liền trả đủ số. Phạm chí lui ra. Vua bế hai cháu ngồi lên gối rồi hỏi: «Lúc nãy sao không đến cho ta bồng? Nay sao chạy lại mau thế?» Trẻ đáp: «Lúc ấy là nô tì, còn nay là cháu vua». Vua hỏi: «Cha con ở núi ăn gì để sống?», hai đứa bé đều nói: «Hái rau vi, nhặt quả cây ăn để tự sống. Ngày cùng trăm thú muôn chim vui chơi, cũng không có lòng buồn.» Vua sai sứ giả đi rước về. Sứ giả lên đường.

Trong núi cây cối cúi ngửng co duỗi như có lễ quỳ xuống đứng lên, trăm chim thương kêu tiếng buồn não ruột. Thái tử nói: «Đây là điềm gì?» Người vợ nằm dưới đất nói: «Chắc lòng cha đã hiểu, sai sứ đến đón, thần đất giúp vui nên gây điềm ấy». Người vợ từ lúc mất con, nằm dưới đất, sứ giả đến mới đứng dậy lạy nhận lệnh vua. Sứ giả nói: «Vua và hoàng hậu bỏ ăn khóc lóc, thân thể ngày một yếu suy, mong gặp thái tử». Thái tử ngó nhìn bốn bề, quyến luyến cây cối suối khe trong núi, gạt lệ bước lên xe. Từ lúc sứ giả lên đường, cả nước vui mừng, sửa đường quét dọn, lo liệu trướng màn, đốt hương rải hoa, ca nhạc cờ lọng. Cả nước đều đi chúc thọ vô lượng. Thái tử vào thành cúi đầu tạ tội, rồi lui bước an ủi hỏi han mọi người. Vua lại đem kho tàng trân báu của nước giao cho thái tử khuyên hãy bố thí. Dân nghèo nước bên đầu đuôi quy thuận như các sông chảy về biển cả. Oán cũ đều tiêu, thảy đều dâng biểu xưng thần, vâng theo cống hiến. Giặc cướp chuộng nhân, kẻ trộm đua nhau bố thí, binh khí cất kho, nhà tù dẹp bỏ, quần sinh mãi mãi an lành, mười phương đều khen ngợi, tích đức không ngừng, bèn được đạt đạo chính chân vô sở trước của Như lai, đạo pháp tối chính giác, thầy của trời người, một mình đi trong ba cõi, làm vua các bậc thánh.

Phật bảo các tỳ-kheo: «Ta nhận trách nhiệm nặng nề của chư Phật, thề cứu chúng sinh, tuy chịu cực khổ nay mới làm bậc không bị che lấp, thái tử sau khi chết sinh lên trời Đâu-suất. Từ cõi trời hạ xuống, do vua Bạch Tịnh sinh ra nay là thân ta. Còn phụ vương là A-nan, người vợ là Câu Di, con trai là La Vân, con gái là mẹ của La-hán Châu Trì, Trời Đế Thích là Di-lặc, người đi săn là Ưu-đà-da, A-chu-đà là Đại Ca-diếp, người phạm chí bán trẻ là Điều-đạt, người vợ nay là Chiên-già vợ của Điều-đạt .

Ta từ xưa đến nay siêng năng khổ nhọc vô số, nhưng trọn không sợ hãi mà trái lời thề lớn, đem pháp bố thí vì các đệ tử mà nói cho nghe.

Hạnh thương cho vô bờ của Bồ-tát, bố thí như vậy.

QUYỂN BA

KINH SỐ 15: BỐ THÍ VƯỢT BỜ

Nghe như vầy, một thời đức Phật ở nước Xá-vệ, vườn ông Cấp Cô Độc, cây của thái tử Kỳ Đà. Phật dạy các tỳ-kheo:

Xưa có quốc vương hiệu Hòa Mặc. Hạnh vua nhân đạo công bình, thương dân như con, dùng chính trị nước, nên dân không có lòng oán. Nước ấy rộng lớn, quận huyện rất nhiều, quốc cảnh giàu thịnh, ngũ cốc được mùa, nước không có thiên tai độc hại, người sống đến tám vạn tuổi. Hòa Mặc là vua thánh, mệnh lệnh rõ ràng. Hoàng hậu, quí nhân, bá quan kẻ hầu đều giữ bổn phận, dùng chính pháp dạy họ, môi người quản lý bộ mình. Vua thường từ tâm, thương chúng sinh, buồn họ ngu mê điên đảo, để tự đọa lạc, nên tìm giữ nguồn đạo, không niềm vui nào là không chia sẻ, thương giúp chúng sinh như trời Đế Thích. Sát sinh, trộm cắp, dâm dật, nói hai lưỡi, nói lời dữ, nói dối, nói thêu dệt, ghen ghét sân si, những điều hung ác như thế không còn trong lòng. Hiếu thuận cha mẹ, kính yêu họ hàng, tìm theo người hiền, tôn kính bậc thánh, tin Phật, tin Pháp, tin lời dạy của bậc sa-môn, tin làm lành được phúc, làm ác chịu họa, lấy mười điều lành trung chính này làm pháp sáng suốt, tự mình chấp hành, lại dạy hoàng hậu cung phi đến tiện thiếp đều khiến tuân theo cùng nhau làm lành. Bo áo cho thần dân bốn trấn, lớn nhỏ đều phải mang đọc, lòng nhớ để tu hành. Nước có người nghèo quá chịu không nổi, không còn kể gì, bèn đi ăn trộm. Người chủ bắt được đem đến tâu vua. Vua hỏi, «Ngươi ăn trộm sao?» Kẻ trộm nói: «Tôi thật ăn trộm». Vua hỏi: «Ngươi vì sao ăn trộm?» Kẻ trộm nói: «Tôi thật nghèo khốn, không có gì để nuôi thân, nên trái phép sáng của bậc thánh, đạp lửa mà đi ăn trộm». Vua buồn thương cho nó, khen nó thành thật, nhưng lòng nao nao hổ thẹn, thở dài mà rằng: «Dân đói tức ta đói, dân lạnh tức ta trần truồng», lại nói: «Thế ta có thể khiến nước không có người nghèo. Dân khổ hay vui chỉ tại ta mà thôi». Liền đại xá cho cả nước, lấy trân bảo trong kho ra bố thí cho người nghèo khốn. Người đói khát liền được ăn uống, kẻ lạnh được áo, người bệnh được thuốc, nhà cửa ruộng vườn, vàng bạc châu báu, xe ngựa trâu tiền, mặc ý mà xin. Chim bay thú chạy cho đến côn trùng, ngũ cốc cỏ cây cũng theo ý thích của chúng. Từ khi vua bố thí về sau, nước mạnh dân giàu, đem đạo giúp nhau. Dân chúng không ai giết người, ăn trộm của cải người, gian dâm vợ con người, nói hai lưỡi, nói lời dữ, nói dối, nói thêu dệt, ganh ghét, sân giận, si mê. Lòng hung ác ngu si lặng lẽ tiêu mất. Tất cả đều tin Phật, tin Pháp, tin Sa-môn, tin làm lành có phúc, làm ác có họa, cả nước hòa vui, roi gậy không dùng, kẻ thù địch đến xưng làm bầy tôi, chiến cụ mục nát trong kho, lao ngục không còn nhốt tù, nhân dân khen hay rằng: «Ta sinh gặp thời!» Trời, rồng, quỷ thần không ai là không giúp cho nước ấy, độc hại tiêu hết, ngũ cốc được mùa, nhà có dư của. Lòng vua riêng mừng, liền được năm điều phước. Một là trường thọ, hai là nhan sắc ngày một đẹp tươi, ba là đức độ vang đến tám phương trên dưới, bốn là không bệnh, khí lực ngày một tăng, năm là bốn cõi an ổn, lòng thường vui vẻ. Vua khi chết, vẫn như người cường tráng, ăn no nằm khỏe chốc lát sinh lên cõi trời Đao-lợi. Nước ấy dân chúng theo lời vua, giữ mười lành, nên không sa vào địa ngục, ngạ quỉ, súc sinh. Sau khi chết hồn linh đều được lên trời.

Phật bảo các sa-môn: «Vua Hòa Mặc bấy giờ là Ta». Các sa-môn nghe kinh xong đều rất vui vẻ, lạy Phật mà lui.

KINH SỐ 16: PHẬT NÓI KINH TỨ TÍNH (CÔ ĐỘC)

Nghe như vầy, một thời đức Phật ở nước Xá-vệ, vườn ông Cấp Cô Độc, cây thái tử Kỳ Đà. Lúc ấy nhà Cô Độc gặp phải tai ương kiếp trước, nghèo khốn càng riết, mặc áo cỏ, nằm chiếu rơm, rau cháo nuôi thân. Tuy bị cực khổ, nhưng chân không hề bước đến nhà vô đạo, tay không cầm của người vô đạo cho, chí hạnh trong sạch, các tà vạy không thể nhuốm lòng. Sáng học tối dạy, giới và kinh không rời miệng, được đức

Thế Tôn khen ngợi, các bậc trí kính trọng. Tuy cơm áo không đủ nuôi thân miệng, nhưng phụng dưỡng thánh chúng, tùy cảnh nhà có cháo rau giường cỏ, chẳng quên một bữa. Các sa-môn nói: «Cô Độc nghèo khốn, thường có vẻ đói, chúng ta không thể nhận thức ăn thường của ông». Kinh dạy: «Sa-môn một lòng giữ điều chân chính, giới đủ hạnh cao, chí như thiên kim, không trọng tài sắc, chỉ kinh là quí, diệt hết sáu đói, nên thề xuất gia, xấu gì xin ăn mà chẳng đi ư?» Liền cùng nhau đến chỗ Phật, thuật rõ đầu đuôi. Đức Thế Tôn yên lặng.

Hôm sau, Cô Độc tự thân đến Tịnh xá, cúi đầu lạy xong, ngồi sang một bên. Đức Phật nhớ lại việc của các sa-môn thưa hôm trước, bèn hỏi Cô Độc: "Hằng ngày ông đem lòng từ bố thí cúng dường các tỳ-kheo phải không?" Cô Độc đáp: «Thưa vâng! Cả nhà con hằng ngày cúng dường. Chỉ hận nhà nghèo, cháo rau giường cỏ, uổng nhọc thánh hiền». Đức Thế Tôn nói: «Hạnh bố thí, cốt ở bốn ý: lòng từ đối người, lòng bi thương xót, vui người thành đạt, cứu giúp chúng sinh, thì tuy cho vật mọn nhưng sau thường sinh lên hai đường Trời và Người, được theo ý nguyện, mắt thấy sắc, tai nghe tiếng, mũi ngửi hương, miệng nếm vị, thân mặc áo quần tốt đẹp nhất, tâm thường vui vẻ không sợ thiếu thốn. Còn như bố thí ít oi, mà tâm lại không vui, sau đó được phước, phước ấy cũng mỏng, ngôi quan bảy báu, có được cũng không đủ sang. Ở trong phước mỏng ấy, lòng lại xan tham, không dám ăn mặc, lo lo sợ sợ, chưa từng vui vẻ, bụng đói thân lạnh, như kẻ ăn mày, luống sống luống chết, không có chút lành để tự giúp mình. Nếu bố thí mà lòng tốt không thành khẩn, kiêu ngạo tự thị, thân chẳng cung kính, nhắm cầu tiếng tăm, muốn xa khoe mình, sau cũng có chút của mà người đời khen suông, cho là ức triệu, lòng sợ cướp đoạt, mặc thường thô mỏng, ăn chưa từng nếm món ngon, cũng là sống uổng chết không. Tỳ-kheo chưa từng bước đến nhà, người ấy xa lìa ngôi báu, thường gần đường ác. Nếu ai đem vật tốt cho mà dùng tứ đẳng tâm kính dâng, tự tay san sớt, lòng nhớ Tam bảo, cầu cho chúng sinh gặp Phật, sinh Thiên, độc khổ tiêu hết, đời sau sinh ra không cầu gì mà không được, gặp Phật sinh Thiên, tất cả đều như chí nguyện."

(Chương này bản khác ở sau kinh Tát-hòa-đàn).

KINH SỐ 17

Xưa có phạm chí tên Duy Lam, sang quí ngôi cao, làm Phi hành hoàng đế, của cải khôn kể, tánh hay bố thí, đem cả gái đẹp nổi tiếng, phục sức rực rỡ để thí cho người, bát vàng đầy lúa bạc, bát bạc đầy lúa vàng, chậu giặt thau rửa làm bằng bốn báu lẫn lộn, vạc ăn bằng vàng bạc, trong đó có cả trăm món, trâu nổi tiếng sông Tần, đều lấy vàng ròng bọc lấy, sừng mỗi con một ngày chảy ra bốn thăng sữa, nghé con theo sau. Áo báu dệt thành đính thêm minh châu, giường ghế mùng màn, chuỗi báu chóa mắt, voi giỏi ngựa hay với yên cương bằng vàng bằng bạc treo các thứ báu. Các xe có tàng hoa che, có da cọp phủ ghế ngồi, chạm trổ vẽ vời, không có món nào mà không có. Từ cô gái đẹp nổi tiếng xuống đến xe báu, mỗi thứ đều có một ngàn không trăm tám mươi bốn cái, đem bố thí cho người.

Duy Lam thương cho tám phương trên dưới. Trời, rồng, thiên thần không ai là không vui giúp. Như Duy Lam bố thí để cứu dân nghèo, cho đến khi chết, không một ngày lười mỏi, cũng không bằng một ngày dâng cơm cho một người nữ đủ giới thanh tín. Phúc này hơn phúc kia không thể tính kể. Lại bố thí cho một trăm người nữ thanh tín trước, không bằng dâng một bữa cơm cho một người nam đủ giới thanh tín giữ giới. Bố thí cho một trăm người nam đủ giới, không bằng dâng một bữa cơm cho một vị tỷ-kheo-ni đủ giới. Bố thí cho một trăm vị tỷ-kheo-ni đủ giới, không bằng dâng một bữa cho vị sa-di cao hạnh. Bố thí cho một trăm vị sa-di cao hạnh, không bằng bố thí cho một vị sa-môn đủ giới hạnh, tâm không uế trược, trong ngoài trong sạch. Người phàm như gạch đá, còn người đủ hạnh giới cao như châu minh nguyệt. Ngói đá đầy bốn châu thiên hạ, chẳng bằng một viên trân châu. Lại như Duy Lam, bố thí rất nhiều cho các vị đủ giới, chẳng bằng một vị Nhất lai, một trăm vị Nhất lai không bằng một vị Bất lai, một trăm vị Bất lai không bằng dâng cơm cho một vị La-hán.

Lại như Duy Lam, trước bố thí và dâng cơm cho các hiền thánh, không bằng hiếu thờ mẹ cha. Con hiếu hết lòng mình không gì riêng ngoài. Trăm đời hiếu thuận với cha mẹ, không bằng dâng cơm cho một vị Bích Chi Phật. Dâng cơm một trăm vị Bích Chi Phật không bằng dâng một bữa cơm cho Đức Phật. Dâng cơm một trăm vị Phật không bằng lập một ngôi chùa, giữ tam quy là quy Phật, quy Pháp, quy Tỳ-kheo tăng. Hết lòng nhân không giết, giữ trong sạch không trộm, giữ trinh tiết không dâm với vợ người, vâng tin không dối, hiếu thuận không sai, giữ năm giới, tháng sáu ngày trai thì phúc ấy vòi vọi, còn hơn Duy Lam bố thí muôn thứ vật quí và cúng cơm cho các vị hiền thánh, rất khó tính kể. Giữ giới không bằng dùng lòng tứ đẳng, thương nuôi chúng sanh, phúc ấy vô tận. Duy chỉ cháo rau giường cỏ mà giữ tam quy, mang lòng tứ đẳng, giữ đủ năm giới, thì núi sông còn có thể cân lường, chứ phúc ấy khó tính kể. Phật bảo Cô Độc: «Nên biết Duy Lam đó là thân ta».

Cô Độc nghe kinh xong lòng rất vui vẻ, làm lễ mà lui ra.

KINH SỐ 18

Xưa Bồ-tát làm thân nai chúa, mình mẩy cao lớn, lông có năm màu, móng sừng đẹp lạ, các nai mấy nghìn, đi theo thành đàn.

Khi vua đi săn, đàn nai phân tán, sa hầm rớt hố, cây cản gai đâm, rách da gẫy xương, tử thương và bị giết không ít. Nai chúa thấy thế nghẹn ngào nói rằng: «Ta là trưởng đàn, lẽ ra phải sáng suốt, chọn chỗ mà đi. Cũng vì cỏ ngon mà đến chỗ này, làm điêu tàn lũ nhỏ, tội ở nơi ta». Rồi theo đường tắt vào thành. Quốc nhân thấy vậy đều nói: «vua ta có đức chí nhân, nai thần đến ở», đó là điềm lành của nước, không ai dám động đến. Nai bèn đi đến trước điện quỳ xuống tâu: «Thú nhỏ tham sống nương mình quý quốc. Khi gặp thợ săn, loài thú chạy trốn, hoặc sống thì lạc nhau, hoặc chết thì bừa bãi. Lòng trời thương vật, thật là đáng buồn mong được tự chọn mỗi ngày đem nạp thái quan. Xin cho biết số, tôi chẳng dám dối». Vua rất lấy làm lạ: «Thái quan dùng một ngày không quá một con, ta không biết các ngươi tử thương rất nhiều. Nếu thật như thế, ta thề không đi săn nữa".

Nai chúa trở về, ra lệnh bầy nai, nói hết ý ấy, chỉ cho họa phúc, bầy nai cúi nghe, tự xếp thứ tự, con nào phải đi trước. Mỗi khi con nào sắp đi chịu chết, đều đến từ biệt nai chúa. Nai chúa thấy vậy rơi lệ dặn dò:

«Thấy đời ai rồi cũng chết, ai thoát được đâu! Tìm đường niệm Phật, nhân hiếu từ tâm, đối với vua kia, cẩn thận chớ có oán hận».

Ngày ngày như vậy, trong đó có con phải đi, nhưng mình mang thai nặng, nói: «Chết không dám tránh, xin đợi sinh xong». Bèn đem con kế, muốn lấy thế vào. Con kế cúi đầu khóc lóc thưa: «Tôi tất phải đi chết, nhưng còn sống một ngày một đêm, mạng sống chờ này, giờ đến mới không ân hận». Nai chúa không nỡ để uổng những sinh mạng ấy. Sáng mai, trốn bầy, tự mình đi đến thái quan. Người bếp biết được liền tâu vua. Vua hỏi nguyên do, nai đáp như trên. Vua buồn bã rơi lệ nói: «Há có loài thú mà ôm lòng nhân từ như trời đất, giết thân mình để cứu cả đàn, đi theo hành từ bi rộng lớn của người xưa?! Còn ta làm vua mọi người, hằng ngày giết mạng chúng sinh để béo tốt thân mình, ta ưa hung ngược, chuộng nết sài lang sao? Loài thú làm điều nhân này là có lòng vâng theo đức Trời». Vua bảo nai về chỗ cũ, rồi ra lệnh cả nước rằng: «Nếu người nào phạm giết nai, thì phạt tội như giết người".

Từ đó về sau, Vua và quần thần cải hóa, dân chúng theo lòng nhân không giết, thấm đến cỏ cây, nước bèn thái bình. Bồ-tát đời đời nguy thân cứu vật, công thành đức lớn, bèn thành bậc đại hùng đáng kính.

Phật bảo các tỳ-kheo: «Nai chúa bấy giờ là thân ta, quốc vương là Xá-lợi-phất».

Hạnh thương cho vô bờ của Bồ-tát, bố thí như vậy.

KINH SỐ 19

Xưa Bồ-tát thân làm thiên nga, sinh được ba con. Bấy giờ trong nước đại hạn không có gì để cho con ăn, bèn rỉa thịt dưới nách để cứu mạng con. Ba con nghĩ: «Thịt này mùi vị nó giống với mùi người mẹ ta không khác. Phải chăng mẹ ta đã lấy thịt mình để nuôi chúng ta?» Ba đứa con rầu rĩ có tình cảm buồn thương, lại nói: «Thà chết mạng ta, chứ không hại thân mẹ». Thế rồi ngậm miệng không ăn. Mẹ thấy không ăn, lại rỉa lấy thêm.

Thiên thần than rằng: «Mẹ hiền thương cho, khó ai vượt nổi, còn con hiếu hạnh thật là hiếm có». Chư Thiên giúp cho, muốn gì được nấy.

Phật bảo các tỳ-kheo: «Thiên nga mẹ là thân ta, ba đứa con là Xá-lợi-phất, Mục-kiền-liên và A-nan vậy».

Hạnh thương cho vô bờ của Bồ-tát, bố thí như vậy.

(Chương này bản khác ở sau chương Duy Lam)

KINH SỐ 20

Xưa Bồ-tát làm vua công, vợ theo năm trăm, nhưng bỏ vợ cũ mà ham cô vợ công xanh. Công xanh chỉ uống nước ngọt, ăn trái ngon. Công vì yêu vợ, ngày ngày đi kiếm.

Vợ vua nước ấy bị bệnh, nằm mộng thấy công nói: "Thịt nó có thể làm thuốc". Tỉnh dậy đem tâu. Vua sai thợ săn mau đi tìm công. Vợ vua nói: "Ai bắt được nó, ta đem gái út gả cho và biếu một trăm cân vàng. Thợ săn cả nước chia nhau đi tìm. Thấy vua công theo công xanh ở chỗ thường ăn. Họ liền lấy mật trộn cơm khô, bôi lên cây ở mọi nơi. Công bèn lấy về cho vợ.

Một thợ săn lấy cốm thoa vào mình rồi ngồi đợi. Công đến lấy cốm, người ấy bắt được. Công nói: "Ông chịu khổ thân, ắt là vì lợi. Tôi chỉ cho ông núi vàng, có thể là của báu vô tận. Ông hãy tha mạng cho tôi." Người ấy đáp: "Đại vương cho ta một trăm cân vàng, lại gả gái út, há tin được lời ngươi ư?" liền đem dâng vua. Công nói: "Đại Vương giữ lòng nhân thấm khắp mọi nơi, xin nghe lời mọn, cho tôi chút nước, tôi đem lòng từ chú nguyện, uống vào bệnh liền khỏi. Nếu không công hiệu, chịu tội không muộn". Vua thuận theo ý, phu nhân uống vào, các bệnh đều lành, mặt đẹp rực rỡ. Cung nhân cũng thế. Cả nước khen vua lòng từ rộng lớn, xin tha mạng công, để cả nước được có thêm tuổi thọ. Công nói: "Xin được ném thân vào hồ lớn kia, để chú nguyện nước đó, cho dân khắp nước, các bệnh đều lành. Nếu có nghi ngờ, xin lấy gậy đập vào chân tôi". Vua nói: "Được!"

Công liền chú nguyện, dân chúng uống nước, người điếc được nghe, kẻ mù được thấy, người câm nói tiếng, kẻ gù thẳng lưng, các bệnh cũng thế. Phu nhân khỏi bệnh, cả nước cũng được hết bệnh, không ai có lòng hại công. Công biết rõ điều đó, đến vua trình bày: "Chịu ơn vua cứu mạn, tôi báo đáp lại bằng cách cứu mạng cả nước, báo đáp xong, xin cho trở về". Vua nói: "Được". Công liền bay lượn, rồi đậu lên cây, lại nói: "Thiên hạ có ba người ngu. Vua hỏi: "Sao gọi là ba?". Công nói: "Một là tôi ngu, hai là thợ săn ngu, ba là đại vương ngu". Vua nói: "Xin giải thích cho." Công nói: "Giới trọng chư Phật coi sắc đẹp là lửa dữ, là nguồn đốt thân nguy mạng. Ta bỏ năm trăm người vợ hầu hạ, đi ham công xanh, tìm thức ăn nuôi nó như kẻ đầy tớ, để bị lưới săn bắt, suýt nguy thân mạng. Đó là ta ngu. Còn thợ săn ngu là ta đã nói lời chí thành, mà nó bỏ cả một núi vàng, vứt đi của báu vô tận, đi tin lời dối tà ngụy của phu nhân, mong được gái út làm vợ. Thấy đời cuồng ngu, đều như loại này cả. Bỏ lời răn chí thành của Phật mà tin lời gạt của quỷ mị, rượu nhạc dâm loạn đến nỗi hoặc mắc hoạ mất nhà, hoặc chết đoạ vào ngục núi Thái, khổ ấy vô số. Nghĩ lại làm người như chim không cánh, muốn bay lên trời, há chẳng khó sao? Dâm phụ yêu tinh dụ dỗ mê hoặc mất nước hại thân không gì là không do nó, mà kẻ ngu si lại quý trọng nó. Muôn lời nói không một câu thành thật mà thợ săn lại tin. Đây gọi là cái ngu của thợ săn. Còn vua được thuốc trời, chữa lành bệnh cho cả nước, các độc đều diệt, mặt như hoa tươi, lớn nhỏ vui nhờ, mà vua lại thả đi. Đây gọi là cái ngu của vua".

Phật bảo Xá-lợi-phất: "Vua công từ ấy về sau, đi khắp tám phương, đem thuốc thần với lòng từ bố thí, chữa bệnh chúng sinh. Vua công đó chính là thân ta, quốc vương ấy là Xá-lợi-phất, người thợ săn là Điều-đạt, phu nhân nay là vợ Điều-đạt".

Hạnh thương cho vô bờ của Bồ-tát, bố thí như vậy.

KINH SỐ 21

Xưa có phạm chí tuổi đã một trăm hai mươi giữ trinh không vợ, dứt tuyệt dâm dục, lặng ở núi đầm, không thích đời sang. Lấy tranh làm nhà, dùng lát làm chiếu, nước suối quả rừng, lấy để nuôi mạng, chí rộng hạnh cao, thiên hạ khen ngợi đức độ. Vua mời làm tể tướng, chí vẫn học đạo không ra làm quan.

Ở núi đầm hơn mấy mươi năm, nhân từ với cả chúng sinh, cầm thú cũng đến nương nhờ. Bấy giờ có bốn con thú là cáo, rái, khỉ, thỏ. Bốn con thú này ngày ngày cúng dường đạo sĩ lắng lòng nghe kinh. Trải qua nhiều năm, quả rừng đã hết. Đạo sĩ muốn dời để tìm chỗ nhiều quả. Bốn thú lo âu nói: "Tuy có kẻ sĩ vinh hoa đầy nước, cũng như nước dơ đầy biển, không bằng một đấu cam lồ. Đạo sĩ đi rồi, không nghe thánh điển, chúng ta sẽ suy. Vậy mỗi con tùy sức, tìm thức uống ăn, cúng dường đạo sĩ, thỉnh ở núi này, hầu nghe Đại pháp". Cả bọn đều nói: "Được!"

Khỉ đi tìm quả, cáo hoá làm người được một túi cốm, rái bắt cá to. Mỗi con đều nói: "Lương này có thể cúng được một tháng". Thỏ tự suy nghĩ: "Ta biết lấy gì để cúng đạo sĩ?" Nó nghĩ: "Hễ sống phải có chết. Thân này là đồ thối nát, phải nên bỏ đi, cho muôn kẻ phàm ăn, không bằng cúng đạo sĩ một bữa", liền đi lấy củi nhóm lửa thành than hướng về đạo sĩ nói: "Thân tôi tuy nhỏ, đủ ăn thức ăn một ngày" nói rồi liền nhảy vào lửa. Lửa ấy không cháy. Đạo sĩ thấy thế, cảm khiến như vậy. Chư Phật đều khen. Thiên thần thương nuôi. Đạo sĩ ở lại, ngày giảng kinh màu. Bốn thú vâng lời dạy.

Phật bảo các sa-môn: "Phạm chí ấy là Đức phật Định Quang, thỏ là thân ta, khỉ nai là Thu-lộ Tử, cáo là An-nan, và rái là Mục-kiền-liên."

Hạnh thương cho vô bờ của Bồ-tát, bố thí như vậy.

KINH SỐ 22

[Số 4 Bổn sanh Cullakasetthi (Jat. 114) B 21]

Xưa có Bồ-tát là một nhà giàu, chứa của báu bằng cả nước, thường ưa cứu nghèo, cho khắp chúng sinh, nhận mọi người đến nương như biển nhận sông.

Bấy giờ có con người bạn, vì tính ăn chơi, của nhà tiêu sạch. Người nhà giàu thương xót, dạy nó: "Hãy theo đường làm ăn, thì phúc lợi vô tận. Ta lấy một ngàn lượng vàng cho con làm vốn". Nó đáp: "Xin vâng! Con chẳng dám trái lời dạy sáng suốt". Rồi đem tiền đi buôn, nhưng nết tà hạnh vậy, ưa chuộng yêu quỷ, dâm đãng, rượu nhạc, của hết lại nghèo. Năm nết như vậy nên tiền của hết sạch, lại lâm cảnh nghèo.

Bây giờ ngoài cổng nhà giàu có con chuột chết quăng trên đống phân người. Nhà giàu chỉ chuột nói: "Kẻ sĩ thông minh, có thể lấy con chuột chết kia làm ăn, lập nên nhà cửa, còn con có cả một ngàn lượng vàng mà nghèo khốn sao? Nay ta lại lấy một ngàn lượng vàng cấp cho con".

Lúc ấy có đứa ăn mày, đứng xa nghe lời dạy ấy tự nhiên hiểu được đi đến giống như xin ăn, lại lượm con chuột ra đi. Theo lời dạy hay ấy, nó xin đủ món gia vị, ướp vào đem nướng, bán được hai tiền, chuyển qua mua rau. Đến lúc có hơn trăm tiền, từ nhỏ thành to, bèn thành người giàu. Lúc rảnh nhớ lại: "Ta vốn ăn mày, sao nên giàu vậy?" Bèn hiểu ra: "Do người nhà giàu hiền dạy đứa con nghịch kia, ta mới được của báu này. Chịu ơn không đáp gọi là trái với điều sáng" bèn làm một cái án bạc, lại làm một con chuột vàng, lấy các của báu nổi tiếng bỏ đầy vào bụng, lấy lụa phủ lên án. Lại lấy các báu anh lạc treo bốn bên, đem đủ món ngon đến lễ nhà giàu kia, thuật rõ nguyên do, nay xin đền ơn trời biển. Người nhà giàu nói: "Hiền thay bậc trượng phu, đã làm theo lời giáo huấn ấy", liền đem con gái gả cho làm vợ, nhà cửa của cải đều đem giao hết, nói: "Con là con cháu của ta, phải thờ ba ngôi báu, đem lòng tứ đẳng, cứu giúp chúng sanh". Nó đáp: "Con quyết tu theo lời Phật dạy". Sau nối dõi nhà giàu ấy, cả nước khen là có hiếu.

Phật bảo các sa-môn: "Người nhà giàu là thân ta, kẻ lãng tử kia là Điều-đạt, người nhờ chuột mà giàu là Tỳ-kheo Đàn-đặc. Điều-đạt nhớ sáu ức phẩm kinh của ta, nói thuận làm nghịch, khi chết đọa vào địa ngục núi Thái. Tỳ-kheo Đàn-đặc nhớ một câu của ta cho đến độ đời. Có nói không làm, như dầu vì thắp mà hết. Đó là trí của tiểu nhân. Nói làm hợp nhau thì sáng như trời trăng, thương hết chúng sinh, giúp thành muôn vật. Đấy là trí sáng của bậc đại nhân. Người làm là đất, muôn vật do đó sinh ra."

Hạnh thương cho vô bờ của Bồ-tát, bố thí như vậy.

KINH SỐ 23

Xưa có mẹ góa, làm thuê cho một nhà giàu, trông coi vườn ruộng. Người chủ có việc, cho ăn quá giờ. Đến lúc định ăn, sa-môn tới xin. Lòng nghĩ: "Người này dứt dục bỏ tà, nết hạnh thanh chân. Cứu người đói bốn biển không bằng cúng một chút cho bậc chân hiền giới hạnh thanh tịnh". Bèn đem phần ăn để hết vào và một cành hoa sen để lên bát mà dâng. Đạo nhân hiện thần thông, phóng ra ánh sáng. Người mẹ vui vẻ khen: "Đây đúng là bậc thần thánh sao? Nguyện tôi sau này sinh được một trăm người con như vậy".

Mẹ góa chết, hồn đi, muốn làm con nối dõi người phạm chí, nên hồn tụ lại chỗ tiểu tiện của phạm chí. Con nay liếm tiểu tiện, liền cảm thụ thai, mãn ngày, sinh một bé gái. Phạm chí nuôi nấng, lúc hơn mười tuổi, mặt mày sáng rỡ, dáng vẻ yêu kiều, ở nhà giữ lửa. Cô chơi với nai, không ngờ lửa tắt. Cha về giận dữ, sai đi xin lửa. Cô đến xóm người, mỗi bước mọc một hoa sen. Người chủ có lửa nói: "Cô đi ba vòng nhà ta, ta sẽ lấy lửa cho cô". Cô đi theo lời, hoa mọc trên đất quanh nhà ba vòng. Hành giả nghỉ chân, không ai không lấy làm lạ. Phút chốc tiếng đồn đến tai quốc vương, vua sai thầy tướng xem tướng sang hèn. Thầy nói: "Ắt có con nối dõi dòng thánh truyền ngôi vô cùng. Vua sai hiền thần đủ lễ rước về. Mặt hoa đẹp đẽ, cung nhân không ai bằng.

Mang thai đủ ngày, sinh một trăm cái trứng, hoàng hậu cung phi cho đến tì thiếp không ai là không ghét. Bèn chặt cây chuối khắc hình tượng quỷ, đợi khi sinh, lấy tóc phủ lên mặt, bôi nước bùn dơ lên cây chuối rồi đem trình vua. Bọn yêu che sáng, vua lầm tin theo.

Lũ tà lấy hũ đựng trứng, bịt kín miệng lại, quăng xuống dòng sông. Trời Đế Thích xuống lấy ấn đóng miệng lại, chư thiên theo giữ, xuôi dòng dừng lại như trụ cắm đất. Vua nước hạ lưu đang ở trên đài, xa thấy giữa dòng có hũ trôi xuống, ánh sáng rực rỡ, như có oai trời. Bèn vớt lên xem, thấy dấu ấn Đế Thích, mở có trăm trứng, ra lệnh trăm người đàn bà ấp nuôi ấm nóng. Đủ ngày thành hình, nở ra trăm người con trai, sinh ra đã có trí thượng thánh, không dạy mà vẫn biết, nhan sắc hơn đời, tướng tốt hiếm có, tài cán thế lực hơn người trăm lần, tiếng nói vang như sư tử hống.

Vua liền sắm đủ một trăm voi trắng, yên cương bảy báu, để cho con thánh nối dòng, khiên đi chinh phạt lân quốc. Bốn phương hàng phục, đều đến xưng thần. Lại đi đánh nước mình sinh ra. Cả nước lớn bé không ai là không run sợ. Vua hỏi: "Ai có khả năng chống lại lũ địch này?" Phu nhân nói: "Đại vương đừng sợ, hãy xem quân địch từ đâu, công thành hướng nào thì đến đó dựng đài quan sát. Tôi sẽ vì vua mà hàng phục chúng". Vua liền ra xem quân địch từ đâu rồi cho dựng đài. Người mẹ lên đài, cất tiếng nói: "Tội lớn phản nghịch có ba. Không xa bọn tà, đời sau chịu tội, đó là một. Sống không biết cha mẹ, làm ngược hiếu hạnh, đó là hai. Ỷ thế giết cha mẹ, độc ác với ba ngôi báu, đó là ba. Ôm giữ ba nghịch, ác ấy không gì che nổi, các ngươi há miệng, chứng cớ hiện nay". Người mẹ nắm vú mình, trời khiến sữa bắn khắp miệng trăm con. Cảm sự tinh thành, uống sữa lòng buồn. Tất cả đều nói: "Đây chắc mẹ ta". Nước mắt ràn rụa, chắp tay bước lên, cúi đầu hối lỗi. Mẹ con mới gặp không ai là không khóc lóc. Hai nước hoà thuận, tình thân anh em, tám phương vui mừng, không ai là không khen hay.

Các con thấy đời vô thường như huyễn, giã từ cha mẹ học đạo, xa đời dơ bẩn. Chín mươi chín người con đều chứng Duyên giác. Một người trị nước. Vua cha băng hà, bèn lên làm vua, đại xá các tội, phá bỏ lao ngục, san bằng hào ải, miễn tha tôi tớ, an ủi người hiếu để, nuôi dưỡng kẻ cô độc, mở kho tàng bố thí lớn, tùy ý dân muốn mà cho, lấy mười điều thiện làm phép nước, mọi người đều vâng đọc, nhà có con hiếu, dựng chùa lập tháp, cúng dường sa-môn, đọc kinh luận đạo, miệng không bốn ác, độc dữ tiêu hết, thọ mệnh càng dài. Thiên đế nuôi giúp như cha mẹ nuôi con.

Phật bảo các sa-môn: "Người ở lại làm vua là thân ta. Vua cha nay là Bạch Tịnh, mẹ là Xá Diệu".

Hạnh thương cho vô bờ của Bồ-tát, bố thí như vậy.

KINH SỐ 24

Xưa Bồ-tát lúc làm phạm chí, hiểu rõ kinh luật, người trong nước tôn làm thầy. Năm trăm học trò đều có đức Nho, mình ưa bố thí như tự hộ thân. Bấy giờ ở đời có đức Phật hiệu là Tiệp Như Lai Vô Sở Trước Chính Chân Tối Chính Giác, chỉ đường ba cõi, thân về vốn không. Bồ-tát thấy Phật, vui vẻ quy y, thỉnh Phật và Tăng ở lại nhà mình bảy ngày cúng dường trọn lễ. Học trò phạm chí tranh nhau đảm trách. Một người tuổi trẻ, thầy bảo nó về, nó lại xin làm việc. Thầy bảo: "Có việc nào không có người làm, người làm đi". Đồng tử đáp: "Chỉ có đèn là không có thắp". Thầy bảo: "Lành thay đệ tử, hãy lấy bình đựng đầy dầu mè, tự tắm rửa sạch, dùng khăn trắng quấn đầu rồi tự tay thắp lên". Trời, người, rồng, quỷ thấy sức mạnh của người ấy, không ai là không vỗ tay kinh ngạc mà khen: "Đời chưa từng có, đó chắc là Phật". Đức Phật khen người ấy, khiến đèn sáng suốt đêm mà đầu không hề gì. Lòng để nơi Kinh, hoát nhiên vô tưởng. Bảy ngày như thế, đều không lười mỏi. Đức Phật thọ ký: "Trải vô số kiếp, con sẽ thành Phật hiệu là Định Quang, đỉnh đầu, trên vai đều có ánh sáng, dạy dỗ cứu vớt chúng sinh, giúp độ số ấy vô lượng". Trời, người, rồng, quỷ nghe sẽ thành Phật, không ai là không vui vẻ, cúi đầu vái chúc. Phạm chí nghĩ: "Người kia thành Phật, ta chắc cũng thành". Bèn đợi Phật thọ ký, nhưng Phật lại đi. Bèn đến trước Phật, cúi đầu bạch: "Nay thiết lễ mọn cúng dường, thật con hết lòng xin Phật thọ ký". Phật bảo phạm chí: "Khi đồng tử này thành Phật, sẽ thọ ký cho ông". Phạm chí nghe sẽ thành Phật, vui quên cả thân mình. Từ đấy về sau bèn bố thí lớn, kẻ đói cho ăn, người lạnh cho mặc, người bệnh cấp thuốc, các loài bò bay máy cựa, tùy chúng ăn gì, giúp cho đúng lúc, tám phương các nước đều khen là cha lành.

Phật bảo Xá-lợi-phất: "Các đồng tử là đức Phật Định Quang, còn phạm chí là thân ta."

Hạnh thương cho vô bờ của Bồ-tát, bố thí như vậy.

KINH SỐ 25

Xưa có Bồ-tát là người nhà giàu, chứa của muôn ức, thường thờ Tam bảo, thương tới chúng sinh.

Ra chợ xem thấy bán ba ba, đem lòng thương xót, hỏi giá đắt rẻ? Chủ biết Bồ-tát có đức thương khắp, ưa cứu chúng sinh, của giàu không xiết, đắt rẻ không thành vấn đề nên đáp: "Giá một trăm vạn, có mua thì tốt, không mua thì tôi sẽ đem làm thịt". Bồ-tát đáp: "Hay lắm". Liền trả đúng giá, đem ba ba về nhà, rửa ráy, chăm sóc vết thương, rồi đem ra sông thả. Trông nó bơi đi Bồ-tát thề rằng: "Mong loài chúng sinh quỷ đói núi Thái, và lao ngục vua đời sớm được thoát nạn, thân an mạng toàn, như ngươi hiện nay". Rồi cúi đầu lạy mười phương, chắp tay nguyện tiếp: "Chúng sanh bốn chốn, thật khổ vô lượng. Ta xin làm trời, làm đất, vì hạn làm mưa, vì trôi làm bè, kẻ đói cho ăn, khát cho uống, lạnh cho áo, nóng cho mát, vì bệnh cho thuốc, vì tối cho sáng... Nếu có đời ô trọc, điên đảo, ta sẽ ở trong ấy thành Phật, độ chúng sinh kia". Mười phương chư Phật khen lời thề, ca ngợi: "Lành thay! Ngươi tất được như chí nguyện".

Đêm sau ba ba đến cắn vào cửa nhà Bồ-tát. Lạ lùng vì ngoài cửa có tiếng, người tớ ra thấy ba ba, trở vào nói lại sự việc. Bồ-tát ra xem, ba ba nói tiếng người rằng: "Tôi nhận ân lớn, thân được vẹn toàn, không biết lấy gì báo đáp ân sâu. Tôi là loài thuỷ trùng, biết nước lên xuống, lụt lớn sắp đến, chắc là hại lớn, xin mau đóng thuyền, đến lúc đó sẽ đón nhau". Bồ-tát đáp: "Rất tốt!"

Sáng sớm hôm sau, bèn đến cửa cung như việc tâu vua. Vua cho Bồ-tát từng có tiếng tốt, nên tin dùng lời ấy, bèn dời chỗ thấp lên cao. Giờ lụt sắp đến, ba ba tới: "Nạn lụt đã đến, khá mau xuống thuyền, theo tôi mà đi, thì có thể không bị nạn". Thuyền theo sau ba ba, có rắn đến thuyền, Bồ-tát nói: "Vớt nó lên", ba ba nói: "Rất tốt!" lại thấy con cáo bị trôi, Bồ-tát bảo vớt lên, ba ba cũng nói "Tốt", lại thấy có người đang trôi, vỗ mặt kêu trời: "Thương cứu mạng tôi". Bồ-tát nói: "Vớt lên", ba ba nói: "Cẩn thận, đừng vớt, vì lòng người dối trá, ít có thuỷ chung, quên ân mà chạy theo thế lực, ưa làm điều hung ngược". Bồ-tát nói:

"Loài vật, ngươi cứu, còn loài người, ta khinh rẻ, há là nhân sao? Ta không nỡ vậy". Thế rồi Bồ-tát vớt lên, ba ba nói: "Sẽ hối hận đấy".

Khi đến đất lành, ba ba giã từ: "Đền ơn xong xin về". Bồ-tát nói: "Khi ta được thành Như Lai Vô Sở Trước Chí Chân Chánh Giác tất sẽ độ ngươi". Ba ba nói: "Rất tốt!" Ba ba lui về. Rắn, cáo mỗi con ra đi.

Cáo đào hang ở, được một trăm cân vàng tử ma nổi tiếng của người xưa giấu cất. Vui mừng nghĩ: "Ta sẽ đem đền ơn kia". Cáo đem lại nói: "Thú mọn nhân ơn, được cứu mạng hèn. Thú là vật ở hang, nên tìm hang để ở, thì được một trăm cân vàng. Hang ấy không phải của mả, chẳng phải của nhà, chẳng phải cướp, chẳng phải trộm. Vì tôi tinh thành nên được. Nay xin đem dâng bậc hiền". Bồ-tát nghĩ sâu: "Không lấy thì luống mất, không ích gì cho dân nghèo, lấy để bố thí, chúng sinh được cứu, như vậy không tốt sao?". Bèn theo nó đến lấy. Người bị trôi thấy vậy nói: "Chia cho tôi một nửa", Bồ-tát liền lấy mười cân cho nó. Người bị trôi nói: "Ông đào mả, cướp tiền vàng, tội ấy phải thế nào? Nếu không chia phân nửa, tôi tất báo quan. Bồ-tát đáp: "Dân nghèo thiếu thốn, ta muốn cho đều, ngươi muốn chiếm riêng, không là bất công sao? Người bị trôi bèn đi báo quan, Bồ-tát bị bắt, không có chỗ kêu xin, chỉ biết quy mệnh Tam bảo, hối lỗi tự trách, thương nguyện chúng sinh, sớm thoát tám nạn, đừng có kết oán như ta hiện nay.

Cáo rắn gặp nhau bàn. "Việc này làm sao đây". Rắn nói: "Tôi sẽ cứu cho, bèn ngậm thuốc hay, mở khoá vào ngục, thấy tình trạng Bồ-tát nhan sắc suy tổn, lòng thương bùi ngùi, gọi Bồ-tát nói: "Ngài đem thuốc này theo mình, tôi sẽ cắn thái tử, nọc độc rất ghê, không ai có thể cứu được, hiền giả hãy đem thuốc ấy tâu vua, rịt vào sẽ khỏi." Bồ-tát yên lặng, còn rắn làm y theo lời, thái tử gần chết, vua ra lệnh: "Ai có khả năng cứu được, sẽ phong làm tướng quốc, cùng ta tham dự việc nước". Bồ-tát tâu lên, thuốc rịt vào liền khỏi, vua vui mừng hỏi nguyên do, người tù tâu rõ đầu đuôi, vua buồn bã tự trách: "Ta thật ám muội quá chừng" liền giết kẻ bị trôi, đại xá cả nước, phong Bồ-tát làm tướng quốc, nắm tay dẫn vào cung, cùng ngồi mà nói: "Hiền giả đọc sách nào, theo đạo gì mà làm việc nhân như đất trời, bố thí đến chúng sinh như thế?". Bồ-tát đáp: "Tôi đọc kinh Phật, theo đạo Phật". Vua hỏi: "Phật có yếu quyết gì?" Bồ-tát đáp: "Có chứ, Phật dạy bốn vô thường, ai giữ được thì dứt các hoạ, phước lớn thịnh." Vua nói: "Lành thay! Xin được điều báu ấy." Bồ-tát nói: Khi trời đất kết cuộc, bảy mặt trời cùng thiêu, biển lớn khô cạn, trời đất cháy rực, núi Tu di lở sụp, trời, người, rồng, quỷ, thân mạng chúng sinh bỗng cháy tiêu hết. Trước thịnh nay suy, đó gọi là vô thường, kẻ sĩ sáng suốt giữ niệm vô thường, nói rằng trời đất còn như thế, huống chi quan tước, đất nước nào có trường tồn, người được niệm đó mới có chí thương rộng lớn. Vau nói: "Trời đất còn vậy, huống gì đất nước, Phật dạy vô thường lòng ta tin rồi." Bồ-tát lại nói: "Cái khổ càng khổ, vua nên biết điều ấy." Vua đáp: "Xin nghe lời dạy sáng suốt". Bồ-tát nói: "Linh thức chúng sinh vi diệu khó biết, thấy không hình, nghe không tiếng, rộng khắp thiên hạ, cao không gì che, mênh mông không bờ, xoay vần không mé, nhưng đói khát trong sáu dục, như biển không đủ nơi các sông vì thế thay đổi nhiều lần. Các thứ độc khổ thiêu đốt ở ngục núi Thái hoặc làm súc sinh, bị mổ, cắt, róc, xé, chết lại bị bằm đau đớn khôn lượng, hoặc được làm người, ở thai mười tháng, đến sinh hẹp như dây xiết thân, vừa lọt xuống đất, đau như từ trên cao rơi xuống, bị gió thổi như lửa đốt thân, tắm rửa nước ấm, quá hơn nước đồng, tự rót vào thân, tay thô rờ người như dao tự róc. Các điều đau đớn như vậy rất khổ khó nói, sau khi tuổi lớn, các căn chín muồi, đầu bạc răng rụng, trong ngoài hư hao, chỉ còn lòng sầu chuyển thành bệnh nặng, bốn đại muốn lìa, đốt đốt đều đau, nằm ngồi đợi người, thuốc đến thêm buồn. Khi mạng sắp hết, các gió đều nổi, cắt gân, giã xương các lỗ đều nghẹt hết thở lìa hồn, theo nghiệp mà đi. Nếu sinh lên trời, trời cũng có giàu nghèo sang hèn, tuổi thọ dài ngắn. Khi phước hết tội đến, đoạ xuống núi Thái, địa ngục ngạ quỷ súc sinh, đây gọi là khổ." Vua nói: "Lành thay! Phật dạy yếu quyết sự khổ, lòng ta tin rồi". Nhà giàu lại nói: "Phàm cái gì có ắt phải không, cũng như hai cây cọ nhau sinh lửa, lửa lại đốt cây, rốt cuộc lửa cây đều mất, hai vật đều không. Xưa các tiên vương, cung điện thần dân nay đã tiêu diệt, không thấy đâu hết, đó cũng là không". Vua nói: "Lành thay Phật dạy yếu lý của không, lòng ta tin rồi". Nhà giàu lại nói: "Phàm thân là đất, nước, gió, lửa. Cứng là đất, mềm là nước, nóng là lửa, hơi là gió. Khi mạng hết, hồn đi, bốn đại đều lìa, không thể bảo toàn nên gọi vô ngã". Vua nói: "Lành thay. Phật dạy về vô ngã, lòng ta đã tin rồi. Thân này còn không thể giữ được, huống gì là đất nước. Đau đớn thay cho tiên vương ta, không nghe được lời dạy về vô thường, khổ, không, vô ngã của bậc Vô Thượng Chính Chân Tối Chính Giác". Nhà giàu nói: "Trời đất còn vô thường, thì còn ai có thể giữ được đất nước này. Tại sao không đem hết của kho ra bố thí cho người nghèo đói đi. Vua nói: "Lành thay Lời dạy của minh sư rất thích thú". Liền lấy hết của kho mà bố thí cho người nghèo thiếu. Kẻ góa vợ người góa chồng, trẻ mồ côi đều khiến họ làm cha mẹ làm con cái. Dân chúng áo quần rực rỡ, giàu nghèo giống nhau, cả nước hớn hở, vừa cười, vừa đi, ngửa mặt lên trời khen: "Bồ-tát thân hoá đến như thế ư?". Bốn phương khen ngợi đức, nước bèn thái bình.

Phật bảo các sa-môn: "Người nhà giàu đó là thân ta. Quốc vương ấy là Di-lạc, ba ba ấy là A-nan, cáo là Thu-lộ tử, rắn là Mục-kiền-liên, người bị trôi là Điều-đạt ".

Hạnh thương cho vô bờ của Bồ-tát, bố thí như vậy.

KINH SỐ 26

Xưa có Bồ-tát làm hạnh sa-môn, thường ở núi rừng, lòng từ thương xót nghĩ: "Chúng sinh chịu khổ lâu dài, xoay vần ba cõi, lấy gì cứu họ?" Đang tĩnh tâm suy nghĩ, tìm nguồn đạo rộng, đáng để cứu họ, thì áo có rận làm thân ngứa ngáy, lòng bực bội, chí đạo không định. Bèn lấy tay mò tìm, bắt được con rận, trong lòng thấy thương, muốn tìm cái gì để nó được yên, thấy có xương thú liền nhẹ nhàng để vào. Con rận ăn được bảy ngày, hết rồi bỏ đi, lần lữa sống chết, còn Bồ-tát thành Phật, xuôi ngược giáo hóa.

Bấy giờ trời tuyết nhiều, đường ngập, không người đi lại. Nước có nhà giàu, thỉnh Phật cùng vài nghìn tỳ-kheo, cúng dường bảy ngày, hết lòng nghiêm cẩn, dòng họ đều thế. Tuyết vẫn chưa tan, Phật bảo A-nan, khiến các sa-môn đều về tinh xá. A-nan nói: "Chủ nhân kính cẩn, lòng vẫn chưa sờn, mà tuyết nhiều chưa dứt, không có chỗ nào đi khất thực được. Thế Tôn nói: "Ý chủ đã xong, không muốn cúng nữa." Đức Phật dẫn đi, sa-môn đi theo trở về tinh xá. Sáng ngày Thế Tôn bảo A-nan: "Ông hãy đến chủ nhà khất thực." A-nan vâng lời, đến cửa nhà chủ. Người nhà giữ cửa thấy không hỏi nguyên do. Một chốc A-nan trở về quì xuống cúi đầu như việc thưa lên, lại hỏi lý do vì sao ý chủ bất thường, thay đổi mau vậy?" Đức Phật liền nói rõ như trên, rồi nói: "A-nan! Ta vì lòng từ, cứu mạng rận hèn, cho ăn xương hư bảy ngày, nên nay được cúng các món ngon nhất đời. Kiếp trước thi ân, ơn bằng bảy ngày, nên lòng người ấy dừng lại không còn như trước. Huống có lòng từ với Phật và chúng sa-môn trì giới thanh tịnh hạnh cao vô dục, trong ngay tâm mình, ngoài dùng từ hóa, cung kính cúng dường cho một vị tỳ-kheo hạnh cao, hơn là nhiều kiếp hết lòng bố thí kẻ phàm. Sở dĩ như thế, nên các tỳ-kheo phải nhớ giữ Kinh Phật, có giới, có định, có tuệ, có giải thoát và giải thoát tri kiến, khiến họ xa lìa cái họa vạn khổ trong ba cõi".

A-nan nói: "Hay thay người nhà giàu kia! Được tận mặt thương nuôi đức Như Lai Vô Sở Trước Chính Chân Đạo Tối Chính Giác Đạo Pháp Ngự Thiên Nhân Sư cùng các sa-môn, hoặc có bậc đắc Câu hạng, Tần lai, Bất hoàn, Ứng chân (Tu-đà-hoàn, Tư-đà-hàm, A-na-hàm, A-la-hán), hoặc có vị là khai sĩ, mở lòng từ rộng lớn, dẫn đường chúng sinh, phúc ấy khó lường, như biển, khó sánh như đất. Đức Phật bảo: "Lành thay! A-nan! Thật đúng như ngươi nói! Thời Phật khó gặp, kinh pháp khó nghe, tỳ-kheo tăng khó được cúng dường, như hoa ưu đàm chỉ một lần nở".

Đức Phật nói như vậy, tỳ-kheo vui vẻ cúi đầu vâng làm.

Hạnh thương cho vô bờ của Bồ-tát, bố thí như vậy.

QUYỂN BỐN

CHƯƠNG II
GIỮ GIỚI VƯỢT BỜ

Giữ giới vượt bờ là thế nào? Cuồng ngu, hung ngược, thích giết sinh mạng, tham ăn trộm cướp, dâm dục nhơ bẩn, nói hai lưỡi nói dữ, nói dối, nói thêu dệt, lòng giận ghét ngu si, hủy hoại cha mẹ, giết bậc Thánh hiền, báng Phật, quấy rối người hiền, lấy vật ở đền miếu, ôm lòng hung nghịch, hủy báng ba ngôi báu... Rất ác như thế, thà bị mổ xẻ, băm vằm phơi ngoài chợ, rốt cuộc không bao giờ làm. Chỉ tin Tam bảo, bốn ân cứu khắp.

KINH SỐ 27

Xưa Bồ-tát là một cư sĩ thanh tín. Vua nước vị ấy ở cai trị đúng đắn, khuyên dắt quan dân, khiến biết ba ngôi báu. Ai giữ giới ăn chay thì được tha thuế, miễn dịch. Dân chúng lớn bé thấy vua chuộng hiền, phần nhiều giả hiền lành mà làm việc tà vạy. Vua đem giới Phật để xem tiết tháo của dân. Có người tốt mà lòng xấu, trái với sự giáo hóa trong sạch của Phật. Vua vờ ra lệnh: "Ai dám theo đạo Phật thì bị tội đến bỏ thây ngoài chợ. Bọn giả làm lành, không ai là không bỏ điều chân chính, mặc tình theo thói tà vốn có.

Có vị Bồ-tát tuổi già, giữ sự sáng suốt chân chính rộng lớn, nghe lệnh kinh hãi nói: "Bỏ chân theo quấy mà được làm đế vương, sống bằng đất trời, giàu sang không gì hơn, sáu điều vui sướng mặc lòng, ta trọn chẳng làm. Tuy sống một bữa ăn, mà thấy sự giáo hóa chí chơn của Tam bảo, thì ta vui vẻ theo. Còn ôm nhớ vạn ức sách vở ghi chép thế tục, thân ở cung trời, tuổi thọ tột trời, mà mờ mịt đối với ba ngôi báu, không nghe kinh Phật, thì ta chẳng mong ước. Vâng lời Phật dạy mà có bị họa giết chóc, ta vẫn cam tâm. Kinh dạy: "Chúng sinh lao mình vào ba đường, được làm người là khó, ở Kinh đô là khó, sáu căn đầy đủ là khó, gặp kinh mà tin là khó, thấu hiểu sâu xa vi tế là khó, gặp sa-môn hạnh cao lòng thanh tịnh, cúng dường là khó, gặp Phật và được thọ ký là khó. Ta kiếp trước công đức rõ ràng, nay gặp kinh Phật, được thờ Tam bảo, dẫu gặp kẻ vô đạo tàn khốc, muối thịt ngâm thân với nghiêm hình nước sôi lửa bỏng, rốt cuộc cũng không bỏ điều ngay mà theo lũ yêu trùng kia".

Vua ra lệnh cho quan hữu ty đi tra xét, ai trái lệnh thì giết, đem bêu ngoài chợ. Người tra xét thấy Bồ-tát ý chí kiên quyết không thể lay chuyển, phụng thờ Tam bảo lòng thành không thiếu, liền bắt đem tâu vua. Vua nói: "Giết bêu ngoài chợ. Rồi lén sai người rình xem người ấy thế nào."

Khi đi chịu chết, Bồ-tát dặn con: "Từ lúc mới dựng trời đất, có người đến nay, chúng sinh ở đời bị sáu tình quấy rối quá hơn điên say, ít thấy ba ngôi báu, theo sự giáo hóa sáng suốt trong sạch. Con may mắn biết giáo pháp, hãy cẩn thận đừng buông bỏ. Hễ ai bỏ hạnh Phật, Pháp, làm điều quấy dối của quỉ yêu thì nhất định mất nước thôi. Ta thà bỏ thân này, chứ không bỏ chân lý. Vua nay sai lầm, con chớ nghe theo".

Quan tra xét đem lời ấy tâu lên. Vua biết Bồ-tát làm hạnh chân chính, vui mừng mời đến, nắm tay dắt lên điện. Vua nói: "Khanh thật có thể nói là đệ tử Phật. Rồi phong làm tướng quốc, giao việc trị nước. Còn bọn buông bỏ sự giáo hóa trong sạch của Phật, thì bứt trả thuế đi quân dịch. Từ đó, cả nước không ai là không chuộng làm lành".

Phật bảo các sa-môn: "Quốc vương bấy giờ là Di-lặc, còn cư sĩ thanh tín là thân ta."

Hạnh giữ chí vô bờ của Bồ-tát, trì giới như vậy.

KINH SỐ 28

Xưa có Bồ-tát thân làm voi chúa, lòng nó rộng xa, rõ biết có Phật, có Pháp, có Tỳ-kheo tăng, thường giữ ba quy y, mới đem lòng từ rộng lớn cứu vớt chúng sinh, thề nguyện thành Phật, sẽ độ hết cả.

Đi theo có năm trăm voi. Bây giờ có hai cô vợ, voi chúa dầm mình trong nước, được một hoa sen, màu sắc rất đẹp, đem cho vợ cả. Vợ cả được hoa mừng rỡ nói: "Băng lạnh ghê gớm sao có hoa này?". Vợ bé ham ghen, giận thề: "Mong thuốc độc mạnh giết quách mày đi". Rồi uất khí mà chết. Hồn linh hóa làm con gái của trưởng giả, nhan sắc tuyệt thế, trí ý thông minh, hiểu rộng xưa nay, ngửa trông thiên văn biết thời thịnh suy. Vua nghe như vậy, cưới về làm vợ. Vừa về, đã trình bày chính sách trị nước, ý hợp tôi trung. Vua thấy đẹp lòng nên càng yêu kính, mỗi lời nói ra vua đều nghe theo.

Phu nhân nói: "Thiếp mơ thấy voi sáu ngà, lòng muốn lấy ngà để làm đai ghế, nếu vua không cho, chắc thiếp chết mất". Vua nói: "Đừng nói gàn dở, người nghe sẽ cười". Phu nhân nói rồi liền sinh ưu uất. Vua mời bốn người bề tôi đến bàn, tự nói chính mình nằm mộng, hỏi: "Xưa nay có voi như vậy sao?".

Một bề tôi đáp: "Không có như thế!" Một ông nói: "Vua không nằm mộng như vậy". Một ông nói: "Từng nghe có nó, nhưng ở xa lắm." Một ông nói: "Nếu có thể đến được là Đế Thích nay đang bay ở đấy". Bốn bề tôi liền mời thợ săn bốn phương tới hỏi. Thợ săn phương Nam nói: "Cha tôi thường nói có voi ấy nhưng ở xa khó tới". Bề tôi tâu lên: "Người này biết nó". Vua bảo đến gặp. Phu nhân nói: "Ngươi đi thẳng hướng nam ba ngàn dặm, gặp một ngọn núi, vào núi đi hai ngày, thì đến chỗ voi ấy, đào một cái hầm bên đường, cạo bỏ râu tóc, mặc áo sa-môn, ngồi trong hầm bắn nó, cắt lấy ngà nó rồi đem hai cái về đây". Thợ săn vâng lệnh, đi đến chỗ voi dạo. Trước khi bắn voi, thợ săn mặc pháp phục, cầm bình bát lui tới trong hầm. Voi chúa thấy Sa-môn, liền cúi đầu nói: "Kính chào Đạo sĩ! Ngài vì việc gì mà muốn hại mạng tôi?" Thợ săn đáp: "Muốn được cặp ngà của ngươi". Voi chúa nói: "Tôi đau đớn khó chịu nổi! Hãy mau lấy ngà đi đi, đừng khuấy lòng ta khiến sinh niệm ác. Ai lòng nghĩ ác, chết đọa vào đường núi Thái, ngạ quỷ, súc sanh. Còn ai giữ nhẫn nhục, hạnh từ bi, ác đến lành đi là hạnh cao của Bồ-tát, dẫu đến bằm xương phanh thịt rốt cuộc không trái hạnh ấy, đi tu hạnh ấy, chết sinh lên trời mau được diệt độ."

Thợ săn cắt ngà. Voi nói: "Đạo sĩ nên mau đi đi, đừng để đàn voi tìm được dấu chân". Voi đợi thợ săn đi xa, đau chịu không nổi, vật mình xuống đất, rống lớn, một chốc thì chết, liền sanh lên trời.

Đàn voi bốn phía đi tới liền nói: "Người nào giết vua ta vậy?" Chúng đi tìm không được, trở lại ôm thây voi chúa gào khóc. Thợ săn đem ngà trở về. Vua thấy ngà voi, lòng liền xót xa. Phu nhân lấy ngà cầm trong tay, vừa muốn nhìn xem, thì có tiếng sét nổ vang đánh phu nhân hộc máu chết, đọa vào địa ngục.

Phật bảo các sa-môn: "Voi chúa bấy giờ là thân ta, vợ cả là Cừu Di, thợ săn là Điều-đạt, vợ bé là Hảo Thủ".

Hạnh giữ chí vô bờ của Bồ-tát, giữ giới như vậy.

KINH SỐ 29

[Số 118 Bổn sanh Vattaka (Jat, 432) t 349]

Xưa có Bồ-tát làm vua oanh vũ, thường vâng lời Phật, quy y Tam bảo, đến lúc phải chết, quyết không phạm mười điều dữ, có lòng từ dạy dỗ, lấy sáu độ làm đầu.

Quốc vương bấy giờ thích ăn thịt oanh vũ, thợ săn đua nhau đi tìm, thấy bầy oanh vũ, giăng lưới bắt lấy trọn được cả bầy đem cống thái quan. Người giết thịt nhận lấy, chọn con béo tốt, đem giết làm chả. Vua oanh vũ nghĩ sâu: "Chúng sinh bồn chồn, vào ngục chết thân, luân hồi ba cõi, cũng đều do ăn". Bèn bảo cả đàn: "Bỏ tham, nhịn ăn, mình gầy, khổ một chút mà có thể hy vọng sống. Ai ngu ăn nhiều, lòng không lo xa, như kẻ bủn xỉn, tham chút mật ở lưỡi dao, mà không biết cái họa đứt lưỡi. Ta nay nhịn ăn, các ngươi hãy làm theo". Vua oanh vũ ngày một gầy, từ mắt cáo lồng, nhẩy được ra khỏi. Đứng trên lồng nói: "Phàm tội lớn của tham ác là không muốn cảnh lành". Lại nói: "Chư Phật coi tham là ngục, là lưới, là thuốc độc, là dao gươm. Các ngươi nhịn ăn thì có thể như ta".

Từ đấy Bồ-tát, nếu là người phàm thì ăn sơ nuôi mạng, mặc xấu che thân, lấy tham răn lòng, không ngày nào là không giữ, may làm đế vương, bèn dùng trí Phật xem trị việc nước, phúc cao rộng lớn không thể tính kể. Vô thường chẳng chắc, chỉ khổ không vui, vừa có liền mất, thân là giả huyễn, khó giữ như trứng, khó nuôi như sói, người có mắt thấy không ai là không run sợ. Bồ-tát đời đời lấy giới làm hạnh, bèn thành Như Lai Vô Sở Trước Chính Chân Đạo Tối Chính Giác, làm Thầy trời người.

Phật bảo các tỳ-kheo: "Vua oanh vũ bấy giờ là thân ta, quốc vương là Điều-đạt".

Hạnh giữ chí vượt bờ của Bồ-tát, trì giới như vậy.

KINH SỐ 30

Xưa có Bồ-tát làm thái tử con vua tên là Pháp Thí. Trong ngoài thanh tịnh, thường lấy cái họa theo tà tự răn lòng mình, tôn trọng bậc thánh, hiếu dưỡng cha mẹ, thương cứu chúng sinh.

Thái tử vào chầu, thường đợi tướng quốc, tới lui đúng lễ, chưa từng thất nghi. Vua có thiếp yêu, lòng giữ dâm tà ra ôm thái tử. Thái tử cự mạnh nên mới được thoát, rồi gõ đầu tướng quốc nói: "Đi đi!" Mũ rơi xuống đất, đầu tướng quốc không tóc, người ái thiếp cười. Tướng quốc xấu hổ, lòng giận. Người thiếp đến vua khóc kể: "Thiếp tuy hèn mọn cũng là vợ Vua, thái tử chẳng trọng, ý lại muốn thiếp". Vua nói: "Thái tử giữ tiết, chẳng phải chí Phật không nghĩ, chẳng phải lời Phật không nói, chẳng phải đạo Phật không làm, tám phương ngợi đức, các nước không ai được vậy thì há làm điều quấy sao?"

Lời sàm nhiều lần tỉ tê mê hoặc lòng vua. Vua nói: "Cốt nhục tương tàn, đó gọi giặc loạn, ta không thể làm. Bèn phong thái tử làm vua biên giới, cách kinh đô tám ngàn dặm và dặn: "Con trấn nhậm cõi ngoài theo trời làm điều nhân, đừng giết mạng dân, đừng tham bậy, làm khổ lê thứ, tôn trọng người già như cha mẹ, yêu dân như yêu con, cẩn thận giữ giới Phật, giữ đạo dẫu có chết, đời có nhiều kẻ gian ngụy, khi nào có ấn răng dạy con mới tin theo.

Thái tử cúi đầu khóc lóc nói: "Con chẳng dám bỏ lời cao quí." Bèn đến chỗ đất phong, đem năm giới, mười lành, thương dạy quốc dân. Ở ngôi một năm, dân xa mến mộ ơn nhuần, theo về như mây cuốn, thêm hơn vạn hộ. Thái tử làm trạng tâu lên, ca ngợi đức nhuần của vua chiếu xa khiến được như thế. Vua cùng hoàng hậu cung phi vui vẻ khen thái tử. Người thiếp đặc biệt ôm lòng oán hận, cùng quốc tướng làm điều gian, mưu trừ thái tử, rình vua đi ngủ, lấy sáp ong làm ấn, dối viết bức thư nói: "Người có tội mạn thượng, không nỡ giết ngay, vậy khi thư đến, mau móc con người đưa cho sứ giả đem về kinh đô".

Khi sứ giả đến, quần thần đều nói: "Đây là sứ giả của kẻ yêu loạn, chẳng phải từ đại vương". Thái tử nói: "Có dấu ấn răng cửa của đại vương, nay ta phải tin. Yêu mình mà trái ý mẹ cha, đó gọi là đại nghịch". Liền cùng quần thần, vui chơi ba ngày, dạo khắp trong nước, cứu nghèo giúp thiếu, đem khuôn phép Phật dùng lòng từ dạy dân, rồi tìm người có thể móc mắt mình. Thái tử mua được đứa cắt cỏ, nó liền móc mắt, lấy trao sứ giả. Sứ giả đựng hộp, chạy về chỗ cũ. Tướng quốc đem trao người thiếp ác nghiệt. Người thiếp treo trước giường mắng: "Không theo ý ta thì khoét mắt, vậy có thích không?" Vua mơ thấy ong sắt chích mắt thái tử, tỉnh dậy nghẹn ngào nói: "Con ta chắc có chuyện lạ". Người ái thiếp nói: "Vua nhớ đến thế, nên có mộng ấy, chắc không có gì lạ đâu".

Thái tử nhờ đàn hát kiếm ăn nuôi thân, lần lượt qua các nước. Đến nước vua cha của hoàng phi. Thái tử có cây đàn kỳ diệu, hễ gọi liền vâng, tiếng nó trước khen ngợi đức độ của vua, sau là tiếng buồn của cô nhi không cha mẹ. Hoàng phi hiểu được tiếng đàn, nghẹn ngào nói: "Chồng ta khốn rồi". Vua hỏi: "Sao vậy?" Hoàng phi nói rõ mọi việc, rồi giã từ cha mẹ nói: "Việc này do lịnh của nghiệt thiếp. Đàn bà hai chồng chẳng phải trinh trắng, con xin được đi theo người chồng chí hiếu". Cha mẹ đều buồn, hoàng phi đem thái tử về nước cũ. Vua nghe nói có cây đàn kỳ diệu, gọi vào bảo gảy, thấy hình dung tiều tụy, chỉ nhận ra tiếng nói. Vua hỏi: "Người có phải là Pháp Thí con ta không?" Thái tử cúi đầu sát đất nghẹn ngào. Vua và Hoàng Hậu, cung nhân cả nước lớn nhỏ không ai là không buồn thương. Hoàng phi đầu đuôi thuật rõ. Vua nói: "Than ôi! Người nữ bất nhân, như men độc của lúa canh. Phật dạy phải xa là chẳng đúng sao?". Liền bắt tướng quốc và nghiệt thiếp, lấy roi gai đánh, nấu nhựa cây nhỏ vào vết thương, hơ lửa cho nứt ra, rồi đào hầm chôn sống.

Phật bảo các tỳ-kheo: "Thái tử kiếp trước thường bán bạch châu. Người thiếp bấy giờ là con gái nhà giàu, đi xe trên đường, quan tướng quốc thuở ấy là người đánh xe, gọi bé bán châu: "Đem châu ngươi lại coi". Rồi cầm châu, nhưng không mua, lại nhìn dâm đãng buông lời lẳng lơ. Bé cả giận nói: "Không trả châu cho ta, lại nhìn dâm đãng, ta móc mắt ngươi". Cô gái và người đánh xe đều nói: "Ta lấy roi gai đánh, rót nhựa nóng vào cho nứt thịt ra, rồi đem chôn sống ngươi được không?". Hễ lành dữ vừa làm, thì họa phúc liền theo, như bóng theo hình, ác chín tội thành, như vang đáp tiếng. Làm ác mà muốn không họa, như gieo giống mà không muốn nó mọc. Bồ-tát giữ giới thanh tịnh của Phật, thà bị móc mắt mà chết chứ không phạm dâm mà sống.

Hạnh giữ chí vượt bờ của Bồ-tát, giữ giới như vậy.

KINH SỐ 31

[Số 193 Bổn sanh Cullapaduma (Jat. 2. 115) t 177]

Xưa có Bồ-tát, anh em ba người gặp đời hạn hán, dân chúng ăn thịt lẫn nhau. Họ đi tìm ăn, để cứu mạng hèn. Trải qua núi non hiểm trở, thiếu ăn mấy ngày, hai anh đều nói: "Đem vợ cứu mạng có được không?" Người anh cả giết vợ mình trước, chia làm năm phần, người em út thương xót, buồn mà không ăn. Người anh giữa lại giết vợ. Người em út càng nghẹn ngào. Khi hai anh muốn giết vợ người em, người em nói: "Giết người để bảo toàn mạng mình, đó chẳng phải là đạo nhân của Phật, tôi không thể làm". Bèn đem vợ vào núi hái quả nuôi thân.

Ở núi nhiều năm, trong núi có một người què, người vợ cùng nó tư thông, mưu định giết chồng, giả bộ nói: "Đáng lẽ thiếp làm nuôi chàng mà chàng lại làm một mình. Ngày mai xin cho thiếp theo, nguyện cùng chàng chịu khổ". Chồng đáp: "Núi rất hiểm trở, em không đi được". Ba lần từ chối không được, bèn cùng nhau ra đi.

Vợ thấy núi cao, hang thẳm, bèn xô chồng rớt xuống. Bờ sông có thần, thần đỡ nên được yên. Vợ hí hửng đắc ý, về sống chung với người què. Người chồng lần theo dòng sông, gặp người lái buôn, bèn nói đầu đuôi, lái buôn thương tình, chở đến nước giàu. Vua nước ấy băng hà, lại không có thái tử, quần thần nhường nhau nên không có người nối ngôi. Bèn sai phạm chí xem người đi đường ai có tướng tốt, thì lập làm vua. Phạm chí vừa thấy Bồ-tát liền nói: "Lành thay! Đây là vị vua có đạo, có thể che chở muôn dân như trời nhân từ". Quần thần dân chúng lau nước mắt khen hay, không ai là không đến chúc thọ, vâng rước vào cung, trao cho đế vị.

Bồ-tát dùng lòng tứ đẳng nuôi dân, phương thuật lũ tà đều bỏ, trao cho năm giới, ban bố mười lành, cả nước giữ giới. Do vậy, Thiên đế giúp hộ nước ấy, yêu quỷ chạy trốn, khí độc tiêu trừ, thóc quả được mùa, lân quốc theo chính, thù địch lại thân, bồng bế nhau đến như mây nhóm.

Vợ dắt chồng quê vào nước xin ăn, kể xưa đem chồng tỵ nạn, nay đến nương nhờ người nhân. Quốc nhân lớn bé không ai là không khen lạ, đều nói: "Vợ hiền như vậy, có thể viết thành sách". Phu nhân vua nói: "Hãy trọng thưởng cho người ấy". Vua liền gặp người vợ kia hỏi: "Có biết Thiên tử không?" Người vợ sợ hãi cúi đầu. Vua bèn kể cho mọi người trong cung rõ ngọn ngành. Quan chấp chính nói: "Người này đáng giết!" Vua nói: "Chư Phật lấy lòng nhân làm của báu nhất trong ba cõi, ta thà bỏ thân chứ không bỏ đạo nhân". Phu nhân sai người đuổi ra khỏi nước, quét sạch vết chân.

Phật bảo Thu-lộ tử: "Ông vua là thân ta, người quê chân là Điều-đạt, người vợ là Hảo Thủ".

Hạnh giữ chí vượt bờ của Bồ-tát, giữ giới như vậy.

KINH SỐ 32

Xưa có Bồ-tát làm người phàm phu, học rộng kinh Phật, hiểu sâu tội phúc, các môn y thuật, tiếng kêu cầm thú không gì là không thông. Thấy đời loạn dơ, nên ở ẩn không làm quan, chuộng quý giới Phật, chỉ theo điều chính.

Cảnh nhà cùng khốn, đi gánh thuê cho lái buôn. Qua đến bờ sông ăn cơm, bầy quạ kêu lên, lái buôn lòng sợ, tự nhiên dựng tóc, Bồ-tát cười. Ăn xong họ đi. Khi về nước mình, lái buôn nhìn người gánh thuê hỏi ngay: "Quạ kêu anh cười, chắc có ý gì?" Bồ-tát đáp: "Quạ nói: kia có bạch châu, giá nó rất đắt, ngươi giết lấy châu, ta muốn ăn thịt, cho nên tôi cười". Lái buôn hỏi: "Anh không giết ta vì sao vậy?" Đáp: "Kẻ không thấy kinh Phật, thì làm ác đầy trời, cho là không có tai họa, đó là dối mình. Ta thấy sách Vô Thượng Chính Chân, thấy sự nhân từ trong sạch của Bồ-tát, các loài bò bay máy cựa uốn trườn, đều thương không giết, dẫu hạt cải, lá cỏ, không phải của mình thì không lấy. Phàm kẻ hiếu sát là bất nhân, kẻ thích lấy là không trong sạch. Ta kiếp trước vì ưa lấy của, nay chịu tai ương, bị nghèo khốn hèn, làm thuê cho ông, nếu nay phạm nữa, gieo tội vô lượng, chẳng phải đệ tử Phật. Ta thà giữ đạo, nghèo hèn mà chết, chứ không vô đạo, giàu sang mà sống". Người chủ buôn nói: "Lành thay! Chỉ có lời Phật là chân lý".

Hạnh giữ chí vượt bờ của Bồ-tát, giữ giới như vậy.

KINH SỐ 33

Xưa có Bồ-tát, ở đời nghèo khốn, làm thuê cho lái buôn, đi biển kiếm lời, thuyền ngừng không chạy. Lái buôn lớn bé không ai là không sợ hãi, xin cầu các thần trên dưới cứu vớt. Người nghèo chỉ nhớ tam qui, giữ giới không phạm, hối lỗi tự trách, đêm ngày ba lần, đem lòng từ thệ nguyện: "Chúng sinh mười phương không có sợ hãi như ta ngày nay, là sau thành Phật, sẽ độ những người này". Mãi đến bảy ngày, thuyền vẫn không chạy. Thần biển bịa cho chủ hàng nằm mộng nói: "Ngươi bỏ người nghèo, ta cho ngươi đi". Chủ hàng nằm mộng, rầu rĩ thương xót riêng lén bàn nhau. Người nghèo xét kỹ, biết rõ lý do, nói: "Đừng vì thân ta một người mà giết mạng mọi người".

Chủ hàng làm bè, cấp cho lương khô, bỏ ngươi lên bè, rồi đẩy ra xa. Cá lớn lật thuyền nuốt hết lái buôn. Người nghèo theo gió tấp bờ, trở về nước mình, bà con xúm mừng. Người nghèo nhờ tam qui, năm giới, mười thiện, ăn chay sám hối thương đến chúng sinh, nên được phúc ấy.

Người nghèo ấy là thân ta.

Hạnh giữ chí vượt bờ của Bồ-tát, giữ giới như vậy.

KINH SỐ 34

Xưa có Bồ-tát giữ giới ở ẩn, không ham đời sang, nương náu nhà giàu, làm người giữ mộ. Nếu có chôn cất, bèn hết sức giúp. Tang chủ cảm động, đem của báu cho. Có được nhiều ít, bèn đưa nhà giàu. Nhà giàu nói: "Ngươi đem sức làm, mới có báu này, sao đưa cho ta?" Đạo sĩ nói: "Tôi giữ đất, ông kia chôn đất, ông lấy đại nghĩa mà bàn thì của báu là của ông". Người nhà giàu khen: "Lành thay! Người hiền thuở trước há có thể hơn ông sao?" Bèn chọn trong đám con gái, người nết hiền mặt đẹp, cấp cho làm vợ, chia gia tài cho, để làm nhà cửa. Đạo sĩ nói: "Hạnh ấy càng tiến, đức ấy càng cao".

Đạo sĩ nghèo bấy giờ là thân ta, còn vợ là Cừu Di.

Hạnh giữ chí vượt bờ của Bồ-tát, giữ giới như vậy.

KINH SỐ 35

[Bổn sanh Serivànyà (Jat 110) t. 17]

Xưa Bồ-tát thân là người phàm, quy y Tam Bảo, giữ giới không sai, với cậu cùng đi, buôn bán kiếm sống.

Đi đến nước kia, cậu qua sông trước, nghĩ nhà mẹ góa. Nhà có gái nhỏ, cô thưa với mẹ: "Sau nhà có cái chậu rửa, có thể đem đổi bạch châu cho người lái buôn". Người mẹ thuận theo ý con, đem cho lái buôn xem. Lái buôn lấy dao nạo xem, biết là báu thật, vờ ném xuống đất nói: "Làm bẩn tay ta", liền ra lên đường. Mẹ con xấu hổ.

Anh học trò đến sau, cô gái lại xin đem đổi lấy châu. Người mẹ nói: "Chuyện xấu hổ trước có thể là lời răn cho hôm nay". Cô gái nói: "Con xem anh học trò này có tướng thương người, chẳng tham tàn như người hôm trước đâu. Lại lấy chậu cho coi. Cậu học trò nói: "Đây là vàng ròng đó, đem hết hàng tôi đổi có được không?" Người mẹ nói: "Được". Cậu bé nói lại: "Cho tôi xin hai đồng tiền vàng để qua đò nhé". Người cậu bỗng về nói: "Nay tôi lấy ít châu cho bà, bà đem cái chậu ra đây". Bà mẹ nói: "Vừa có cậu học trò tốt, đem hết châu quí, đổi lấy chậu vàng của tôi rồi, còn cám ơn về việc đổi rẻ nữa và bảo: Bà đừng vội đi đâu, ta sẽ trả thêm cho bà".

Người cậu đi đến bờ sông, dậm chân xuống đất kêu: "Hãy trả báu lại cho ta". Do tính nóng nảy đấm ngực thổ huyết mà chết. Người cháu khi đem vàng trả thêm thì thấy cậu đã chết, nghẹn ngào nói: "Tham đến độ mất thân sao?". Bồ-tát giữ tín mà được báu, Điều-đạt tham dối mà tán mạng.

Người học trò ấy là thân ta, còn người cậu là Điều-đạt.

Hạnh giữ chí vượt bờ của Bồ-tát, giữ giới như vậy.

KINH SỐ 36

[Số 208 Bổn sanh Sumsumdra (Jat. 2.158) t. 213]

Xưa có Bồ-tát, thuở vô số kiếp, anh em buôn bán kiếm lời nuôi cha mẹ. Đi đến nước khác, người anh bảo em lấy châu dâng vua nước ấy. Vua thấy người em mặt mày đẹp đẽ, bèn vui vẻ nhận châu, đem công chúa hứa hôn. Kiếm được châu nghìn vạn, người em trở về báo anh. Người anh tìm đến chỗ vua. Vua thấy người anh dung mạo đường hoàng, nói năng hợp sách thánh, tướng mạo tao nhã khó ai sánh bằng. Vua lại khen ngợi, đem công chúa hứa gả. Công chúa lòng ngập niềm vui. Người anh lòng nghĩ: "Anh chồng như cha, em dâu như con. Ta với người này, có mối thân tình như cha con, há có cái chuyện lấy nhau sao? Ông vua này ở ngôi cao nhân quân mà làm hạnh cầm thú", liền dẫn em về. Công chúa lên lầu nhìn theo nói: "Ta sẽ làm trùng quỉ, ăn gan người anh mới được".

Lần lượt sống chết, người anh làm vượn, công chúa và người em đều làm ba ba. Vợ ba ba có bệnh, thèm ăn gan vượn. Con đực đi tìm, thấy vượn xuống uống, ba ba nói: "Anh từng nghe thấy nhạc chưa?" Vượn đáp: "Chưa". Ba ba nói: "Nhà tôi có nhạc hay lắm, anh muốn xem không?"

Vượn đáp: "Vâng!" Ba ba nói: "Anh lên lưng tôi, tôi đem anh về xem".

Lên lưng, theo đi được nửa con suối, ba ba nói: "Vợ tôi thèm ăn gan anh, chứ trong suối làm gì có nhạc". Lòng vượn khó chịu, nghĩ: "Phàm giới là đạo thường để giữ điều lành, quyền biến là việc lớn để cứu nạn".

Bèn nói: "Sao anh không nói sớm, tôi đã lấy gan treo trên cây kia kìa". Ba ba tin lời, quay trở lại. Vượn lên bờ nói: "Đồ thứ ba ba chết tiệt! Làm gì có chuyện gan trong bụng mà lại treo trên cây kia sao?"

Phật bảo các tỳ-kheo: "Người anh là thân ta, thường giữ lòng trinh sạch, rốt cuộc không phạm dâm loạn, nhưng vì tai ương kiếp trước nên đọa trong loài vượn, người em và công chúa đều phải làm thân ba ba. Con đực là Điều-đạt, con cái là vợ Điều-đạt".

Hạnh giữ chí vượt bờ của Bồ-tát, giữ giới như vậy.

KINH SỐ 37

[Số 146 Bổn Sanh Valahassa (Jat. 2.127) t. 186]

Xưa có Bồ-tát, cõi thuyền vượt biển, tìm báu cứu nghèo. Bờ biển có thành, vườn cây đủ thứ. Gái đẹp ra bãi đón bọn người kia nói: "Nước này giàu có, châu báu mặc sức mà lấy, có thể chịu khó vào thành xem dân có không".

Lái buôn tin theo, yêu quỉ mê hoặc, ở lại chung sống, kể đã năm năm, Bồ-tát nghĩ nhớ cha mẹ quê nhà, ra thành lên núi, xa trông bốn bể, thấy một thành sắt, trong có người đàn ông, đầu đội mũ trời, nghiễm nhiên mà ngồi. Vị ấy gọi Bồ-tát nói: "Các ông điên sao, lại lấy yêu quỉ làm vợ? Bỏ hết tình sâu cha mẹ họ hàng, lại bị quỉ nuốt, há chẳng điên sao? Các ông không thức, xem nó thật giả. Nay có ngựa thần, bay lại cứu cả bọn, có thể đưa về chỗ cũ an toàn tính mạng. Nếu còn quyến luyến vợ yêu thì chết vào thành này, bị những món độc thêm nhiều, hối cũng không thể cứu".

Bồ-tát vâng lệnh, giả ngủ để xem, thấy đúng như lời, trong lòng sợ hãi. Sáng ngày lén bàn với nhau. Cả bọn đều rình, thấy vợ biến thành thân chồn, tranh nhau ăn người, không ai là không tái mặt nói: "Chúng ta chắc chết". Rồi cùng sợ hãi, chuẩn bị, nếu lười thì mất mạng. Ngựa chúa đến nói: "Ai muốn rời chỗ nầy, lòng nhớ cha mẹ, hãy mau đến đây, tôi sẽ cứu cho". Lái buôn cả mừng nói: "Đây chắc là trời", họ chạy lại gửi thân. Vợ bèn ẵm con, theo dấu khóc than, nói: "Oan hỡi là trời, làm vợ nhiều năm, nay cho là quỉ". Tiếng than thương tình, lời đến cung vua, cũng nói như trên: "Thiếp nay bàng hoàng, không biết nương đâu, xin

Đại vương thương xót tình cảnh thiếp". Vua gọi Bồ-tát hỏi nguyên do. Bồ-tát bèn đem chỗ thấy đầu đuôi thuật rõ. Vua thấy sắc đẹp, mau bảo chồng đi, rồi nạp hậu cung, làm việc dâm loạn. Quốc chính rối loạn, quỉ hóa ra chồn, ngày đi ăn người, làm hại rất nhiều. Vua vẫn không biết.

Sau mỗi chết đi, luân hồi sống chết. Bồ-tát chứa đức, bèn được làm Phật. Hồn linh quỉ cáo hóa sinh vào nhà phạm chí, sắc đẹp tuyệt vời. Bấy giờ đức Phật khất thực, giáo hóa ở huyện. Ăn xong, ra thành, ngồi dưới gốc cây. Phạm chí thấy Phật tướng tốt, sắc mặt vàng tía, đầu có hào quang, như trăng giữa các vì sao. Thấy Phật như vậy, mừng rỡ vô cùng, về nói với vợ: "Con ta lấy chồng tốt là người hùng ở đời. Liền mau lấy áo quần tốt đủ món đẹp nhất đời, cả nhà phạm chí dẫn con đến dâng, đường thấy dấu chân, vợ nói: "Đây là của đấng thánh hùng vô dục, há đem dâm tà làm rối trí sao?" Chồng nói: "Con gái ta đẹp nhất nước, cao đức sao không ngoảnh nhìn? Vợ đọc bài tụng ý rằng:

Người dâm kéo chân đi
Sân nhiều bấm ngón bước
Kẻ ngu chân đắp đất
Trời người trọng dấu này

Không biết nhục, người cha còn nói: "Bà sao trí kém, gắng mà làm đi", bèn đem con gái đến dâng.

Đức Thế Tôn nói: "Trời ma thứ sáu, dâng ta ba cô, biến thành quỉ rồi, người này túi phân, ngươi đem đến làm gì?" Phạm chí xấu hổ, vợ còn thẹn hơn. Bấy giờ có vị tỳ-kheo, bước lên cúi đầu nói: "Xin đem cho con." Đức Thế Tôn dạy: "Ngươi xưa làm vua, con gái bấy giờ là quỉ, dùng sắc dối ngươi, nuốt hết dân ngươi mà ngươi không chán à?" Vị tỳ-kheo thẹn thùng, trở về tu thiền, được định, chứng quả Dự lưu.

Phật bảo Xá Lợi Phất: "Bồ-tát từ khi nghe người trong thành dạy, về nhà quy y Tam bảo, tự thề rằng: "Dẫu đến chết cũng không phạm giới trọng thanh tịnh của Như Lai Ứng Nghi Chính Chân Giác, giữ giới rộng nhiều, bèn thành Phật đạo".

Trưởng giả bấy giờ là thân ta, vua nay là tỳ-kheo, con quỉ là con gái của phạm chí, người trong thành là Thu-lộ tử.

Hạnh giữ giới vượt bờ của Bồ-tát, giữ giới như vậy.

KINH SỐ 38: THÁI TỬ MỘ PHÁCH

Nghe như vầy, một thời Phật ở tại nước Văn Vật, vườn ông Cấp Cô Độc, cây của thái tử Kỳ-đà. Bấy giờ đức Phật bảo các sa-môn: "Xưa có nước Ba-la-nại, vua có thái tử tên là Mộ Phách, sinh ra đã thông minh vô cùng, các việc quá khứ, hiện tại, vị lai, trí không nghi ngại. Người sáng láng đoan chính như trăng giữa các vì sao.

Vua chỉ có một người con, cả nước không ai là không yêu mến, mà tuổi đã mười ba, vẫn ngậm miệng không nói, giống như người câm. Hoàng hậu lo lắng, gọi các phạm chí đến hỏi nguyên do.

Họ đáp: "Đây là điềm bất tường, đoan chính mà không nói, thì có ích gì cho đại vương đâu. Hậu cung không con nối ngôi, há chẳng phải tại thái tử hại sao? Đúng phép thì nên đem chôn sống, ắt có con quí nối dõi". Vua bèn xấu hổ, vào bàn với hoàng hậu. Hoàng hậu và các cung nhân không ai không thương xót, than: "Thái tử vì sao lộc mỏng sinh mắc họa ấy". Người thương chật đường như có đại tang. Hoàng hậu mặc cho đủ áo quần quí, giao cho táng phu. Táng phu đoạt lấy áo tốt, rồi cùng xây mộ. Mộ Phách nghĩ: Vua và người trong nước tin ta câm thật, bèn lặng lẽ lấy quần áo, vào sông tắm sạch, lấy dầu thơm xoa người, mặc đủ áo quần quí giá đi đến huyệt kêu: "Các ngươi làm gì đó? Họ đáp: "Thái tử câm điếc, làm nước không kẻ nối dõi, vua sai chôn sống, mong sinh con hiền nối ngôi". Thái tử đáp: "Ta là Mộ Phách đây". Táng phu thấy xe bỗng chốc trống trơn, xem kỹ hình dung, ánh sáng rực rỡ cả đồng cỏ xa gần, như ánh sáng mặt trời, thế lớn thánh linh, chấn động thần thánh. Táng phu lớn bé không ai là không run sợ, bốn mắt nhìn nhau, mặt mày xanh mét, lời thành văn chương, không ai là không sợ hãi. Họ ngửa mặt lên trời than: "Linh đức Thái tử đến như thế sao?" Bèn cúi đầu thưa: "Xin mau bảo vua, khiến dân không than". Thái tử nói: "Các ngươi mau tâu vua rằng ta có thể nói được". Người ta chạy về tâu vua. Vua cùng hoàng hậu và muôn dân rất quái lạ về việc ấy, lòng mừng rỡ khen ngợi, không ai là không mừng vui. Xe chạy, người đi đầy đường nghẹt lối. Mộ Phách nói: "Tôi muốn làm sa-môn học hạnh thanh tịnh không phải là tốt sao?" Ý vừa nghĩ thế, Đế Thích liền hóa ra vườn ao cây cối, đời chưa từng thấy, liền cởi áo báu hóa làm ca-sa.

Vua đến nơi, thái tử năm vóc gieo xuống đất cúi lạy đúng lễ. Vua liền đến ngồi, nghe tiếng con nói, dung mạo uy nghi, động cả đất trời. Vua vui mừng dụ: "Ta có con đến nay, cả nước kính yêu, sẽ nối ngôi trời, làm cha mẹ dân". Mộ Phách đáp: "Nguyện xin Đại vương thương nhận lời hèn: "Con xưa từng làm vua nước này tên là Tu Niệm, ở ngôi trị dân hai mươi lăm năm, thêm giữ mười lành, lấy lòng từ nuôi dân, các lính roi gậy đều bỏ không dùng, ngục không nhốt tù, đường không tiếng oán, bố thí cùng khắp, không đâu không thấm. Nhưng khi xuất du, người theo rất đông, quan dẫn dẹp đường làm dân sợ hãi, chết vào núi Thái, bị thiêu nấu cắt xẻ, đến sáu vạn năm, muốn chết không được, kêu ca không ai cứu, như cha bây giờ, trong có bà con, ngoài có thần dân, của cải vô số, thú vui vô bờ, có biết con đọa địa ngục núi Thái chịu khổ thiêu đốt đau đớn khôn xiết không? Cuộc sống giàu sang, vợ con, thần dân, ai có thể chia bớt nỗi khổ ấy đâu, chỉ các món độc kia là vô lượng, mỗi lần nhớ đến, lòng đau xương nhức, mình toát mồ hôi, lông tóc lạnh đứng, lời ra, họa tới, oan đuổi, bóng theo, tuy muốn ra lời, sợ lại mắc tội. Nỗi khổ núi Thái khôn thể chịu lại. Do thế rụt lưỡi, không muốn nói nữa. Mới mười ba năm mà đạo sư yêu quái đã xui phụ vương chôn sống con. Sợ Đại vương mắc tội núi Thái, thế lại phải nói một lời. Nay con muốn làm sa-môn, giữ hạnh vô dục, thấy cửa các họa, không còn muốn làm vua nữa, xin cha đừng lấy làm lạ." Vua nói: "Con làm vua mà đức trọng hạnh cao, đem đạo dạy dân, lỗi như tơ tóc, không người nào nhớ, vậy mà mắc tội khốc liệt đến như thế ư? Còn ta nay làm vua người, muốn gì được nấy, chẳng tuân chính pháp, chết sẽ ra sao?" Liền cho con học đạo.

Vua lại trị nước, lấy chính bỏ tà, bèn được giàu vui. Mộ Phách tự mình luyện tâm tuyệt dục, lập chí tiến lên đạo chân, đến lúc thành Phật, rộng giảng giáo pháp, cứu vớt chúng sinh đến được diệt độ.

Phật bảo các tỳ-kheo: "Mộ Phách bấy giờ là thân ta, phụ vương nay là vua Bạch Tịnh, mẹ lúc ấy nay là Xá Diệu mẹ ta.

Hễ sắc tốt dục tà là lò thiêu thân, còn thanh tịnh đạm bạc là nhà không hoạn nạn. Nếu người muốn thoát nạn khỏi tội, thì đừng quên lời Phật dạy, làm đạo tuy khổ, còn hơn ở ba đường, làm người liền xa nghèo khổ, không ở trong tám nạn, chí học đạo phải như hạnh của đức Phật người muốn đạt được quả vị Duyên giác, Bồ-tát, Phật thì phải theo hạnh đó mới có thể được.

Phật giảng kinh xong, các sa-môn không ai là không vui vẻ cúi đầu làm lễ.

KINH SỐ 39: KINH DI-LAN

Nghe như vầy, một thời đức Phật ở nước Xá-vệ, vườn Cấp Cô Độc, cây của thái tử Kỳ-đà. Bấy giờ các sa-môn rảnh rỗi, sâu nghĩ người đời, theo tà ưa dục, từ đầu tới cuối, không chán năm dục? Sao gọi là năm dục? Là mắt thấy sắc, tai ưa tiếng, mũi ngửi hương, miệng nếm vị, thân ưa chạm những thứ mềm dịu. Phàm năm dục này cho đến lúc chết, há có người chán ư?

Sau giờ bữa trưa, họ đến chỗ Phật, cúi lạy chân Phật, lùi đứng thưa rằng: "Bạch đức Thế Tôn, chúng con nghĩ người ngu ở đời, mê đắm ngũ dục, dẫn đến lúc chết, há có người chán sao?" Đức Phật bảo: "Cả đời không đủ đối với ngũ dục kia".

Xưa có năm trăm lái buôn, vào biển kiếm lời. Trong đó có người trí tên là Di-lan làm thuyền trưởng, biển có cá thần, tên là Ma-kiệt, lật úp chiếc thuyền, cả bọn đều chết. Di-lan cưỡi ván, mà được thoát chết, gió giạt vào bờ, đất tên Tỳ-ma.

Lên bờ đi khắp để tự nuôi sống, gặp một đường mòn, theo đó mà đi, xa thấy thành bạc, cây cối xanh tốt. Hỏi có hồ tắm, chung quanh bốn mặt nước ngọt bao quanh, có bốn người đẹp, sắc như tiên nữ, rước mời nói rằng: "Trải vượt biển lớn, chắc là mệt lắm, xin mừng đến được bình an. Nay thành bạc này, trong đó có các báu, vàng ròng bạc trắng, thủy tinh, lưu ly, san hô hổ phách, xa cừ làm đền, chúng thiếp bốn người, xin dâng bậc nhân sai khiến tối nghỉ, sáng dậy y lệnh thi hành, xin đừng đi nơi khác nữa". Di-lan vào thành, lên điện bảy báu, vui say theo ý, muốn gì có nấy.

Ở thành ấy hơn nghìn năm, Di-lan nghĩ: "Các người đẹp này không muốn ta đi, ắt có cớ gì?" Bèn rình lúc bốn cô ngủ say, lén nhanh đi mất.

Xa thấy thành vàng, có tám người đẹp, đón rước và nói như trước, người đẹp mặt mày lại hơn bốn cô trước, điện báu trong thành tên là Tiết-mạt, các báu chơn châu minh nguyệt vượt hơn thành trước. Sống vài nghìn vạn năm, lại nghi tám cô không muốn ta đi là có nguyên do. Bèn rình họ nằm ngủ, lén nhanh đi mất. Lại thấy thành thủy tinh, có mười sáu người đẹp đi ra đón rước, lời nói như trên, đón mời vào thành, lên điện bảy báu. Điện, thành, các báu và người đẹp còn rực rỡ hơn thành trước. Ở thành vài thiên vạn năm, lòng vẫn không chán đủ. Lại rình các người đẹp ngủ, rồi ra đi mất. Lại thấy thành báu lưu ly, ánh sáng rực rỡ, có ba mươi hai người đẹp ra quì lạy đón rước, nói lời như trên, đón mời vào thành lên điện bảy báu, điện tên Uất-đan. Trong đó, các báu, kỹ nhạc, món ngon gái đẹp đều hơn trước. Ở đó lâu năm, số tuổi như trên, lại đợi những người đẹp ngủ rồi lén đi mất. Xa thấy thành sắt, không có ai đón. Di-lan nghĩ: "Thành bạc bốn cô, thành vàng tám cô, thành thủy tinh mười sáu cô, thành lưu ly ba mươi hai cô. Các cô sắc đẹp rực đời, thành kính đón rước, nay không ai đón, chắc có nguyên cớ gì đây. Bèn đi quanh một vòng, có quỉ mở cửa. Di-lan vào thành, thấy con quỉ kia, quỉ tên Câu-dẫn, vòng sắt cháy phừng, xoay ở trên đầu. Quỉ giữ tội nhân, lấy vòng trên đầu mình gắn lên đầu Di-lan, óc chảy thân phồng. Di-lan rơi lệ nói: "Từ bốn đến tám, từ tám đến mười sáu, từ mười sáu đến ba mươi hai, sống sang ở điện Tiết-mạt, điện Uất-đan. Ta vì hạnh không biết đủ nên chịu như vậy, làm sao xa được nạn này?" Quỉ giữ tội nhân đáp: "Số năm mang vòng lâu bằng số năm ông đến các thành, thì ông sẽ thoát nạn này". Vòng lửa ở trên đầu Di-lan sáu ức năm mới giải thoát.

Phật bảo các sa-môn: "Di-lan đó nay là ta. Sở dĩ như thế, vì lúc chưa thờ Tam bảo, ngu mê tin tà, mẹ tắm mặc áo mới nằm ngủ, ta đạp lên đầu mẹ, nên núi Thái lấy vòng lửa bịt lên đầu. Lại thường giữ bát quan trai vào ngày tám tháng tư, trong lòng vui vẻ, nên được thành báu, thọ mạng vạn ức, mọi việc đều như ý, không có gì cầu mà không được. Thấy đời không biết đủ, chỉ đắc đạo mới thôi".

Phật bảo các sa-môn: "Di-lan khởi ngục núi Thái, ngăn lòng ba ác, dứt miệng bốn dao, xét thân ba lỗi hiếu thuận cha mẹ, thờ phụng ba ngôi báu, đội giới làm mũ, mặc giới làm áo, giữ giới làm lương, nếm giới làm món ăn. Ăn, thở, ngồi, đi không quên giới Phật, trong nửa bước chân, nhờ giới đức mà thành cho đến khi thành Phật. Hạnh người phàm phu bất hiếu cha mẹ, không tôn phụng thầy, ta thấy người ấy, sau tự mắc tội nặng, Di-lan là loại đó ư?"

Phàm làm ác thì họa theo, như bóng theo hình, còn dứt tà theo chơn, các họa tự diệt.

Đức Phật nói xong, các sa-môn vui vẻ làm lễ Phật.

KINH SỐ 40:
ĐẢNH-SANH THÁNH VƯƠNG

Nghe như vầy, một thời đức Phật ở tại nước Xá-vệ, vườn Cấp Cô Độc, cây của Kỳ-đà. Bấy giờ A-nan rảnh rỗi, nghĩ sâu: "Chúng sinh từ đầu đến cuối, người chán ghét năm dục thì ít". Sau giờ bữa trưa, đi đến chỗ Phật, cúi đầu lạy xong, lui ra bạch Phật rằng: "Bạch Thế Tôn, chúng con ngồi rỗi nghĩ sâu: Chúng sinh biết đủ rất ít, còn không chán năm dục thì đông". Đức Thế Tôn khen: "Lành thay! Lành thay! Như lời con nói. Sở dĩ như thế là vì thuở xưa có vua tên gọi Đảnh Sanh, đông tây nam bắc không ai là không thần thuộc. Vua có bảy báu, dao bánh xe vàng bảy báu, voi trắng, ngựa màu biếc, châu minh nguyệt, vợ đẹp, quan thánh phụ, quan điển binh. Bảy báu vua này đời ít thấy có. Vua lại có một ngàn người con, đoan chính xinh đẹp, thông minh trí rộng thiên hạ khen thánh, có sức mạnh điều phục mọi người giống như sư tử. Vua đã thánh lại nhân, khắp trời vui theo, tuổi thọ cả ức.

Lòng vua thường nghĩ: "Ta có Cù-da-ni là đất đứng đầu thiên hạ, ngang rộng ba mươi hai vạn dặm, dân chúng đông đúc, ngũ cốc đầy đủ, nhà cửa giàu lớn. Những gì đời hiếm, nước ta có đủ. Tuy thế, vẫn xin hoàng thiên, mưa tiền vàng bạc bảy ngày bảy đêm, cho ta như vậy, há không tốt sao?". Trời làm theo nguyện, mưa hai thứ tiền quí đầy khắp cả nước, ánh sáng báu trời rực rỡ cả nước. Vua vui vô cùng, thiên hạ vái chúc. Ngày cùng quần thần vui vẻ sung sướng. Dân đều khen hay, được sướng vô bờ. Mấy nghìn vạn năm, vua lại nghĩ: "Ta có đất phía tây ba mươi hai vạn dặm giàu sang bảy báu, có nghìn con, sáng cả nước, trời mưa tiền báu, đời chưa từng có. Tuy được như vậy, ta nghe phương Nam có Diêm-phù-đề, đất dài rộng hai mươi tám vạn dặm, dân chúng đông đúc, không gì cầu mà không được. Nếu ta được đất ấy, cũng không thích sao?" Ý vua vừa nghĩ, bánh xe vàng quay về hướng nam, bảy báu, bốn binh nhẹ nhàng bay đi, đều đến nước ấy. Vua quan dân chúng không ai là không vui theo. Vua dân nước kia, cả ngày hớn hở. Vua dừng giáo hóa số năm như trước. Vua lại nghĩ: "Ta đã có đất phía tây, nay lại được đất phía nam, các báu trời người, muốn gì mà chẳng có. Nay nghe phương Đông có nước Phất-vu, đất đến ba mươi sáu vạn dặm. Vua dân đất ấy, lúa quí trân báu, không có gì muốn mà không có, nếu ta được đất ấy, chẳng phải thích sao?" Miệng vừa nói thế, bánh xe vàng quay về hướng Đông, bảy báu bốn binh bay đi đều đến. Vua quan dân chúng, không ai là không vui theo. Vua lại dùng chính pháp giáo hóa dân, số năm như trước, mọi nhà nhớ đức. Vua lại nghĩ: "Ta đã có đất phương Tây, đất phương Nam, đất phương Đông, các báu trời người, không báu gì là không có. Nay nghe phương Bắc có đất Uất-đan-việt. Nếu ta được làm vua ở đó, chẳng là hay lắm sao?" Miệng vừa thốt lời nguyện, xe vàng quay về hướng Bắc, bảy báu bốn binh đều bay như trước. Mới vào đất ấy, xa thấy đất xanh như màu lông chim thúy. Vua hỏi: "Các ngươi thấy đất màu xanh không?" Đáp: "Thấy". Lại thấy đất màu trắng. Vua nói: "Có thấy đất màu trắng không?" Đáp: "Thấy. Vua nói: "Đất Uất-đan đây, gạo đã giã thành rồi, các ngươi ăn đi". Lại thấy các báu, áo quần mềm đẹp, xuyến tay nhẫn đeo, anh lạc món lạ đều treo trên cây. Vua hỏi: "Các ngươi thấy không?" Họ đáp: "Thấy". Vua lại nói: "Các ngươi mặc vào đi". Vua lấy nhân từ trị nước, dung thứ dạy dân. Ở đó rất lâu, số năm như trước. Vua lại sinh ra ý nghĩ: "Ta có ba thiên hạ, nay được phương Bắc bốn mươi vạn dặm, ý muốn lên trời Đao-lợi chỗ của Đế Thích", ý vua mới nghĩ, xe vàng quay lên, bảy báu bốn binh, bay đi lên trời, vào cung Đế Thích. Đế Thích thấy vua đến vui mừng đón rước nói: "Rất mến tiếng tăm, từ lâu muốn gặp, nay đến chơi đây chẳng là khoái sao?" Liền nắm tay cùng ngồi, lấy nửa ghế mời ngồi. Vua nhìn hai bên trái phải, thấy cung điện trời làm bằng vàng ròng, bạc trắng, thủy tinh, lưu ly, hổ phách, san hô, xa cừ, trân châu, thấy vậy lòng vui thích, lại nghĩ: "Ta có bốn nước báu, tiền vô số, sang này khôn tả, mong Đế Thích chết ta ở ngôi ấy, thế không là thượng nguyện sao?" Niệm dữ vừa khởi, thần túc liền tiêu, Đế Thích đưa về cung cũ, vua mắc bệnh nặng, quan phụ chính tâu: "Đức vua bệnh nặng, nếu xảy ra chuyện chẳng lành, chắc có di mạng". Vua đáp: "Như có người hỏi: "Vì sao vua chết, hãy đáp như chỗ ngươi thấy. Vì tham mắc bệnh cho đến mất thân. Phàm tham là dao giết mạng, đó là nền tảng mất nước, bỏ ba ngôi báu mà ở ba đường, không gì là không do đấy. Răn người kế vị sau này, xem lửa tham si là gốc đốt thân. Vậy cẩn thận chớ tham. Hễ sang nhiều thì họa cao, của nhiều thì oán lắm".

Vua chết, người nối ngôi đọc lời răn tham ấy, truyền đời làm báu. Dân bốn thiên hạ quí sự dạy bảo nhân từ, vâng thờ ba ngôi báu, làm mười lành, lấy đó làm phép trị nước, đến được hạnh phúc mãi mãi.

Đức Thế Tôn nói: "Ta thấy ở đời ít người có thể bỏ vinh quí, vứt năm dục. Chỉ ai đạt được Tu-đà-hoàn, Tư-đà-hàm, A-na-hàm, A-la-hán, Duyên giác, bậc Vô Thượng Chính Chân, Đạo Tối Chính Giác, Đạo Pháp Ngự Thiên Nhân Sư, là có thể dứt tuyệt được. Phi hành hoàng đế sở dĩ sống được như nguyện không trái ý là do kiếp trước có bố thí, trì giới, nhẫn nhục, tinh tấn, thiền định, trí tuệ mà ra, chứ không phải khi không mà đạt được".

Vua Đảnh-sanh là thân ta.

Đức Phật nói kinh xong, A-nan hoan hỉ làm lễ Phật.

KINH SỐ 41: VUA PHỔ MINH

Nghe như vầy, một thời Phật ở vườn ông Cấp Cô Độc, cây của thái tử Kỳ-đà, Phật bảo các tỳ-kheo:

Xưa có Bồ-tát làm đại quốc vương, tên là Phổ Minh, thương cho khắp nơi mười phương đều ca ngợi, dân đến nhờ ơn như con hiền về thăm cha mẹ.

Nước láng giềng có vua lấy điều ngay làm phép trị nước, sức mạnh như sư tử, chạy bắt được chim bay.

Người bếp mất thịt, sáng ra chợ tìm, đi đường thấy thây mới chết, lấy về làm bữa, vị ngon hơn thịt súc vật. Hôm sau làm cơm, không ngon như trước, vua trách thái quan. Người bếp thật thà cúi đầu thú tội. Lòng vua bèn lên nói: "Thịt người ngon vậy ư?" Bèn lặng lẽ sai đầu bếp cứ thế làm thường.

Đức Thế Tôn nói: "Hễ người thích mùi, vị thì đạo nhân mỏng, đạo nhân mỏng thì lòng lang sói mạnh. Lòng lang sói thì tham mùi thịt, giết mạng sống loài vật, nên thiên hạ căm thù". Đầu bếp vâng mệnh, lén đi giết người để cung phụng theo ý muốn của vua. Thần dân nhao nhao, dâng biểu tìm giặc. Vua nói: "Phải vậy", rồi lén bảo đầu bếp: "Hãy cẩn thận". Khi quan hữu ti bắt được, giặc nói: "Đó là lệnh vua". Quần thần khuyên can: "Thần nghe bậc vương giả làm đức theo nhân, vua anh minh thì trời trăng đều sáng, đất đá nhuần khắp đất trời ôm ấp chúng sinh giống như hư không. Như vậy mới có thể làm vua thiên hạ, nếu trái nhân nghĩa theo bạo tàn thì là loài sài lang, bỏ sáng tìm tối là bọn đui mù, bỏ cứu vớt tự chìm đắm là lũ phá thuyền, bỏ ướt chuộng khô là giết mình trong hạn lửa, bỏ trống mà hướng nghẹt là tim của người đá. Hễ có nết sài lang tham tàn, đui tối, phá chìm, lửa đốt, người đá thì không đáng làm kẻ coi đầu bếp, há có thể làm vua thiên hạ sao? Nếu chuộng đức thì thịnh, mà ưa tàn hại thì vong. Hai nghĩa phải trái, vua thấy thế nào?" Vua hỏi: "Trẻ con dứt sữa, thế có được không? Đáp: "Không được". Vua nói: "Ta cũng như thế." Quần thần đều nói: "Sài lang không thể nuôi, vô đạo không thể làm vua". Thần dân đồng thanh một lòng trục xuất. Vua chạy vào núi, thấy thần cây, bèn cúi đầu nói: "Nếu làm cho ta được về nước, ta sẽ dâng Thần một trăm vua", thề rồi liền đi. Rình các vua ra, đột kích bắt lấy, như diều cắt bắt én sẻ. Đã bắt chín mươi chín vua, thần cây hiện ra người mặt đẹp khác đời, gọi A-quần nói: "Vì ngươi vô đạo nên đánh mất ngôi sang làm vua, nay lại làm điều hết sức tàn khốc, định mong việc gì?" A-quần chạy đến trước mặt, bỗng nhiên không thấy. Bấy giờ vua Phổ Minh đi xem dân vui hay khổ, trên đường gặp phạm chí. Phạm chí nói: "Vua hãy về cung, tôi muốn thưa việc". Vua nói: "Hôm qua ta ra lệnh nên phải đi, chữ tín khó trái, Đạo sĩ lên ngồi, ta về ngay giờ". Bèn ra đi, thì bị A-quần bắt được, quăng dưới gốc cây. Vua nói: "Ta không sợ mất thân, chỉ hận bỏ chữ tín của ta thôi". A-quần hỏi: "Sao lại thế?" Vua kể rõ lời thề với đạo sĩ lúc gặp mình, và xin gặp đạo sĩ một lần để nhận trọng giới cùng chút báu dâng lên, dẫu chết cũng không hận. A-quần thả ra, về gặp đạo sĩ, vua tự thân trải toà cao, đạo sĩ lên tòa, liền nói bài kệ:

1. *Kiếp số hết rồi*
Đất trời rực lửa
Tu Di biển cả
Đều cháy ra tro
Trời rồng hết phúc
Chết trong rã rời
Đất trời còn mất
Nước có thường sao?

*

2. *Sinh già bệnh chết*
Luân chuyển không bờ
Việc cùng nguyện trái
Hại ấy buồn lo
Dục sâu họa cả
Ung độc thoát sao
Ba cõi đều khổ
Nước dựa vào đâu

*

3. *Vốn tự không gốc*
Nhân duyên tác thành
Thịnh tất có suy
Thật tất có dối
Chúng sinh ngu si
Duyên huyễn sống nhờ
Tiếng vang đều không
Đất nước cũng vậy

*

4. *Thần thức vô hình*
Cỡi xe bốn rắn
Vô minh quí nuôi
Cho là xe sướng
Thân không thường chủ

Hồn không thường nhà

Ba cõi đều huyễn

Há có nước sao?

Nhận bài kệ xong, bèn dâng tiền vàng một vạn hai nghìn. Phạm chí lại dạy: "Ngươi nhớ bốn vô thường thì tai họa ắt diệt". Vua nói: "Xin vâng, không dám bỏ lời dạy sáng". Rồi đến chỗ cây, vừa đi vừa mỉm cười. A-quần nói: "Mạng nguy bây giờ, sao vui mà cười?" Vua đáp: "Lời đức Thế Tôn, ba cõi ít nghe, nay ta nghe nhớ, mạng nước đáng tiếc gì?". A-quần vòi vĩnh: "Xin nghe lời quí". Vua đem bốn kệ dạy cho. A-quần vừa mừng vừa sợ, khen: "Thế Tôn vòi vọi, nói bốn vô thường, hễ không nghe thấy, ấy gọi trái cuồng".

Liền thả trăm vua, mỗi khiến về nước, A-quần hối lỗi, làm mới nương cây mà ở, ngày nhớ bốn kệ. Khi chết, hồn đi, làm Vương thái tử, lấy vợ không có con trai. Vua lại buồn lo, nhân tìm con gái trong nước, bắt làm con trai. Sau bèn dâm đãng, không theo đạo chân, vua giận xé xác, treo ngã tư đường, ra lệnh người đi đường: "Lấy ngón tay xỉ vào đầu làm nhục". Vừa đúng chín mươi chín người, thái tử mới chết, linh hồn biến hóa luân chuyển không dừng, gặp Phật tại thế, sinh nước Xá-vệ, đã sớm mất cha, cùng mẹ sống cô đơn, thờ đạo phạm chí, tính siêng lời tin, sức dũng địch voi, thầy thương bạn kính, xa gần khen hiền.

Thầy mỗi đi xa, giao nhà cho ở, vợ thầy lòng mê, nắm tay nói lời dâm, dụ dỗ. A-quần từ chối: "Phàm bạn già ở đời, đàn ông là cha ta, đàn bà làm mẹ ta, huống chi thầy là chỗ ta kính trọng, đốt thân có thể làm theo, chứ loạn luân ta không dám thuận. Vợ thầy xấu hổ, lui vào nghĩ kế, chồng về vợ nói: "Chàng khen nó hiền, đủ rõ chàng chưa," rồi nói đủ chuyện lỗi. Nữ yêu (nói) như thật, phạm chí tin theo. Thầy bảo A-quần: "Ngươi muốn làm tiên không?" Đáp: "Dạ muốn". Thầy nói: "Ngươi hãy giết 100 người, chặt lấy ngón tay họ thì được thần tiên ngay". A-quần vâng lệnh cầm dao, gặp người là giết, được chín mươi chín ngón, dân chạy trốn vang cả nước. Thấy mẹ, nó mừng rỡ nghĩ: "Mẹ đến là đủ số, ta làm tiên ngay".

Đức Phật suy nghĩ: "Đạo tà mê người, khắp trời là bọn này", bèn hóa làm sa-môn đến trước mặt nó. Nó nghĩ: "Người này đủ số" rồi đuổi theo mà không kịp, nó nói: "Sa-môn! Hãy dừng lại đi". Đáp: "Ta dừng đã lâu, chỉ ngươi chưa dừng". Nó hỏi: "Dừng nghĩa là gì?" Đáp: "Ác ta đều dừng, ác ngươi còn mạnh". A-quần lòng mở, bỗng như mây tan, năm vóc gieo đất, cúi đầu hối lỗi, chắp tay đi theo về tịnh xá, làm sa-môn. Đức Phật vì nó giảng hạnh kiếp trước, thấy bốn vô thường, đắc quả Dự lưu lui về dưới cây, nhắm mắt chắp tay, luyện bỏ các nhơ, tiến lấy Vô trước.

Vua vời quân sư, mấy vạn chiến sĩ, tìm bắt yêu tặc, chưa biết đi đâu, đường qua chỗ Phật. Phật hỏi: "Vua từ đâu đến, thân lấm bụi bặm?" Vua đáp: "Nước có yêu tặc, giết dân vô số, nay tìm bắt nó". Đức Thế Tôn hỏi: "Hễ dân trước tu đức, mà sau lại chuộng tà thì chính sách trị nước, phép nó thế nào?" Vua đáp: "Trước quí sau hèn, lấy chính mà trị". Hỏi: "Nếu trước mang lòng súc vật mà sau lại giữ đức thánh thì chính pháp thế nào?" Vua đáp: "Trước hèn sau quí, theo chính pháp thì thưởng nó". Đức Phật nói: "Giặc bỏ tà chuộng chân, nay làm sa-môn rồi". Vua khen: "Lành thay Như Lai Vô Sở Trước Chính Chân Đạo Tối Chính Giác Pháp Ngự Nhân Thiên, giáo hoá cao thượng thần diệu đến như thế ư? Trước là sài lang, nay là thiên nhân".

Bèn cúi đầu dưới chân Phật lại khen: "Việc giáo hóa này thật kỳ diệu, xin cho con thấy một lần". Đức Thế Tôn nói: "Được". Vua cùng các quan đến nói: "Hiền giả đức cao, có thể một lần mở mắt để cùng thấy nhau không?" Nói vậy ba lần. A-quần đáp: "Con ngươi mắt ta, sáng chiếu khôn đương". Vua cúi đầu nói: "Ngài mai thiết tiệc mọn, xin đoái đến một lần". A-quần đáp: "Nhà xí ta đến, cung điện thì không". Vua nói: "Thưa vâng".

Bèn về phá nhà xí, đào đất lên, làm cho mới, lấy gỗ chương, gỗ tử, gỗ chiên đàn, làm rường cột, đem nước thơm rải đầy đất, dùng các hương thơm như chiên đàn, tô hợp, uất kim, hóa thành bùn, đem nỉ thêu các chỉ, trải chỗ ngồi và giường nằm chạm trổ điêu khắc, đem các báu vật làm đẹp, sáng trưng rực rỡ, có phần hơn cả cung điện. Hôm sau, Vua tự mình bưng lò hương đi rước. A-quần lên tòa. Vua vén áo đi bằng đầu gối. Cúng dường xong, liền giảng kinh: "Nhà xí hôm qua dơ bẩn, há có thể ở đó ăn cơm?" Vua đáp: "Không thể". Hỏi: "Ngày nay có thể không". Đáp: "Có thể". A-quần nói: "Ta khi chưa gặp Phật còn thờ yêu quỉ, lòng nghĩ, miệng nói, thân làm việc tà, đạo tà làm dơ, nên chúng hôi hám quá hơn nhà xí kia. Phân hôi có thể rửa, còn nhuốm dơ khó trừ, nhưng nhờ phúc trước sinh gặp thời Phật, được tắm gội bằng giáo hóa trong sạch, bỏ hôi xức thơm, trong ngoài trong sạch như chơn châu cõi trời. Hễ người không gặp Phật, không nghĩ bốn vô thường, xem chí thú họ như kẻ điên uống rượu say, không gần người hiền, lại nương mười ác, kẻ ấy cùng sài lang một cũi. Vua nói: "Lành thay! Lạ thay sự giáo hoá của đức Phật, mới khiến mùi hôi nhà xí, thành hương thơm chiên đàn." Giảng kinh xong, đi ngang qua chợ, nghe có người đàn bà sinh ngược, mạng chỉ trong hơi thở, liền về thưa với Phật mọi việc. Phật dạy: "Ngươi đến sinh cho người ấy", A-quần thẹn thùng. Đức Thế Tôn nói: "Ngươi nhìn người để nói: "Ta từ sinh ra đến nay thương mến chúng sinh, thấm khắp đất trời, mẹ con người đều an toàn". Nhận lời dạy rồi ra đi, đến nói ơn Phật, mẹ con đều sống. Trên đường trở về, ngỡ mình khốc ngược giết người mà nói thương khắp. Bèn cúi đầu hỏi. Đức Phật bảo A-quần: "Ngày lòng phàm ngươi mở nhận đạo, có thể gọi là người mới sinh, không gặp ba ngôi báu, chưa thọ giới trọng, như trẻ thơ còn trong thai, tuy có mắt nào có thấy gì, có tai nào có nghe gì nên nói chưa sinh". A-quần lòng mở, liền đắc quả A-la-hán.

Đức Phật bảo các tỳ-kheo: "Phổ Minh xưa ấy là thân ta, đời trước ta dạy vị ấy bốn câu kệ. Một lần cứu sống trăm vua, khiến nay đắc đạo, không chịu tội nặng. A-quần kiếp trước từng làm tỳ-kheo, vác một hộc gạo đem để trong chùa, trên đó làm một con dao, vui vẻ ca ngợi đức Thế Tôn, cúi đầu lạy mà đi. Vác gạo nên được nhiều sức, trên làm con dao nên nay được nhiều báu, vui vẻ nên được đoan chính, ca ngợi đức Thế Tôn nên được làm vua, làm lễ Phật nên được người trong nước lạy, 99 người xỉ vào đầu cho đến chết, là trả oán trước chặt ngón tay họ. Người sau muốn xỉ nữa, nhưng thấy đã chết, vì thấy sa-môn, liền có tâm lành. Người sau ấy là mẹ, ban đầu có ý ác, nên ban đầu A-quần cũng có ý ác, vừa thấy sa-môn liền có lòng từ, nên vừa gặp Phật liền có hiếu. Gieo giống rặt thì được rặt, gieo giống lộn thì được lộn, lành ác đã làm, họa phúc liền theo, như bóng đuổi hình, như vang đáp tiếng, đều có nguyên do, chứ không phải là tự nhiên. Các tỳ-kheo nguyện rằng: "Khiến người gặp Phật, đắc đạo được như sở nguyện, cúng dường ba ngôi báu, dẫu của như tơ tóc. Sa-môn đem lòng từ chú nguyện cho người cúng dường, nói như lời người ấy nói, được cả vạn không sót người nào.

Hạnh giữ chí vô bờ của Bồ-tát, giữ giới như vậy.

QUYỂN NĂM
CHƯƠNG III
NHẪN NHỤC VÔ BỜ

Nhẫn nhục vô bờ là thế nào? Bồ-tát nghĩ sâu: "Thần thức chúng sinh vì si tự ngăn, cống cao tự đại, thường muốn hơn người, quan tước, đất nước, của đẹp sáu tình, tự mình chuyên muốn. Nếu thấy người có, kẻ ngu tham ganh, tham ganh bên trong, sận giận bên ngoài, làm không biết dừng, kẻ ấy điên say, mãi sống mù tối, luân chuyển năm đường, núi Thái thiêu đốt, ngạ quỉ súc sinh, khổ chất vô lượng." Bồ-tát thấy vậy tỉnh thức, buồn bã than rằng: "Chúng sinh sở dĩ mất nước hư nhà, nguy thân diệt tộc, sống mắc nạn ấy, chết tội ba đường, đều do không hay giữ nhân làm từ, khiến phải như thế." Bồ-tát hiểu rõ, tự thề: "Ta thà chịu nước sôi lửa bỏng, tàn khốc, băm thân làm mắm đau khổ, chứ không sân giận gây độc hại cho chúng sinh. Phàm nhẫn điều không thể nhẫn, là gốc của muôn phước. Từ khi hiểu biết như vậy về sau, đời đời thường làm nhân từ. Chúng sinh có mắng chửi, đánh đập mình, đoạt của báu, vợ con đất nước, làm nguy thân hại mạng, Bồ-tát liền dùng cái phúc của sức nhẫn nhục chư Phật mà trừ diệt độc sân giận, từ bi thương xót tìm đến cứu giúp, đến khi khỏi tội, thì mới vui vẻ".

KINH SỐ 42

Xưa có Bồ-tát, thấy đời bẩn thỉu, vua tôi vô đạo, bỏ chính theo tà, khó đem đạo dạy, nên mới che khôn dấu bóng, ẩn nơi gò mả, tập hạnh nhẫn nhục.

Gò mả có con bò con, Bồ-tát thường lấy phân, nước tiểu nó để ăn uống, kéo dài mạng sống. Trần truồng suy tư, nhan sắc xấu đen, mọi người đều ghét. Quốc nhân thấy vậy bèn kháo nhau rằng: "Chỗ ấy có quỉ". Ai thấy cũng chửi rủa liệng ném đất đá. Bồ-tát không mảy may sân giận, lòng từ thương xót nói: "Khổ thay bọn nầy! Không hiểu kinh Phật nên làm ác như vậy". Bèn thề: "Nếu khi ta thành đức Như Lai Vô Sở Trước Chính Nhân Giác Đạo nhất định sẽ độ họ".

Hạnh pháp nhẫn vượt bờ của Bồ-tát, nhẫn nhục như vậy.

KINH SỐ 43

Xưa có Bồ-tát tên Thiểm, thường mang lòng từ rộng lớn thấm khắp chúng sinh, thương xót lũ ngu không thấy Ba báu, bèn đem cha mẹ vào ở núi đầm.

Cha mẹ tuổi già, đôi mắt hết sáng, Thiểm lấy làm buồn, nói đến rơi lệ. Đêm thường ba lần dậy, thăm hỏi hàn huyên. Nết hạnh chí hiếu, tiếng thơm bay khắp. Thần đất, rồng biển, cả nước đều biết. Thiểm thờ Phật, giữ mười lành, không giết chúng sinh, không nhặt của rơi ngoài đường, giữ trinh không vợ, các họa về thân đều dứt. Hai lưỡi, chửi mắng, nói dối, nói thêu dệt, khen chê tà vạy, lỗi miệng đều diệt. Những uế trong lòng, tham ăn ganh giận, tâm bẩn đều diệt. Tin làm lành có phúc, làm ác chịu họa, lấy tranh làm nhà, rơm rác làm chiếu, thanh tịnh vô dục, chí như vàng trời.

Núi có con suối, giữa dòng sen mọc, các trái ngon ngọt ra quanh trên bờ. Sáng dậy, hái quả, chưa từng thử trước. Đức nhân chiếu xa, cầm thú nương nhờ.

Một lần cha mẹ khát, Thiểm đi lấy nước. Vua nước Ca-di vào núi săn bắn, lắp tên giương cung, bắn vào nai núi, nhằm trúng ngực Thiểm. Tên độc thấm vào, đau nhức khôn tả, ngoái nhìn hai bên, khóc lóc nói lớn: "Ai lấy một mũi tên mà giết ba đạo sĩ? Cha mẹ tôi tuổi già lại bị mù lòa, một buổi không có tôi, thì ắt phải chết". Rồi cất tiếng than: "Con voi vì ngà, tê giác vì sừng, chim trả vì lông. Còn tôi không có ngà, sừng, hay bộ lông rực rỡ, sao lại phải chết như vậy?" Vua nghe tiếng than, xuống ngựa hỏi: "Ngươi ở núi sâu ư?" Thiểm đáp: "Tôi đem cha mẹ vào ở núi này, bỏ hết dơ, học lên chí đạo". Vua nghe Thiểm nói, nghẹn ngào rơi lệ, rất đau xót nói: "Ta vì bất nhân, giết oan mạng vật lại giết người chí hiếu". Rồi cất tiếng than: "Sao lại thế này?" Quần thần lớn nhỏ, không ai là không nghẹn ngào. Vua lại nói rằng: "Ta đem cả nước cứu mạng ngươi đây. Hãy chỉ cha mẹ ngươi ở đâu, ta muốn tạ tội". Thiểm nói: "Hãy theo đường mòn cách đây không xa, có một lều tranh, song thân ở đó, vì ta thưa lại, từ nay vĩnh biệt, mong sống hết năm thừa, xin cẩn trọng đừng luyến tiếc". Nói xong lại khóc, lặng lẽ mà chết. Vua cùng quân sĩ lại thêm thổn thức, tìm đường Thiểm chỉ, đến chỗ cha mẹ của Thiểm. Vua và tùy tùng đi đông, cây cỏ xào xạc thành tiếng. Cha mẹ Thiểm nghe, nghi có người lạ hỏi: "Hành giả là người nào vậy?" Vua nói: "Ta là vua nước Ca-di". Cha mẹ Thiểm nói: "Vua đến đây tốt quá, nhà chỉ có chiếu cỏ, xin ngài nghỉ mát và quả ngọt xin dùng, con tôi đang đi lấy nước, nó sẽ về ngay bây giờ". Vua thấy cha mẹ Thiểm đem lòng thương đợi con, lại càng nghẹn ngào. Vua bảo cha mẹ Thiểm: "Ta thấy hai đạo sĩ, lấy lòng thương đợi con, lòng ta đau xót vô lượng, con của đạo sĩ là Thiểm ta bắn chết rồi". Cha mẹ Thiểm kinh hải hỏi: "Con tôi tội gì mà giết nó? Con tôi tính nết nhân từ, đạp đất còn sợ đất đau, nó có tội gì mà vua giết nó?" Vua nói: "Người con chí hiếu, thật bậc thượng hiền. Tôi đi bắn nai, chẳng may trúng nhầm". Cha mẹ Thiểm nói: "Con tôi chết rồi, biết nương tựa ai, chắc tôi nay chết. Xin Đại vương dẫn hai thân già này, đến nơi để xác con tôi, để thấy rồi chết, hầu được chung mồ". Vua nghe lời cha mẹ Thiểm, càng đau xót thêm. Rồi, tự mình dắt cha mẹ Thiểm đến chỗ tử thi. Người cha lấy đầu áp trên đầu gối con, còn người mẹ ôm lấy chân, hôn chân con thành tiếng, cả hai lấy tay rờ trên vết tên, rồi đấm ngực đập má ngửa đầu kêu: "Thần trời thần đất ơi! Thần cây, thần suối ơi! Con tôi là Thiểm, thờ Phật tin pháp, tôn trọng người hiền, hiếu với mẹ cha, chỉ ôm lòng nhân rộng lớn, thấm đến cỏ cây." Lại nói: "Nếu con xét thật lòng thờ Phật, chí hiếu vang động tới trời, thì tên phải bật ra, nọc độc tiêu hết, con được sống lại, làm nốt hạnh chí hiếu. Còn nếu hạnh con không thể và lời cha mẹ không thật thì xin sẽ chết thành ra tro đất".

Trời Đế Thích và Tứ thiên vương, thần đất, rồng biển, nghe tiếng khóc than của cha mẹ Thiểm thì tin lời nói ấy, không ai là không buồn bã. Đế Thích hóa thân xuống, gọi cha mẹ Thiểm bảo: "Người con chí hiếu ấy ta có thể làm sống được". Bèn lấy thuốc trời đổ vào miệng

Thiểm, bỗng Thiểm sống lại. Thiểm và cha mẹ cùng vua quan buồn vui lẫn lộn, tất cả bật khóc. Vua nói: "Do đức thờ Phật, chí hiếu, nên mới được vậy", rồi ra lệnh cho quần thần: "Từ nay về sau nhân dân cả nước đều phải thờ Phật và mười đức lành, tu theo hạnh chí hiếu của Thiểm. Cả nước làm theo, sau đó nước giàu dân mạnh, bèn được thái bình.

Phật bảo các tỳ-kheo: "Ta đời đời thờ hạnh chí hiếu của chư Phật, đức cao phúc lớn nên thành bậc trời trong các trời, riêng đi trong ba cõi. Thiểm bấy giờ là ta, còn quốc vương là A-nan. Cha Thiểm nay là cha ta, còn mẹ Thiểm nay là Xá Diệu mẹ ta, trời Đế Thích là Di-lặc.

Hạnh pháp nhẫn vượt bờ của Bồ-tát, nhẫn nhục như vậy.

KINH SỐ 44

Xưa có Bồ-tát, bấy giờ là phạm chí, tên Sàn-đề-hòa, ở tại núi đầm, ngồi thiền dưới cây, lấy trái rừng nước suối làm thức ăn uống, gột hết lòng dơ, ở chỗ vắng lặng, sáu thông rộng rõ, đều được biết hết. Trí tuệ tiếng tăm thơm bay, nghe khắp tám phương trên dưới. Mười phương chư Phật, Duyên giác, A-la-hán và thánh chúng không ai là không khen ngợi. Phạm Vương, Đế Thích, Tứ thiên vương, rồng biển, thần đất, sớm tối chầu chực, chắp tay cúi đầu, vâng lời theo cách, ủng hộ nước ấy, mưa gió đúng thời, ngũ cốc được mùa, độc tiêu nạn hết, vua tôi giàu thịnh.

Vua có tên Ca-lê, vào núi săn bắn, đuổi theo bầy nai, theo dấu chân chúng, đi qua trước mặt Bồ-tát. Vua hỏi đạo sĩ: "Dấu thú qua đây, chúng về hướng nào?" Bồ-tát lặng nghĩ: "Chúng sinh rối loạn, chỉ vì thân mạng, tham sống sợ chết, lòng ta nào khác. Nếu ta bảo vua, thì ngược sát bất nhân, tội giống như vua. Nếu nói không thấy, thì mang tội dối vua". Trong lòng bèn lên, cúi đầu không nói, vua liền nổi giận nói: "Kẻ ăn mày này phải chết, ta hiện là đế vương, cả nước tôn trọng, mà hỏi chẳng trả lời đúng lúc, lại giả bộ cúi đầu ư?". Nước đó cho khảy móng tay là nói không. Bồ-tát buồn bã, khảy móng tay nói: "Không biết". Bèn bày tỏ với vua là không thấy. Vua nói: "Dấu thú qua đây, mà nói không thấy, thế vua tự do không thể giết ngươi sao?" Bồ-tát nói: "Tôi nghe vua đây". Vua hỏi: "Ngươi là ai?" Đáp: "Tôi là người nhẫn nhục". Vua giận rút kiếm, chém cánh tay phải. Bồ-tát nghĩ: "Chí ta chuộng đạo, không tranh với đời, mà vua này còn chém ta, huống gì là dân chúng ư. Nguyện ta thành Phật, tất độ cho người này trước, không để chúng sinh, bắt chước làm ác". Vua lại hỏi: "Ông là người nào vậy?" Bồ-tát đáp: "Tôi là người nhẫn nhục". Vua lại chặt cánh tay trái. Mỗi hỏi là mỗi chặt, chặt chân, cắt tai, cắt mũi, máu chảy như suối, đau đớn vô cùng. Trời đất vì thế chấn động, mặt trời không sáng. Tứ thiên vương đều đến nơi, đồng thanh giận dữ nói: "Vua này tàn ác không ai sánh bằng", liền gọi đạo sĩ bảo: "Đừng vì vậy mà vấy lòng, chúng tôi sẽ giết vua này và vợ con nó, tóm diệt cả nước để nêu rõ cái ác của nó". Đạo sĩ đáp: "Sao lại nói thế?" Tai ương này do ta đời trước không vâng lời Phật dạy, làm độc hại ông ấy. Làm ác, họa theo như bóng đuổi hình vậy. Xưa gieo ít, mà nay gặt nhiều. Nếu ta thuận theo ý các vị thì họa như đất trời, nhiều kiếp chịu tội, há có thể hết được sao?"

Nhân dân thấy biến, chạy đến thú tội, đồng thanh nói: "Đạo sĩ ở đây, ơn lớn khắp nước, cầu khởi tai ương, trừ được dịch họa, mà ông vua quá ngu si này không biết phải trái, không hiểu tới lui, làm ác với bậc thánh, nguyện xin Thánh nhân đừng đem chúng tôi tâu lên Thượng đế". Bồ-tát đáp: "Vua đem điều ác không tội làm khốn thân ta, lòng ta vẫn thương, như mẹ hiền thương con đỏ vậy, chứ dân chúng có lỗi gì mà ta lại oán sao. Nếu còn ngờ vực thì các ngươi cầm cánh tay ta đã bị chặt đem đây". Dân chúng cầm lấy, dòng sữa vọt ra. Bồ-tát nói: "Vì ta có lòng thương của mẹ hiền, nên nay bằng chứng ấy hiện ngay đây". Dân chúng thấy bằng chứng rộng lớn, không ai là không vâng theo lời dạy, vui vẻ ra về.

Bồ-tát có em, cũng hiểu nguồn đạo, ở ngọn núi khác, dùng thiên nhãn nhìn khắp, thấy trời thần quỉ rồng bàn: "Vua ác không ai là không căm giận". Sợ anh có lòng tổn đức, bèn dùng thần túc đến chỗ người anh hỏi: "Những vết thương ấy có đau đớn không?" Bồ-tát đáp: "Không! Nếu em muốn biết bằng chứng của ta, thì hãy đem tay, chân, tai, mũi bị cắt lắp vào chỗ cũ, nếu liền lại thì là bằng chứng của ta".

Người em đem nối, nó liền như cũ. Anh nói: "Bằng chứng lòng thương rộng lớn của ta nay đã rõ". Trời thần, thần đất không ai là không vui vẻ, cúi đầu ca ngợi, cùng nhau khuyên dạy, chí hướng đến chỗ hạnh cao, thọ giới rồi lui. Từ đó về sau, trời trăng không sáng, năm sao mất chừng, yêu quái quấy nhiễu, trời đất khô hạn, gạo lúa hiếm quí, dân chúng khốn cùng, oán hận vua ấy.

Đức Phật bảo các tỷ-kheo: "Sàn-đề-hòa bấy giờ là thân ta, người em là Di-lặc, ông vua nay là La-hán Câu-lân".

Hạnh pháp nhẫn vô bờ của Bồ-tát, nhẫn nhục như vậy.

KINH SỐ 45

Xưa có Bồ-tát sinh trong nhà nghèo, nhà nghèo không nuôi, lấy tã quấn lại, đêm đến không người, lặng lẽ để ở ngã tư đường, cùng một nghìn tiền để trên đầu bé.

Tục nước hôm ấy là ngày lành, cả nước tổ chức dã hội. Quân tử tiểu nhân, mỗi người theo nhóm, chưng diện vui chơi. Phạm chí thấy cuộc chơi ca ngợi người dự hội: "Tốt thay những người dự hội hôm nay, riêng có kẻ như lúa canh ròng trắng không có lẫn lộn, mùi vị thơm tho. Nếu hôm nay ai sinh con trai hay gái thì vừa quí lại hiền". Trong đám có một nhà giàu cô độc không con nối dõi, nghe vậy thầm vui, sai người đi bốn phương tìm đứa con nào bị đem bỏ. Sứ giả hỏi người đi đường: "Thấy có đứa con nào đem bỏ không?" Người đi đường nói: "Có bà mẹ góa nhặt được rồi". Sứ giả tìm đến, biết được chỗ ở nói: "Tôi nhà giàu, mà vô tự, nếu bà đem đứa bé ấy cho tôi, thì có thể được nhiều của báu". Bà mẹ trả lời: "Được". Họ để tiền lại rồi, đem đứa bé theo. Bà còn muốn đòi thêm hàng hóa và liền được như ý.

Nuôi bé mấy tháng, thì người vợ mang thai nói: "Ta vì vô tự nên nuôi trẻ khác dòng. Nay trời ban phúc cho ta, thì trẻ này dùng làm gì". Bèn lấy tả gói lại, đêm đem bỏ vào hố, bầy dê nhà hằng ngày đến cho bé bú. Người chăn dê tìm xem, thấy bé, liền than: "Vì sao Thượng đế để rơi con mình ở đây?" bèn đem về nuôi, lấy sữa dê cho uống. Người nhà giàu biết được vặn hỏi: "Vì sao ngươi lấy trộm sữa?" Người chăn dê trả lời: "Tôi nhặt được đứa con rơi của Trời nên lấy sữa dê nuôi nó". Người nhà giàu buồn bã hối hận đem về nuôi, được mấy tháng, thì người vợ sinh đứa con trai. Niệm ác lại sinh, lại làm như trước, lấy tả gói lại, đem bé đặt vào trong vết bánh xe. Lòng bé nhớ Phật và ba ngôi báu, thương đến cha mẹ. Sáng sớm hôm sau mấy trăm xe của lái buôn đi ngang qua đó, trâu tới không chịu bước lên. Lái buôn xuống xem nguyên do, thấy đứa bé cả kinh nói: "Con vua Trời cớ sao lại ở đây?" bèn ẵm vào xe, trâu bước lên như nước chảy.

Đi được hai mươi dặm, thì cho trâu nghỉ. Bên quán có bà mẹ côi đến xin lái buôn, nói: "Cho tôi đứa bé để giúp thân già nghèo". Lái buôn bồng cho. Người mẹ nuôi chưa bao lâu, nhà giàu lại nghe, buồn thương nói: "Ta bất nhân, giết hại đức trời vậy sao?" Rồi lại đem của báu đến xin đứa bé về nhà, nghẹn ngào tự trách, bình đẳng nuôi hai đứa bé. Trong khoảng mấy năm, thấy trí bé biến hóa dọc ngang kỳ lạ, niệm ác lại sinh, nghĩ: "Nó thông minh quá đỗi, con ta chắc thua, phải trừ khử". Lại quấn tả đem lên núi, bỏ trong bụi tre, không cho ăn tất phải chết. Đứa bé dấy lòng từ nghĩ: "Sau này thành Phật, ắt cứu các khổ".

Gần núi có khe suối, đứa bé tự sức mình lay, từ bụi tre rớt xuống, lần hồi đi đến bờ suối. Cách suối hai mươi dặm, có người vác tử thi và đông đảo người đi kiếm củi, xa thấy đứa bé, đến xem rồi than: "Thượng đế đánh rơi con mình ư?" Rồi bồng về nhà nuôi. Nhà giàu lại nghe, hối hận như trước, lại đem của báu nổi tiếng xin về, thương xót khóc lóc. Lại dạy viết, đếm, trông trời xem đất, kỹ thuật các đạo, trông qua liền giỏi. Bé bẩm tính nhân hiếu, nói nhằm dẫn dạy. Người trong nước khen là thánh, Nho sĩ tụ về. Người cha lại sinh niệm dữ, tính ác càng nặng.

Trước nhà, cách thành bảy dặm có một thợ rèn. Người nhà giàu muốn giết đứa bé, viết thư sai thợ rèn rằng: "Xưa tôi nuôi đứa bé này. Từ khi nó vào nhà, bệnh tật xảy ra luôn, của hao, vật chết, thầy bói xem nói: "Đứa bé này gây họa đó. Vậy thu đến, thì mau bắt nó quăng vào lửa". Rồi giả bộ bảo đứa bé rằng: "Ta nay xế bóng, lại bị bệnh nặng, vậy con đến chỗ thợ rèn, kê rõ tiền của báu vật. Đó là của trọn đời của con". Đứa bé vâng lời ra đi. Ở trong cửa thành, nó thấy đứa em cùng bọn trẻ chơi trò bắn bi, đứa em nói: "Anh đến, thật may cho em. Anh hãy vì em đánh bại tụi nó". Người anh nói: "Cha sai anh phải đi". Đứa em nói: "Để em đi cho". Bèn giật bức thư, đi đến chỗ thợ rèn. Thợ rèn theo thư, bắt đứa em quăng vào lò lửa. Người cha lòng bồn chồn, lo sợ sai người đi tìm con. Sứ giả thấy đứa anh hỏi: "Em đi đâu rồi?" Đứa anh cứ như thật trả lời và trở về trình bày. Người cha chạy ngựa đuổi theo con, nhưng nó đã ra tro rồi. Người cha vật mình kêu trời, tức khí uất nghẹn thành ra bệnh nặng. Niệm độc lại sinh, nói: "Ta giờ vô tự, thì chẳng dùng đứa bé ấy làm gì, chỉ muốn giết đi".

Người cha có một nhà kho cách xa kinh đô nghìn dặm, bèn bảo đứa trẻ ấy: "Bọn kia phá tán gia tài ta, vậy con đến đó tính xem, nay ta cho con nhà kho đó, có bức thư giấu trong bao sáp ong, con hãy mau ra đi". Trong thư lén dặn: "Nếu đứa trẻ này đến, mau lấy đá cột vào nó, rồi dìm xuống vực sâu". Đứa bé nhận lệnh, cúi đầu chào, cưỡi ngựa nhẹ nhàng ra đi. Giữa đường gặp một phạm chí ở xa, cảm phục người cha, thường nhiều lần đưa thư qua lại hỏi nhau. Phạm chí có người con gái. Cô gái vừa hiền lành lại thông minh, biết rõ cát hung, coi được thiên văn. Cậu đi đến chỗ ở phạm chí, nghĩ: "Cha ta là chỗ thân tình với phạm chí, chính nghỉ tại đây". Bèn gọi người đi theo nói: "Nay ta muốn qua chào hỏi, có nên không?" Kẻ tùy tùng nói: "Tốt!". Liền qua chào hỏi. Phạm chí vui vẻ nói: "Con anh ta đến kìa! Bèn ra lệnh học sĩ, nho sinh và bậc kỳ đức bốn phương họp lại, mở yến tiệc vui chơi, cùng bàn luận những điểm nghi ngờ", không ai là không hớn hở. Trọn ngày suốt đêm ai cũng mệt ngủ. Cô gái lén nhìn người con trai, thấy lưng đeo túi đựng bức thư. Cô lặng lẽ lấy ra, về xem lời thư ấy, cô buồn bã than: "Yêu quỷ nào đây mà giết hại người thân đến như thế này?" Cô bé xé thư rồi viết lại bức khác. Lời thư rằng: "Tôi tuổi xế chiều, bệnh nặng ngày một tăng, phạm chí kia là bạn thân của tôi, có người con gái đã hiền lại thông minh, nay có thể tính cho thành gia thất. Hãy sắm đủ hết châu báu, vải vóc, đến hỏi, lo đủ lễ hỏi, lễ cưới, ngày cưới thì căn cứ lời dặn thư này". Viết thư xong, mở phong bì, dán lại như cũ.

Sớm hôm sau, cậu lên đường. Phạm chí và các nhà Nho không ai là không đi theo khen ngợi. Người ở nhà kho nhận thư, vâng lệnh sắm đủ lễ vật đến nhà phạm chí. Vợ chồng Phạm chí bàn nhau: "Phàm việc hôn nhân, ban đầu phải chọn người đi hỏi tên, xem tuổi. Nếu bên kia họ sắm đủ lễ vật, thì ta mới hứa. Nay đàng trai không có mai mối, mà lại mang sính lễ đến, há chẳng phải là họ khinh mạn ta sao?" Rồi trở vào nằm nghỉ: "Nam nữ làm bạn với nhau từ xưa đã thế. Trai hiền, gái trinh thật cũng khó gặp". Bèn nhận lễ và họp cả họ hàng lại. Chín họ đều khen: "Lễ sang truyền đời".

Lễ cưới đã xong, người ở nhà kho về báo nhà giàu. Ông ấy nghe rồi bệnh uất rất nặng. Cậu nghe cha bệnh, nghẹn ngào nói: "Mạng này khó giữ, như huyễn chẳng thật". Phạm chí muốn chọn ngày lành mới cho trở về. Bồ-tát lòng đau, không nghe theo lời. Đem vợ trở về, lên nhà cúi đầu lạy cha. Vợ theo lạy hai lạy đã khóc, bước lên ba bước lại lạy, xưng tên: "Con là...vợ của con trai cha. Cha mẹ cưới con là... phải phụng thờ tổ tiên, làm kẻ nâng khăn sửa túi, trọn lễ hiếu đạo. Nguyện cho đại nhân hết bệnh được phúc, giữ mãi tuổi thọ không hết, cho con thỏa lòng, có được cái đức của người dâu hiếu". Người nhà giàu phát phẫn, uất nghẹn mà chết. Bồ-tát khâm liệm tống táng một cách thương đau ái mộ. Cả nước đều khen là hiếu. Tang xong, bèn tu hành, tiếng thơm bay khắp mười phương.

Đức Phật bảo các tỳ-kheo: "Đồng tử ấy là thân ta, người vợ là Câu-di, còn nhà giàu là Điều-đạt".

Hạnh pháp nhẫn vô bờ của Bồ-tát, nhẫn nhục như vậy.

KINH SỐ 46

Xưa có Bồ-tát làm đại quốc vương, thường đem lòng tứ đẳng, nuôi giúp chúng sinh, tiếng đồn xa gần, không ai là không khen ngợi.

Người cậu cũng làm vua ở một nước khác, tính tham, không biết hổ thẹn, lấy hung ác làm sức mạnh, nhiều kẻ sĩ đều than trách. Bồ-tát giữ lòng nhân huệ của trời đất. Còn người cậu thì dối trá, vu khống chê bai, tạo mối hiềm khích, khởi binh muốn chiếm nước của Bồ-tát. Bồ-tát cùng các quan bàn, thà làm người nhân như trời mà hèn, chứ không làm giống sài lang mà sang. Dân nói: "Thà làm súc sinh mà có đạo, chứ không làm người dân mà vô đạo". Rồi tuyển võ sĩ, dàn quân sắp đội ngũ. Quốc vương lên đài xem thấy quân tinh nhuệ dày đặc, khóc lóc rơi lệ, ràn rụa nói: "Vì ta một thân mà giết dân cả triệu mạng. Nước mất khó phục, thân người khó được, ta trốn tránh, đất nước được yên, không còn ai hoạn nạn?". Vua cùng nguyên phi giao nước đi mất. Người cậu vào ở trong nước, dùng chính sách tham tàn, giết người trung trinh, tiến kẻ nịnh hót. Chính trị hà khắc, dân chúng khốn cùng, oán khóc khắp nơi. Họ nhớ thương vua cũ như con hiếu nhớ cha mẹ hiền.

Vua cùng nguyên phi ở trong rừng núi. Biển có rồng tà, thích sắc đẹp của nguyên phi, bèn hóa làm phạm chí, giả bộ chắp tay tréo chân, cúi đầu lặng yên suy nghĩ như một đạo sĩ khi ngồi thiền định. Vua thấy vui mừng, hàng ngày hái quả cúng dường, Rồng rình lúc vua đi, đến bắt trộm nguyên phi, đem về biển ở. Đường do lối mòn kẹp giữa hai núi. Núi có chim lớn, xòe cánh bít đường, cùng rồng đánh nhau. Rồng làm sấm sét, đánh chim rơi mất cánh phải, rồi đem nguyên phi về biển.

Vua hái trái về không thấy nguyên phi, buồn bã nghĩ: "Ta trước làm quấy, tội vạ dồn đến vậy sao?" Bèn cầm cung mang tên, đi qua các núi tìm kiếm nguyên phi. Thấy có dòng thác, liền tìm tận nguồn, thấy một khỉ lớn đang rất buồn thương. Vua buồn rầu hỏi: "Ngươi sao buồn vậy?" Khỉ đáp: "Tôi cùng người cậu hợp nhau làm vua, cậu ỷ thế mạnh, đoạt hết đàn, tôi chỉ kêu than, chứ biết kiện ai. Còn ông vì sao mà đến chỗ núi non hiểm trở này?" Bồ-tát đáp: "Ta với ngươi có nỗi buồn như nhau, ta mất nguyên phi, chưa biết đi đâu". Khỉ nói: "Ông giúp tôi đánh, phục hồi đàn tôi, thì tôi sẽ tìm nguyên phi cho ông, cuối cùng chắc là kiếm được". Vua đồng ý nói: "Được".

Hôm sau, khỉ cùng cậu nó đánh nhau. Vua lấy cung lắp tên, xoạc chân giương tay lấy thế giương cung. Cậu khỉ từ xa run sợ, trốn chạy tán loạn. Vua khỉ, đàn về, ra lệnh cho đàn: "Nguyên phi vua người, lạc ở núi này, các ngươi hãy đi khắp nơi mà tìm". Đàn khỉ mỗi mỗi ra đi. Gặp chim đau cánh. Chim hỏi: "Các người tìm gì?" Đáp: "Vua người mất nguyên phi, chúng tôi đi kiếm". Chim nói: "Rồng nó bắt trộm rồi. Sức tôi không bằng nó, nay nó đang ở trong biển, trên cồn lớn". Nói xong chim chết. Vua, khỉ dẫn cả đoàn theo đường mòn đến biển. Đang lo không có gì để qua biển, thì trời Đế Thích bèn hóa làm khỉ, thân hình ghẻ lác đến, nói: "Nay quân sĩ nhiều, quá hơn cát biển, thì lo gì không qua được cồn bên kia. Bây giờ mỗi con hãy vác đá lấp biển, có thể làm thành núi cao, thì không chỉ đến cồn kia mà thôi". Vua khỉ bèn phong nó làm giám chúng làm theo mưu nó, vác đá thành công. Cả đàn đi qua được, vây cồn lớp lớp. Rồng làm mù độc, đàn khỉ đều bịnh, không con nào không lăn xuống đất. Hai vua buồn bã, khỉ nhỏ lại nói: "Tôi làm cả đàn lành bệnh, khỏi nhọc vua lo". Bèn lấy thuốc trời đổ vào trong mũi, cả đàn hắt hơi đứng lên, sức mạnh hơn trước. Rồng biển nổi gió đẩy mây che mặt trời, xẹt chớp lòa biển, sấm sét ầm ầm rung trời chuyển đất. Khỉ nhỏ lại nói: "Vua người bắn giỏi, hễ chỗ có chớp, đó là con rồng, hãy bắn mũi tên để trừ hung bạo, đem phúc cho dân, thánh hiền không oán". Tia xẹt chớp lòa, vua bèn phóng tên, trúng ngay ngực rồng. Rồng bị bắn chết, đàn khỉ khen hay. Khỉ nhỏ rứt khóa cửa rồng, mở cửa đem nguyên phi ra, trời quỉ đều vui. Hai vua cùng về núi mình, cùng nhau từ tạ, nhún mình nhường nhau. Gặp lúc vua cậu chết, không con nối dõi, dân chúng chạy khắp, tìm kiếm vua cũ. Nơi chỗ núi non hiểm trở, vua tôi gặp nhau, thương khóc rồi về, được luôn nước cậu, triệu dân vui mừng chúc thọ vạn tuế.

Vua đại xá, cai trị khoan hồng. Lòng dân hớn hở, vừa đi vừa mỉm cười. Vua nói: "Vợ lìa chỗ chồng, đi riêng một đêm, người ta cũng nghi, huống là cả nửa tháng sao? Ta trả em về cho giòng họ em, việc ấy hợp với lễ xưa". Nguyên phi nói: "Tôi tuy ở trong hang thú dơ bẩn, nhưng cũng như hoa sen ở trong bùn lầy. Nếu lời tôi có chứng, thì xin đất nứt ra." Nói xong, đất nứt. Nguyên phi nói: "Chứng ta đã hiện". Vua nói: "Lành thay! Trinh khiết là hạnh sa-môn".

Từ ấy trong nước, người buôn nhường lời, kẻ sĩ từ quan, sang hay nhịn hèn, mạnh không hiếp yếu, ấy là do vua cảm hóa. Dâm phụ đổi nết, chịu nguy mình để giữ trinh, kẻ dối trá chuộng trung tín, đứa xảo ngụy giữ chân thật, đó là do nguyên phi cảm hóa.

Đức Phật bảo các tỳ-kheo: "Quốc vương bấy giờ là thân ta, nguyên phi là Câu-di, cậu là Điều-đạt, trời Đế Thích là Di-lặc.

Hạnh pháp nhẫn vô bờ của Bồ-tát, nhẫn nhục như vậy.

KINH SỐ 47

Xưa có Bồ-tát làm thân con vượn, sức coi bầy nhỏ, minh triết hơn người, thường đem lòng thương cứu giúp chúng sinh. Ở tại núi sâu, leo cây hái trái, thấy trong hang núi, có người rớt xuống, không thể lên được, khóc la mấy ngày kêu trời xin sống. Vượn nghe tiếng khóc, động lòng rơi lệ, nghĩ: "Ta thề thành Phật, chỉ vì bọn này. Nay không đem người này ra, nó ắt chết mất. Ta phải tìm đường xuống hang cõng nó ra".

Bèn xuống hang sâu, bảo người cõi mình rồi vịn cỏ leo lên núi, đặt xuống chỗ đất bằng, chỉ cho đường mòn, rồi nói: "Anh theo đường đó đi về. Sau khi chia tay, cẩn thận đừng làm điều ác." Vượn đem người ra quá mệt, đến chỗ trống nằm nghỉ. Người ấy nghĩ: "Ở hang đói khát, nay ra cũng vậy, có khác gì đâu. Lòng nghĩ phải giết con vượn, ăn thịt, để cứu mạng mình, cũng không phải là nên lắm sao?" Bèn lấy đá đập đầu vượn, máu phun đỏ đất. Vượn đang nằm cả kinh thức dậy, leo vội lên cây, lòng không ý giận, chỉ mến yêu thương xót, buồn kẻ mang lòng ác. Nó tự nghĩ: "Sức ta không thể độ được thì nguyện kiếp sau thường gặp chư Phật, tin nhận đạo giáo, thực hành để được độ, đời đời không có niệm ác như người này vậy".

Đức Phật bảo các tỳ-kheo: "Con vượn chính là thân ta, người ở trong hang là Điều-đạt .

Hạnh pháp nhẫn vô bờ của Bồ-tát, nhẫn nhục như vậy.

KINH SỐ 48

Xưa có Bồ-tát cùng A-nan bị tội phải làm rồng. Một con rồng nói: "Tôi với anh cùng ở trong biển, không chỗ nào là không thấy, nay có thể cùng lên đất liền đi chơi nhé?" Rồng kia đáp: "Người đất liền hay khởi lòng ác, nếu gặp chuyện bất thường, mình không thể thoát ra". Rồng nọ lại nói: "Mình hóa làm rắn nhỏ, nếu đường không người thì theo đường lớn đi chơi, gặp người thì núp, lo gì?" Thỏa thuận xong, cả hai lên bờ du ngoạn.

Ra khỏi biển chưa bao lâu, giữa đường gặp con rắn ngậm nọc độc. Rắn ngậm độc thấy hai rắn con, niệm ác liền sinh, ý muốn đến giết, nên nhả độc phun bọt vào hai chú. Một chú nảy ý, sắp muốn dùng oai thần, giết con rắn độc ấy. Chú kia lòng thương, chịu nhịn, can gián đừng làm, nói: "Hễ là cao sĩ thì, nên tha bọn ngu, nhẫn được điều không thể nhẫn, đó chính là đại giới chân chính của Phật." Bèn nói kệ:

Tham dục là người điên
Nào có lòng nghĩa nhân
Ghen ghét muốn hại Thánh
Chỉ lặng nhẫn là yên
Ai phi pháp chẳng tuân
Trong lòng chẳng xót thương
Keo ác hại bố thí
Chỉ lặng nhẫn là yên
Người phóng dật không giới
Khốc hại ôm lòng giặc
Không vâng thuận đạo đức
Chỉ lặng nhẫn là yên
Quên ân không đáp trả
Giả bộ làm dối nịnh
Ấy là rất ngu si
Chỉ lặng nhẫn là yên

Một chú rắn, thì ca tụng đức nhẫn, nói kệ giải nghĩa, chú kia kính nghe, nên không hại rắn độc. Một chú rắn nói: "Chúng ta trở lại biển được chưa?" Rồi cùng nhau ra về, giương oai thần làm rung trời chuyển đất, kéo mây nổi mưa, biến hóa ánh rồng, người quỉ đều kinh. Con rắn độc nọ hoảng sợ, chết giấc không biết, bảy ngày không ăn.

Đức Phật bảo các tỳ-kheo: "Con rồng muốn hại con rắn độc bấy giờ là A-nan, con nói pháp nhẫn nhục là ta. Còn con rắn ngậm độc là Điều-đạt. Bồ-tát ở đâu, đời đời thực hành nhẫn nhục, tuy ở trong cầm thú, vẫn không quên hạnh ấy".

Hạnh pháp nhẫn vô bờ của Bồ-tát, nhẫn nhục như vậy.

KINH SỐ 49

Xưa có nước tên Ma-thiên-la, vua tên Nam, học thông thần minh, không chỗ tối nào là không thấy. Biết đời vô thường, nên nói: "Thân ta sẽ nát, làm phân rác cho đời, thì đất nước này làm sao giữ được?". Bèn vứt bỏ vinh hoa khoái lạc, mặc áo pháp của đại sĩ, một bát ăn là đủ, giữ giới sa-môn, ở trong núi rừng đã được ba mươi năm. Bên cây có hầm, hầm sâu ba mươi trượng. Bây giờ có một thợ săn, rượt đuổi theo nai mà rơi vào hầm. Cùng lúc có rắn và quạ, vì sợ cũng rớt xuống hầm. Thân thể thương tích, đều nguy khốn cả, ngửa mặt lên trời kêu khóc, tiếng nghe cô cùng. Đạo sĩ buồn thương, soi lửa thấy chúng, nước mắt ràn rụa, đi đến miệng hầm bảo: "Các ngươi đừng lo, ta sẽ cứu các ngươi khỏi nạn dữ. Liền bện dây dài thòng xuống cho họ leo lên. Cả ba người, vật hoặc ngậm hoặc nắm mà được toàn mạng. Tất cả cúi đầu lạy tạ nói: "Mạng sống chúng tôi leo lét. Đạo sĩ nhân từ rộng lớn vô lượng, khiến chúng tôi được thấy mặt trời, xin trọn đời này dâng những gì Ngài thiếu, lấy chút của mọn đáp lại ơn nặng, chẳng sánh được trong muôn một". Đạo sĩ nói: "Ta là quốc vương nước lớn, dân đông, cung báu gái đẹp hơn hết các nước, muốn gì liền đáp ứng, cầu gì mà không được. Nhưng ta cho đất nước là hang oan, cho sắc, tiếng, mùi vị, áo quần lòe loẹt, niềm tà là sáu lưỡi kiếm cắt thân ta, là sáu mũi tên bắn vào xác ta. Do sáu tà này mà luân hồi chịu khổ khốc liệt ở ba đường, khó nhẫn, khó kham, nên ta rất chán, mà bỏ nước để làm sa-môn. Nguyện thành Như Lai Vô Sở Trước Chính Chân Đạo Tối Chính Giác Đạo Pháp Ngự Thiên Nhân Sư, để khai hóa quần sinh, khiến về bản nguyên, há chỉ vì ba chúng ngươi mà thôi sao? Các ngươi mỗi người trở về nhà mình, gặp những người thân của các ngươi thì hãy khuyên họ qui y Tam bảo, đừng trái lời Phật". Người thợ săn nói: "Tôi ở đời nhiều năm, tuy thấy Nho sĩ tích đức làm lành, há có ai như đệ tử Phật, quên mình cứu người, ở ẩn không nêu danh đâu? Nếu Đạo sĩ có cần chi, hãy đến nhà tôi, xin đem của mọn cúng dường". Quạ nói: "Tôi tên Bát, nếu Đạo sĩ mắc nạn, hãy kêu tên tôi, tôi sẽ bay đến". Rắn nói: "Tôi tên Trườn, nếu Đạo sĩ gặp hoạn nạn gì, xin kêu tên tôi, tôi ắt đến đền ân". Nói xong, ai về chỗ nấy.

Ngày nọ, đạo sĩ đến nhà thợ săn. Xa thấy đạo sĩ lại, thợ săn nói với vợ: "Kia là người chẳng lành đến, khi ta bảo nàng dọn bữa, thì cứ từ từ mà dọn, người ấy quá ngọ là không ăn. Người vợ thấy đạo sĩ đến, làm ra vẻ vồn vã, giả bộ mời lại đãi cơm, nhưng ngồi nói kháo đến quá ngọ, đạo sĩ cáo lui. Về núi, thấy quạ, đạo sĩ kêu: "Bát ơi!" Quạ hỏi: "Đạo sĩ đi đâu về?" Đáp: "Từ chỗ thợ săn về". Quạ hỏi: "Ngài đã ăn gì chưa?" Đáp "Nó dọn cơm chưa xong, mà trời đã quá ngọ, không đúng giờ ăn, do đó ta về". Quạ nói: "Đồ yêu quỉ hung ác, khi bị nạn, thì người ta lấy lòng từ cứu vớt, mà bây giờ quên ân bội nhân, là tội hung nghịch lớn nhất. Con không có thức ăn uống nên không lấy gì để cúng dường Ngài. Vậy Ngài hãy nán ngồi đây, con đi một chút xíu là trở về". Bèn bay đến nước Bàn-giá vào trong hậu cung của vua, thấy phu nhân vua nằm ngủ, trong những trang sức trên đầu có hạt châu minh nguyệt, quạ ngậm bay về, dâng cho đạo sĩ. Phu nhân thức dậy tìm chuỗi châu không thấy liền đến tâu vua.

Vua ra lệnh cho thần dân, ai tìm được, thì thưởng cho vàng bạc mỗi thứ nghìn cân, trâu ngựa mỗi thứ nghìn con. Còn ai tìm được mà không dâng nạp, thì bị tội nặng, tru di cả họ. Đạo sĩ đem hạt châu cho thợ săn. Thợ săn trói đạo sĩ lại đem tâu vua. Vua hỏi: "Ngươi được vật báu này từ đâu?" Đạo sĩ nghĩ sâu: "Nếu ta nói thật ra thì quạ cả nước đều bị chết, còn nếu nói trộm được, thì đó chẳng phải là đệ tử Phật". Bèn nín lặng chịu khảo tra, roi đánh tới số nghìn, vẫn không oán vua, không thù thợ săn, chỉ khởi lòng từ rộng lớn thề rằng: "Nếu ta thành Phật, độ hết khổ của chúng sinh". Vua nói: "Đem đạo sĩ chôn sống đi, chỉ chừa cái đầu, ngày mai hãy chém". Đạo sĩ bèn kêu rắn: "Trườn ơi!" Rắn nghĩ: "Thiên hạ chẳng ai biết được tên ta, chỉ có đạo sĩ mà thôi, nay cất tiếng kêu, ắt có việc gì". Bèn mau chóng đến, thấy đạo sĩ như vậy, cúi đầu hỏi: "Do đâu Ngài đến nỗi này?" Đạo sĩ thuật rõ duyên do. Rắn rơi lệ nói: "Đạo sĩ nhân từ như đất trời mà còn gặp tai họa, huống là kẻ vô đạo thì ai cứu giúp cho. Lòng nhân như trời, thì không oán thù. Vua này chỉ có một thái tử, không có ai khác nối thế. Con sẽ vào cung cắn chết Thái tử, rồi Ngài lấy thuốc thần của con rịt vào, thái tử tức khắc sống lại".

Đêm ấy, rắn bò vào cung cắn thái tử chết ngay, xác quàn ba ngày, vua ra lệnh: "Nếu ai cứu sống thái tử, ta chia nước cho mà cai trị". Rồi chở thái tử vào giữa núi để hỏa thiêu. Đường đi qua chỗ đạo sĩ. Đạo sĩ hỏi: "Thái tử bệnh gì đến nỗi mất mạng vậy? Hãy đừng chôn vội, ta có thể cứu sống." Tùy tùng nghe nói chạy về tâu vua. Lòng vua vừa buồn vừa vui, lại thêm nức nở, nói: "Ta tha tội ngươi, chia nước làm vua". Đạo sĩ lấy thuốc rịt vào thân thái tử, thái tử bỗng nhiên đứng dậy hỏi:

"Ta vì sao lại ở đây?" Kẻ hầu thưa rõ mọi chuyện, thái tử về cung, mọi người lớn nhỏ vui mừng nhảy múa.

Vua chia nước cho đạo sĩ, mỗi mỗi đều không nhận. Vua sực tỉnh nghĩ: "Chia nước còn không nhận, há có việc trộm châu ư?" Bèn hỏi: "Ngài là người nước nào, vì sao lại làm sa-môn? Ngài được hạt châu từ đâu? Hạnh cao như thế, bỗng mắc nạn này là do đâu vậy?" Đạo sĩ thuật rõ đầu đuôi. Vua thương cảm ràn rụa nước mắt. Vua bảo thợ săn: "Ngươi có công trạng với nước, hãy gọi hết bà con quyến thuộc lại đây, ta muốn trọng thưởng".

Bà con thợ săn không kể lớn nhỏ, đều đến cửa cung. Vua nói: "Bất nhân quên ân, đứng đầu các ác". Bèn giết hết bọn ấy. Đạo sĩ vào núi học đạo, tinh tấn không mỏi. Khi chết sinh lên cõi trời.

Phật bảo các tỳ-kheo: "Đạo sĩ bấy giờ là thân ta, quạ là Thu-lộ tử, rắn là A-nan, thợ săn là Điều-đạt, còn người vợ nó là con gái của Hoài-bàn".

Hạnh nhân từ rộng lớn vô bờ của Bồ-tát, nhẫn nhục như vậy.

KINH SỐ 50

Xưa vua nước Câu-thâm, tên Ức-già-đạt. Nước ấy rộng lớn, nhân dân đông đúc. Vua lấy điều ngay trị nước, dân không oan uổng, Vua có hai con, một trai một gái. Trai tên Tu-đạt, gái tên An-xà-nan, giữ hạnh trong sạch, Vua rất yêu quí. Bèn xây hồ vàng, hai con vào tắm. Trong hồ có rùa, con rùa tên Kim, mù hết một mắt cũng ở trong hồ dạo chơi, đụng nhằm mình hai trẻ. Hai trẻ cả kinh hét lớn. Vua hỏi nguyên do. Hai con trả lời: "Trong hồ có vật đụng làm chúng con sợ." Vua giận nói: "Hồ xây cho trẻ, vật nào đến ở, làm sợ con ta". Vua ra lệnh quăng lưới bắt lấy. Rồng quỉ kỳ quái, đến xúi bắt được. Thợ chài được rùa.

Vua hỏi: "Phải làm gì để giết nó?" Quần thần hoặc nói: "Chém đầu". Hoặc nói: "Thiêu sống". Hoặc nói: "Mổ ra nấu canh". Một quan tâu lên: "Giết vậy không ghê, chỉ đem quăng sông lớn, mới gọi là ghê". Vua sai quăng vào sông.

Rùa được thoát nạn, vui mừng chạy đến chỗ rồng tự nói rõ: "Vua người Ức-già-đạt có cô con gái đoan chính đẹp đẽ, sánh bằng thiên nữ, nhưng lòng vua người chăm chăm đại vương, muốn đem cô con gái ấy kết làm vợ chồng với Ngài". Rồng hỏi: "Ngươi nói thật không?" Rùa nói: "Đúng như thế ạ". Rồng đãi rùa một bữa tiệc lớn, đều dùng đồ báu. Rùa nói: "Sớm sai hiền thần ra đi. Vua tôi đang muốn được quyết định". Rồng sai mười sáu hiền thần theo rùa đến hào thành của vua người. Rùa nói: "Các ngươi dừng lại ở đây ta đi vào tâu". Rùa bèn trốn mất, không thấy trở lại nữa. Mười sáu bề tôi áy náy bèn đi vào thành yết kiến vua. Vua hỏi: "Các ngươi đến đây làm gì?" Cả bọn đáp: "Xin thiên vương nhân huệ tiếp chúng thần, vua muốn đem quí nữ làm phi của vua chúng thần, nên vua chúng thần sai đến nghênh đón". Vua nghe giận nói: "Há có con gái vua người mà cùng rồng rắn làm vợ ư?" Rồng đáp: "Đại vương có sai rùa thần đi tuyên mệnh, chúng thần chẳng phải đến suông". Vua không hứa gả, các rồng biến hoá, khiến mọi vật trong cung đều thành ảnh rồng, nhiễu quanh trước sau. Vua sợ kêu lên, quần thần kinh ngạc, cùng đến dưới điện hỏi rõ nguyên do. Vua kể hết mọi chuyện. Các quan đều nói: "Chẳng lẽ vì một cô gái mà bị mất nước sao?" Thế rồi vua cùng các quan đi ra bờ sông tiễn đưa công chúa. Công chúa bèn thành vợ vua rồng. Sinh được hai con, người trai, người gái, trai tên là Bàn-đạt.

Khi vua rồng chết, con trai nối ngôi làm vua, muốn bỏ vết dơ của đời sau, học chí hạnh cao. Nhưng vợ đến cả vạn, đều tìm đi theo, trốn tránh kín đáo, cũng không thoát khỏi. Khi lên đất liền, ẩn mình dưới cây táo gai, biến làm thân rắn, quấn tròn mà nằm, ban đêm có ánh sáng như đèn dưới gốc cây ấy khoảng mấy chục chiếc. Ngày ngày mưa xuống bao nhiêu thứ hoa, sắc thắm hương thơm đời chưa từng thấy. Trong nước có người có thể yếm rồng tên Pha-đề, vào núi tìm rồng định để xin ăn, thấy bé chăn trâu hỏi: "Có thấy rồng không?" Bé đáp: "Tôi thấy một con rắn, quấn tròn nằm dưới gốc cây kia, ban đêm trên cây có mấy chục ngọn đèn, ánh sáng rực rỡ, hoa rơi như tuyết, sắc thắm hương thơm, thật khó ví dụ, tôi đem thân dựa vào cũng không có ý giết hại". Thuật sĩ nói: "Lành thay! Được như ý ta muốn". Bèn lấy thuốc độc bôi vào răng ngà của rồng, răng ngà rụng hết rồi lấy gậy đập rồng trầy da gãy xương. Thuật sĩ lấy tay vặn từ đầu đến đuôi, đau đớn vô lượng, rồng cũng không có lòng oán, tự trách nghiệp trước không tan, mới bị hoạ đó. Rồng thề nguyện: "Nếu ta thành Phật cứu vớt quần sinh, khiến đều an ổn, không giống như ta hiện nay". Thuật sĩ đem rồng bỏ vào trong tráp, rồi đeo vào lưng để đi xin ăn. Mỗi khi đến nước nào liền khiến rồng múa. Quần thần dân chúng các nước không ai là không sợ hãi. Thuật sĩ nói: "Xin vàng bạc mỗi thứ nghìn cân, nô tì mỗi thứ nghìn người, voi ngựa trâu xe, các súc vật mỗi thứ một nghìn". Mỗi khi đến nước nào đều thu như thế. Lần hồi đi vào nước của ông nội vua rồng. Mẹ và anh em rồng đều ở đất liền tìm kiếm, hoá làm chim bay, đậu bên cung vua. Thuật sĩ đến, vua rồng hoá ra năm đầu, vừa định ra múa thì thấy mẹ, anh cùng em gái nên xấu hổ rút lại không ra múa. Thuật sĩ gọi năm sáu lần, rồng vẫn cúi đầu. Người mẹ hoá lại hình người cùng vua tương kiến, thuật rõ đầu đuôi. Vua và thần dân không ai là không tỏ lòng thương xót. Vua muốn giết thuật sĩ, nhưng rồng xin can: "Ta vì nghiệp trước gieo nhân, nay phải nhận báo, đừng nên giết nó, chỉ thêm oán về sau. Hãy đem cho những gì theo lời nó xin, lòng từ rộng lớn như vậy Phật đạo mới thành". Vua liền làm gương cho các nước khác, sắm đủ những đồ nó thích ban cho. Thuật sĩ được của báu nhiều như vậy vui vẻ ra đi khỏi nước. Đến biên giới nước khác, thì gặp giặc, thân bị băm vằm, của cải mất sạch. Mẹ con rồng của vua từ biệt nói: "Nếu đại vương nhớ tôi kêu tên thì tôi liền đến, chứ đừng buồn bã". Vua cùng thần dân đến bờ tiễn đưa, cả nước thương khóc không ai là không vật vã.

Đức Phật bảo các tỳ-kheo: "Vua rồng Bàn-đạt là thân ta, quốc vương Ức-già-đạt là A-nan, người mẹ nay là mẹ ta, người em là Thu-lộ tử, người em gái là tỳkheo ni Thanh Liên Hoa, người tàn hại rồng là Điều-đạt ".

Hạnh pháp nhẫn vô bờ của Bồ-tát, nhẫn nhục như vậy.

KINH SỐ 51: VUA SẺ

Xưa có Bồ-tát thân làm vua sẻ, lòng thương cứu người còn hơn mẹ hiền thương con gian khổ, bình đẳng thân sơ, thấy người vâng đạo, vui như mình làm, yêu nuôi chúng sanh, như giữ vết thương thân mình.

Có con cọp ăn thú, xương mắc vào răng, bệnh đau muốn chết. Chim sẻ thấy vậy, lòng thấy xót xa nghĩ: "Chư Phật cho ăn là hoạ, việc ấy quả thế". Liền chui miệng cọp mổ xương. Ngày ngày như thế mỏ sẻ trầy thương, thân hình gầy guộc. Xương ra, cọp sống, sẻ bay lên cây nói: "Kinh Phật rằng: Giết là hung ngược, ác không gì lớn hơn. Nếu nó giết mình, há vui được sao? Nên quên mình độ người là có đức nhân của trời xuân. Người nhân thương khắp, quả lành đáp lại, hung ngược giết người thì họa theo như bóng đuổi hình. Ngươi nhớ lời ta". Cọp nghe sẻ dạy, đùng đùng nổi giận nói: "Ngươi mới khởi miệng ta đã dám nhiều lời ư?" Sẻ thấy cọp không thể giáo hoá, buồn bã xót thương rồi một mạch bay đi.

Đức Phật bảo các tỳ-kheo: "Vua sẻ là thân ta, cọp là Điều-đạt. Bồ-tát đời đời có lòng thương cứu người, cho là việc gấp như tự lo thân mình".

Hạnh pháp nhẫn vượt bờ của Bồ-tát, nhẫn nhục như vậy.

KINH SỐ 52: ĐẾN NƯỚC Ở TRUỒNG

Xưa Bồ-tát là hai anh em chú bác, mỗi người mua hàng trong nước, cùng đem đến xứ ở truồng. Người chú nói: "Phàm người phúc dày thì ăn mặc tự nhiên, còn kẻ phúc mỏng, thì ra sức gân guốc. Nay xứ ở truồng đây không Phật, không Pháp, không chúng Sa-môn, có thể gọi là đất không người, mà chúng ta đi đến, thì việc chào hỏi theo ý họ, há chẳng khó lắm sao? Thôi thì nhập quốc tùy tục, tiến thối tùy nghi, tính tình mềm mỏng, nói năng từ tốn, giấu khôn giả ngu ấy là lối nghĩ của bậc đại sĩ". Người bác nói: "Nguyên tắc lớn của tiên thánh là bỏ thân xác chứ không bỏ hạnh, đó là đạo thường của giới. Trong vàng ngoài đồng để thích nghi theo thời, trước chê sau khen đó là đạo lớn của quyền biến". Thế rồi họ đến xứ kia. Người bác nói: "Nay chú vào trước xem sự thể thế nào rồi sai người về nói thực". Người chú nói: "Kính vâng". Trong khoảng mười ngày sứ về báo người bác: "Ắt phải theo tục họ". Người bác nói ngay: "Bỏ người mà theo súc vật, há là hạnh của quân tử ư? Chú theo đi còn ta thì không theo".

Tục lệ nước ấy lấy ngày rằm và ba mươi, đêm thường tổ chức vui chơi, dùng cao dầu mè xức đầu, đất trắng vẽ mình, các xương đeo cổ, lấy hai hòn đá gõ vào nhau, trai gái nắm tay nhởn nhơ múa hát.

Bồ-tát làm theo cả nước đều vui. Vua yêu dân kính, khách khứa liên tục, vua lấy hết của cải mua cho thập bội. Người bác đi vào nước dùng pháp nghiêm nói năng trái với lòng dân. Vua giận, dân khinh, nên đoạt của còn đánh đập. Người chú xin mãi mới tha. Họ cùng về nước. Kẻ tiễn người chú đầy đường, còn người bác bị mắng rát tai. Người bác xấu hổ giận nói: "Tụi kia cùng chú có bà con gì, bọn chúng với ta có thù oán gì, mà chú thì chúng cho, còn ta thì chúng cướp, há chẳng do dèm pha sao?" bèn buộc đai người chú nói: "Từ nay về sau, đời đời hại nhau, chứ không tha chú". Bồ-tát buồn bã rơi lệ thề: "Nguyện ta đời đời gặp Phật, thấy Pháp, phụng sự Sa-môn, rộng báo bốn ân, cứu khắp chúng sinh, thờ bác như mình chẳng trái thề này". Từ đó về sau, người bác luôn cản trở người chú, còn người chú thường cứu giúp người bác.

Đức Phật bảo các tỳ-kheo: "Người chú thuở ấy là thân ta, người bác là Điều-đạt".

Hạnh từ bi mềm dịu vượt bờ của Bồ-tát, nhẫn nhục như vậy.

KINH SỐ 53: SÁU NĂM CHỊU ĐÓI TRẢ XONG TỘI

Xưa có Bồ-tát làm vua nước lớn, quy y ba ngôi báu, giữ đủ mười lành, đức phủ xa gần, không ai là không chịu ảnh hưởng. Binh đao không dùng, lao ngục không có, mưa gió đúng mùa, nước mạnh dân giàu, bốn phương bình yên, đường không có lời than, sách nhơ nhảm nhí cả nước không đọc, lời chân sáu độ không ai là không tụng.

Bấy giờ có một phạm chí giữ nết thanh tịnh, ở ẩn núi rừng, chẳng theo dòng đời, chỉ đức là chính. Đêm khát đi uống, uống lầm nước ao trồng sen của người trong nước. Uống xong lòng nghĩ: "Người mua ao này, lấy hoa dâng chùa, trái để tự dùng. Ta uống nước này không nói chủ nó, đó là ăn trộm. Hễ ăn trộm là tai vạ, trước vào núi Thái sơn, rồi làm súc sinh bị mổ bán ngoài chợ để đền nợ cũ. Nếu được làm người, phải làm nô tỳ, chẳng bằng ta sớm trả xong đời này, chẳng để hoạ sau". Bèn đến cửa cung tự báo: "Tôi phạm tội trộm, nguyện xin đại vương chiếu luật kết tội, trả hết kiếp này sau xin khỏi tội".

Vua nói: "Đó là nước tự nhiên không phải vật quý, nào có tội gì?" Phạm chí đáp: "Phàm mua nhà thì có giếng, lấy ruộng ắt tiếc cỏ. Múc giếng, cắt cỏ không nói thì không lấy. Tôi không nói mà uống há chẳng là trộm sao? Xin vua xét xử". Vua nói: "Việc nước đa đoan, hãy ngồi chờ trong vườn". Thái tử ra lệnh Phạm chí vào ở sâu trong vườn. Việc vua bộn bề, quên bẵng đi sáu ngày. Bỗng nhớ ra hỏi: "Phạm chí đâu rồi? Mau gọi ra đây". Phạm chí giữ giới, đói khát sáu ngày, đến đứng trước vua, thân thể gầy gò, đứng lên chúi xuống. Vua thấy vậy rơi lệ nói: "Lỗi ta quá nặng". Hoàng hậu mỉm cười. Vua sai người tắm rửa Phạm chí, sắm đủ món ngon rồi tự thân cúng dường cúi đầu sám hối nói: "Ta làm ông vua để dân đói tức là ta đói, dân lạnh tức là ta mặc áo đơn, huống chi kẻ sĩ giữ đạo thi đức. Phúc cả thiện sĩ cả nước không bằng đức của một hiền giả hạnh cao, nước yên dân ổn, bốn mùa thuận, lúa gạo nhiều, nếu không do đức của trì giới thì ai có thể làm được". Bèn gọi đạo sĩ nói: "Uống nước không báo, tội còn như thế, huống gì trộm thiệt, không có lỗi nặng sao? Vì vậy ta tha cho Ngài, chắc sau chẳng bị hoạ". Phạm chí nói: "Tốt lắm! xin đội ân lớn của vua".

Từ đó về sau, sống chết luân chuyển không bờ, đến lúc thành Phật, không ăn sáu năm, tội hết thì đạo thành. Vì Câu-di tự giải. La-vân mới sinh. Thái tử bỏ nước, chuyên ở núi rừng, bọn tà kiến đều bảo điên cuồng, tiếng chê không ít. Thái tử nghe vậy chịu lời nhục báng, đáp bằng thương giúp, phúc đầy đạo thành, chư Thiên nhóm lại, cúi đầu vâng dạy. Đế vương thần dân không ai là không qui y.

Đức Phật bảo các tỳ-kheo: "Vua bấy giờ là thân ta, phu nhân là Câu-di, thái tử là La-vân. Phàm chuộng ác thì hoạ theo, thi đức thì phúc về, có thể không cẩn thận ư?"

Vua quên đạo sĩ, khiến đói sáu ngày, nên chịu tội đói khát sáu năm mới dứt. Sáu ngày sau tự thân vua cúng dường nên nay sáu năm hoạ hết đạo thành. Câu-di mỉm cười, nay mang thai thái tử La-vân sáu năm bị bệnh nặng, thái tử bảo Phạm chí đi sâu vào trong vườn nên sáu năm ở chỗ tối tăm. Kẻ ngu tối nặng, không hiểu tiến thối, đem lòng ác đối với Phật, sa-môn, và phạm chí, chặt tay kéo lưỡi khổ một đời này, dùng tay đánh bậy, lấy miệng chửi càn, chết vào núi Thái, quỉ ở núi Thái rút lưỡi nó ra, treo chỗ cát nóng, đem trâu cày lên, lại lấy đinh nóng đóng vào năm vóc, muốn chết không được. Hoạ dữ như thế, cẩn thận đừng làm việc quấy.

Hạnh pháp nhẫn vượt bờ của Bồ-tát, nhẫn nhục như vậy.

KINH SỐ 54:
NHÀ HỌ THÍCH ĐỀN TỘI XONG

Xưa có Bồ-tát giữ giới hạnh trong, chứa công dồn đức, bèn thành Như Lai Vô Sở Trước Chính Chân Đạo Tối Chính Giác.

Khi chơi ở nước Xá-vệ, trời rồng quỉ thần, đế vương thần dân không ai là không theo về. Đạo tà thuật quấy, gặp Phật vĩ đại như trời sáng chói, lửa đóm trốn lui. Tham ganh nổi lên, không thấy lửa cháy mất thân, bèn kết mưu với bọn xấu, xúi nữ đệ tử tên Hảo-thủ đến huỷ hoại đấng Thiên tôn. Quốc nhân chưa hiểu lẽ thật, có vẻ trầm ngâm ngờ vực, lòng nghi các sa-môn, vua cũng lấy làm lạ. Đạo tà tham dơ tranh của tố nhau. Dơ hiện họa chuốc, liền bị phế ngay. Trinh chân chiếu rõ, trời người ngợi khen. Vua đến tịnh xá cúi đầu sám tội, vì vậy có lòng hổ thẹn, nhờ đó mới xin được kết hôn với người em gái của Phật nhằm dứt nỗi oán của dòng họ Thích. Đức Thế Tôn nói: "Ta bỏ nhà làm sa-môn không dự việc đời, việc cưới gả đều do vua cha ta". Thế rồi sai sứ giả đến, kính tuyên lời kết thân. Họ Thích không chịu. Vua nói: "Phật ở nước ấy, do vậy các ông qua lại, người sáng không oán, kẻ ngu mới thù. Con gái là con của tiện thiếp ta, sao đủ để gây hờn? Vua hứa: "Được". Bèn thành vợ chồng sinh trai nối dõi.

Một lần xin thăm các cậu, bèn đi về nước họ Thích. Bấy giờ Phật đang trở lại khai hoá họ Thích. Họ Thích vui mừng, dựng tinh xá cho Phật, đào đất ba thước, lấy hương chiên đàn lấp vào, góp báu cả nước làm tinh xá cho Phật, rực rỡ lộng lẫy giống như cung trời. Tiếng đồn lân quốc, ai cũng náo nức. Phật chưa lên ngồi, mà thế tử vào xem, nói: "Tinh xá này đẹp, của báu lộng lẫy, chỉ cung vua trời mới sánh được thôi". Lại nói, Phật chưa đến đây, ta thử lên ngồi có chết cũng không hận. Bạn quí thế tử tên Đầu-khư-ma nói: "Thì có mất gì", bèn leo lên ngồi. Hùng sĩ họ Thích, lớn tiếng mắng: "Tòa quí Thế Tôn, vua trời chưa dám, sao con đứa ở, dám leo lên toà". Bèn phá làm lại. Thế tử đi ra, gọi bạn lại bảo: "Nhục này không gì hơn. Nếu ta làm vua, người chớ quên nhé". Bạn đáp: "Dĩ nhiên". Bèn về nói với mẹ, muốn làm thái tử. mẹ dùng yêu quỉ, xin cho con được như nguyện. Vua nói: "Xưa nay chưa nghe, đừng bày lời bậy, tự chuốc xấu hổ". Yêu quỉ ở trong, nịnh thần khéo lời, bèn lập hai con, chia dân cai trị. Vua băng, ngôi chia hai nước, dân tuỳ ý thích, lành dữ rẽ dòng. Người nhân theo anh, kẻ hung về em. Người bạn làm tướng quốc, sửa soạn chiến tranh, chuẩn bị quân dụng, rồi đem việc cũ tâu vua. Vua nói: "Được". Bèn đem binh hùng tướng mạnh lên đường.

Thấy Phật bên đường, ngồi chỗ cây khô phân nửa. Vua đến cúi đầu hỏi: "Phật không ngồi chỗ cây tươi mà ngồi dưới cây tươi phân nửa, chắc có lý do?" Đức Thế Tôn nói: "Cây này tên Thích, ta yêu tên ấy, đem nhân đạo cứu nạn nó, làm tươi cái khô, cho nó sự sống". Lòng vua hổ thẹn, buồn bã nói: "Lòng nhân đức Phật rộng khắp ban đến cỏ cây, huống chi là người?" Thế rồi đem quân về, Tướng quốc ngửa nhìn thiên văn, thấy họ Thích phúc xưa đã hết, tai hoạ lại lên, lại đem tâu vua. Lại cho xuất quân, chưa đến thành họ Thích, còn mấy dặm, nghe tiếng cung nỏ trong thành, kêu như mưa gió, cờ dài cờ đuôi dù lọng cán gãy, cột tan, giáp xé cương đứt, quân ngựa chấn động chạy tán loạn, không ai là không mất hồn. Vua lại chạy về. Họ Thích thưa Phật: "Làm sao đánh giặc ấy?" Đức Phật nói: "Đóng cửa ải, phá cầu hào". Vua lại xuất quân. Mục-liên thưa Phật: "Con muốn dùng uy thần La-hán hóa ra lưới trời phủ mặt thành bốn mươi dặm, vua làm gì được họ Thích". Đức Thế Tôn đáp: "Không làm tội gì sao?" Lại hỏi: "Đem trốn quân đất nước khác". Đức Thế Tôn nói: "Không làm tội gì à?" Mục-kiền-liên hỏi: "Con có thể cứu hữu hình, chứ không làm gì cứu tội vô hình sao?" Đức Thế Tôn nói: "Gieo ác thì họa sinh, ai có thể cứu". Hãy lấy một người con họ Thích để dưới bát của ta, chứng thực việc ấy. Mục-liên y lệnh. Các người kỳ cựu họ Thích vâng lời giữ cửa. Ma hóa làm người quen đức độ, đến la họ Thích: "Vua mượn đường đi, các ngươi tuyệt đường, sau tội càng nặng, đệ tử Phật đi có được không?" Ma thừa thế, rút then mở cửa, quân tràn vào như nước vỡ đê. Thích Ma-nam làm đại tướng quân cùng tiên vương của vua học chung thầy. Có lời thề với bạn chết gọi vua nói: "Hãy dừng quân hung trong chốc lát, để người trong thành được toàn mạng". Vua nói: "Được". Đại tướng quân đến bờ hào, hướng về Đức Phật, cúi đầu rơi lệ mà rằng: "Lấy mạng hèn của con, xin người trẻ kia, nguyện cho quần sanh mười phương đều vâng lời Phật, quên mình cứu người, nhuần thấm đất trời, đừng làm chuyện độc sói rắn, tàn giết chúng sinh, như vua vô đạo này".

Rồi xuống sông, lấy tóc quấn vào gốc cây, chốc lát thì chết. Vua sai sứ giả đến xem. Sứ về kể đúng mọi việc. Lính vào đào đất chôn họ Thích nửa người, đặt cây ngang cho voi kéo, giết sạch hết, rồi cho hoặc ngựa kéo hoặc lính chém. Đức Phật bấy giờ đầu nhức, đau không thể tả. Phạm vương, Đế Thích, Tứ Thiên vương chắp tay đứng hầu, thấy vậy đau lòng. Họ Thích có người qui y Tam bảo, người tụng kinh, người khởi lòng từ. Họ Thích có ba thành, khi chiến sự chưa xong, vua nhớ Thích Ma-nam giết mình để cứu mạng mọi người, vì vậy buồn bã, rút quân bãi binh, khiến sứ giả đến kính Phật nói: "Quan sĩ nhọc mệt, xin về nước dừng quân. Ngày khác sửa đai đến lễ dưới chân. Đức Phật dạy: "Cảm ơn vua tự thương mình". Sứ giả lui về. Đức Phật trông theo. A-nan sửa pháp phục đến cúi đầu thưa: "Phật chẳng nhìn suông ắt có duyên cớ". Đức Thế Tôn nói: "Tội họ Thích đã xong. Tội vua kia bắt đầu".

Sau đó bảy ngày, quỉ núi Thái lấy lửa thiêu vua và thần dân. Tội vua khó cứu, như họ Thích khôn trừ. Đức Phật bảo A-nan nâng bát, người dưới bát cũng chết. Đức Phật đem các sa-môn đến giảng đường phạm chí. Đường đi ngang đất họ Thích chết, có người hoặc đã chết, hoặc gãy tay, chân đùi. Thấy Đức Phật đến, có người mang vẻ mặt ngậm ngùi "Qui mạng Phật, qui mạng Pháp, qui mạng Thánh chúng, nguyện mười phương quần sinh đều được an lành vĩnh viễn, không ai như chúng con". Lúc ấy tự nhiên giường từ đất hiện ra, đất không kẽ hở, các sa-môn đều ngồi xuống. Đức Phật nói: "Vua này bội nghịch, gây tội rộng lớn". Lại hỏi các sa-môn: "Có thấy đồ tể, thợ săn, chài lưới được làm Phi hành hoàng đế không?". Đáp: "Không thấy". Đức Phật nói: "Lành thay! Ta cũng không thấy! Vì chúng không có lòng từ đẳng, bố thí cho quần sinh".

Vua đến bên hồ, quân sĩ vào hồ tắm, thần hồ hóa thành rắn độc cắn họ. Độc thấm, mình đen, có người hoặc chết ngay trong hồ, hoặc một trăm bước một dặm chết. Còn lại phân nửa đi vào kinh đô. Quỉ dữ tụ tập trong cung, ban đêm người la thú kêu, kéo nhau nhóm lại, đợi sáng thì giết, trời trăng ăn nhau, tinh tú mất chừng, từ đầu đến cuối nước đều quái dị, không ai là không oán vua. Vua nghe Phật dạy mặt đỏ như lửa, lòng nóng như sôi, bèn sai sứ giả đến hỏi việc ấy. Đức Phật cũng nói như trên. Sứ giả về tâu rõ nước rung ngói vỡ, vua họp quần thần bàn nói: "Hoặc lên núi hay xuống biển". Bèn lên thuyền vào biển, giàu mạnh được theo, nghèo yếu ở lại trong nước. Người trong cung vua lên thuyền mặc đẹp, thấy lửa cởi áo, gỡ viên châu dương toại gắn trên áo.

Hôm ấy mây giăng mù mịt, mưa gió đùng đùng, bè đứt thuyền trôi, thần dân đều nói: "Vua tối làm ác mới có họa dữ". Lúc giữa trưa, mặt trời phóng ra ánh thiêu ánh đốt, ánh đốt biến ra lửa bắt đầu từ thuyền vua. Quỉ thần núi Thái nhóm họp rầm rầm. Cả nước còn sống mà rinh vào ngục núi Thái. Người ở lại bờ chỉ sợ một chút, nhưng được toàn mạng. Hôm ấy Đức Phật khởi định lòng từ, các sa-môn hỏi A-nan: "Đức Phật không ra sao?". A-nan đáp: "Cả nước đại tang, Phật khởi định từ nên không ra". Sáng hôm sau Đức Phật ra ngoài, các sa-môn cúi đầu sát đất. Đế Thích, Phạm vương, Tứ đại thiên vương, các rồng, thần, quỉ...Đế vương, thần dân cúi lạy đến ngồi. A-nan sửa áo, hỏi: "Nguyên do họa biến của hai nước, xin cởi mọi nghi, khiến quần sinh hiểu họa phúc do đâu". Đức Phật bảo A-nan:

"Xưa có ba nước gần nhau làm vua. Bấy giờ Đức Phật qua đời đã lâu, kinh sách không ai tu hành. Nước Bồ-tát ở, đến chỗ hồ ao bắt cá vô số. Nước gần nghe vậy vui vẻ, đem của đến mua nhưng cá đã hết, buồn bã trở về. Nước xa không biết, cũng không có ý mua. Người chài lưới trong nước ấy, nay là ba ức người họ Thích chết vậy. Còn nước vui vẻ muốn mua cá đó nay là một thành người sợ hãi chạy mất cả tiền của. Nước xa không nghe bắt được cá, nay là người trong một thành không biết vua đến vậy. Còn ta lúc ấy, thấy đập đầu cá lỡ lời nói được, nay đã thành Phật, làm bậc tôn kính trong ba cõi, mà còn không thoát được nạn đau đầu, huống gì là kẻ phàm phu ư. Các đệ tử! Hãy đoan chính lòng mình, dấy lòng từ bi làm yên ổn quần sinh, quên mình cứu người, cẩn thận chớ sát sinh, trộm tiền của người, dâm với người chẳng phải vợ mình, nói hai lưỡi, nói chửi ác, nói dối, nói thêu dệt, ganh ghét sân si, bài báng Tam bảo, họa lớn không gì hơn là mười ác, phúc cứu vật là cứu mình. Nhọc lòng nghĩ ác, miệng nói ác, thân làm ác, chẳng bằng nhọc lòng nhớ đạo, miệng nói đạo, thân làm đạo. Làm lành phúc theo, làm ác họa đến, như vang đáp tiếng, như bóng đuổi hình. Thấy sự biến hóa như vậy, hãy cẩn thận chớ trái đức nhân của trời xuân mà chuộng thói hung tàn của lang sói."

Phật nói kinh xong, bốn hàng đệ tử, trời rồng thần quỉ đều rất vui mừng, làm lễ mà lui.

QUYỂN SÁU

CHƯƠNG IV
TINH TẤN VƯỢT BỜ

Tinh tấn vượt bờ là thế nào? Chuyên nhớ đạo mẫu, tiến đến không biếng, đi đứng nằm ngồi thở nín không rời, mắt phảng phất luôn thấy bóng linh chư Phật biến hóa đứng trước mặt mình. Tai nghe tiếng thì luôn nghe tiếng đức chân chính dạy bảo. Mũi ngửi hương đạo, miệng nói lời đạo, tay làm việc đạo, chân đi nhà đạo, không bỏ chí ấy trong từng hơi thở. Lo thương chúng sinh đêm dài biển sôi, trôi nổi luân chuyển, độc thêm không cứu. Bồ-tát lo buồn như con chí hiếu mất cha mẹ. Nếu như con đường cứu chúng sinh mà phía trước có khó khăn nước sôi lửa bỏng, có thuốc độc đao gươm làm hại vẫn lăn mình chịu nguy tính mệnh, vui vẻ cứu người tai nạn, chỉ mong vượt khỏi sáu đường tăm tối, đến được vinh hoa.

KINH SỐ 55

Xưa có Bồ-tát lúc làm người phàm, nghe được tên hiệu, tướng tốt và đạo lực của Phật, công đức vời vợi, chư Thiên cùng tôn. Người theo cao hạnh, các khổ đều diệt. Bồ-tát nhớ tưởng, than khóc không yên, nói: "Ta làm sao được xem đọc kinh điển của bậc Thầy trời người chấp hành cho đến khi thành Phật, để chữa bệnh chúng sinh, khiến quay về với gốc tịnh đây".

Bấy giờ Phật đã qua đời, không có chúng tỳ-kheo, không do đâu mà được nghe nhận. Hàng xóm có người phàm, tính tình tham tàn, thấy chí Bồ-tát tinh tấn sắc bén, nói: "Ta biết một bài ba giới của Phật, ngươi muốn vâng thọ không?" Bồ-tát nghe nói, lòng mừng vô hạn, đảnh lễ dưới chân, quì xuống xin nghe giới. Người biết kệ nói: "Đây là giáo lý tinh yếu của đấng Vô Thượng Chính Chân Tối Chính Giác Đạo Pháp Ngự Thiên Nhân Sư. Ngươi muốn nghe suông, há được vậy sao?". Bồ-tát đáp: "Xin hỏi cách thức, nghĩa nó thế nào?" Người ấy nói: "Nếu ngươi thật thành khẩn thì lông mình mỗi lỗ một kim chích vào, máu chảy thân đau, lòng không hối hận thì giáo pháp tôn quí mới có thể nghe được". Bồ-tát đáp: "Nghe Phật mà chết, tôi cũng vui làm, huống gì chích mình mà vẫn còn sống sao?" Liền đi chợ mua kim, tự chích vào mình, máu chảy như suối. Bồ-tát vui vẻ nghe pháp, được định (không đau). Trời Đế Thích thấy Bồ-tát chí sắt, thương xót cho người, hóa khiến cả thân, mỗi lỗ chân lông có một cây kim. Người kia thấy vậy, biết có chí cao, liền dạy giới pháp nói: "Gìn miệng giữ lòng, thân đừng phạm ác, trừ ba hạnh ấy, thì được con đường tắt của hiền thánh để vượt lên. Đấy là giới của các Đức Như Lai Vô Sở Trước Chính Chân Tối Chính Giác chân thực nói ra". Bồ-tát nghe giới, vui vẻ cúi đầu, nhìn lại kim trên mình bỗng nhiên không thấy nữa. Mặt mày rực rỡ, khí lực hơn trước. Trời người quỷ rồng không ai là không vui vẻ, chí tiến hạnh cao từ đầu tới sau, cho đến thành Phật cứu vớt chúng sinh.

Phật bảo các tỳ-kheo: "Người trao kệ cho Bồ-tát nay là Điều-đạt. Điều-đạt tuy trước biết kệ của Phật, nhưng như người mù cầm đèn rọi mà mình không sáng thì có ích gì cho mình?"

Chí sắt vô bờ của Bồ-tát, tinh tấn như vậy.

KINH SỐ 56

Xưa Bồ-tát làm vua loài vượn, thường theo năm trăm con vượn đi chơi. Bấy giờ trời khô hạn, trái cây không nhiều. Thành vua nước ấy cách núi không xa, chỉ qua một con sông nhỏ. Vua vượn đem bầy vào vườn ăn trái, người coi vườn bèn tâu vua. Vua nói: "Giữ chặt đừng để chạy mất". Vua vượn biết được buồn bã nghĩ: "Ta là đầu đàn, họa phúc do ta. Tham trái nuôi mình để lầm cả đàn". Bèn ra lệnh cho đàn: "Đi khắp tìm dây". Đàn về dây đến, đua nhau nối lại. Lấy một đầu dây cột vào một cành cây lớn. Vua vượn tự buộc vào eo rồi leo lên cây gieo mình vịn cành cây kia. Dây ngắn phải duỗi mình, rồi ra lệnh cho đàn vượn: "Mau nắm dây qua". Đàn đã qua rồi, hai nách đều nứt, rơi ngay bờ suối, chết đi sống lại.

Quốc vương sáng sớm đi xem, bắt được vượn chúa. Vượn có thể nói tiếng người. Bèn cúi đầu tự trình: "Dã thú tham sống, cậy nhờ ơn nước. Lúc hạn quả thiếu, nên phạm vườn vua, tội lỗi do tôi, xin tha cho đàn, thịt hư thân thú xin dâng thái quan làm bữa cho vua". Vua ngửa mặt than: "Đầu đàn loài thú giết mình cứu bầy, có lòng nhân rộng lớn của bậc hiền xưa. Ta làm vua há được như nó ư?" Vì vậy gạt lệ, bảo người cởi trói, đỡ ngồi trên đất, ra lệnh cả nước để mặc tình vượn ăn, ai phạm đến vượn, tội đồng với giặc. Trở về, vua kể với hoàng hậu: "Lòng nhân của vượn, hạnh của bậc hiền xưa sánh chưa bằng thế, lòng nhân của ta như tơ tóc, còn của vượn kia hơn cả núi Côn Lôn". Hoàng hậu nói: "Hay thay! Thú ấy thật lạ lùng. Vua nên mặc chúng ăn uống, đừng để người hại". Vua nói: "Ta đã ra lệnh rồi".

Đức Phật bảo các tỳ-kheo: "Vua vượn là thân ta. Quốc vương là A-nan. Năm trăm con vượn nay là năm trăm vị tỳ-kheo".

Chí sắt vô bờ của Bồ-tát, tinh tấn như vậy.

KINH SỐ 57

Xưa có Bồ-tát thân làm vua nai, sức mạnh hơn bầy, nhân ái phủ khắp, lũ nai thích theo, đi chơi gần vườn, người chăn tâu lên. Vua đem quân sĩ bao vây ép bắt. Vua nai biết được rơi lệ nói: "Ách của các ngươi do lỗi ta cả. Ta sẽ chết để cứu bầy bọn nhỏ". Vua nai đến mép lưới quì hai chân trước xuống nói: "Hãy leo lên ta nhảy ra, các ngươi được toàn mạng". Đàn nai làm theo, liền được thoát hết. Vua nai mình mẩy rách nát, máu chảy như suối, ngã xuống chết ngất, đau đớn khôn tả. Đàn nai khóc than, bồi hồi không đi. Vua người thấy mình nai tàn tạ, máu chảy đỏ đất, không thấy đàn nai, hỏi: "Con này sao vậy?" Vua nai đáp: "Giữ nết không sạch, thân chịu làm thú, đi tìm cỏ ngon, để nuôi mạng hèn, phạm vào nước vua, tội đáng rất nặng. Thịt mình tuy hết, hai đùi ngũ tạng vẫn còn đầy đủ, xin để thái quan làm bữa dâng vua". Vua nói: "Ngươi làm sao mà đến thế này?" Vua nai kể rõ nguyên cớ đầu đuôi.

Vua nghe thương cảm rơi lệ nói: "Ngươi là súc sinh mà có lòng nhân rộng như đất trời, hủy mình cứu đàn. Ta làm vua người, tham bậy hiếu sát, giết vật trời sinh". Liền ban nghiêm lệnh, bảo dân cả nước: "Từ nay bỏ săn, không ham thịt nai, xé lưới đem nai thả chỗ đất bằng". Đàn nai thấy vua mình, ngửa mặt lên trời than khóc. Mỗi con đến trước vua nai liếm vết thương, rồi chia nhau tìm thuốc, nhai ra rịt vào. Vua người thấy vậy, lại gạt lệ nói: "Vua đem lòng thương con mà nuôi dân thì dân đem ơn cha mẹ mà mến vua. Đạo làm vua có thể bất nhân sao?" Từ đấy vua bỏ sát sanh, chuộng nhân từ, trời liền giúp cho nước giàu, dân vui, gần xa khen nhân, dân theo như nước.

Đức Phật bảo Xá-lợi-phất: "Vua nai là thân ta. Năm trăm nai nay là năm trăm vị tỳ-kheo, vua người là A-nan".

Chí sắt vô bờ của Bồ-tát, tinh tấn như vậy.

KINH SỐ 58

Xưa có Bồ-tát thân làm nai, tên là Tu Phàm, lông mình chín màu, ở đời hiếm thấy, đi chơi ở bờ sông, thấy người chết chìm, kêu trời cầu cứu. Nai thương xót nghĩ: "Thân người khó được, mà phải chết sao? Ta thà nhảy vào chỗ nguy để cứu mạng nó". Bèn bơi đến hỏi: "Ngươi đừng có sợ, níu sừng, cỡi lưng ta thì được cứu ngay thôi". Người ấy làm như lời. Nai vớt người xong, cũng gần đứt hơi. Người sống mừng lắm liền đi quanh nai ba vòng, cúi đầu nói: "Thân người khó gặp, mạng sống là trọng, trượng phu liều nguy, cứu mạng tôi sống, ơn hơn đất trời, trọn đời chẳng quên, xin làm tôi mọi, dâng những gì người thiếu". Nai nói: "Người hãy đi đi, vì thân mạng ta, lụy ngươi trọn đời. Nếu ai tìm ta, hãy nói không thấy". Người bị chìm vâng dạ nói: "Chết thân không trái".

Bấy giờ quốc vương tên Ma Nhân Tiên, vốn tính thuần hòa, thương nuôi dân chúng. Nguyên hậu của vua tên là Hòa Trí mộng thấy vua nai, lông mình chín màu, sừng hơn sừng tê. Tỉnh dậy tâu vua: "Thiếp muốn lấy da nai làm áo, sừng làm vòng, nếu không có được, chắc thiếp chết mất". Vua đáp: "Được". Sáng họp quần thần, vua tả dạng nai, ra lệnh thuê kiếm, ai bắt được phong cho một huyện, bát vàng đầy hạt bạc, bát bạc đầy hạt vàng. Thuê tìm như vậy, người bị chìm vui nghĩ: "Ta được một huyện, vàng bạc đầy bát, sung sướng trọn đời, nai tự mất mạng, ta can dự gì?" Bèn đến cửa cung, tâu bày tự sự, tức thì mặt liền bị phung lở, miệng bị hư thối. Lại nói: "Nai này tính thiêng, vua phải đem quân, mới bắt được nó". Vua liền hưng binh qua sông tìm nai.

Bấy giờ nai cùng với quạ kết làm bạn thân, nhưng nai nằm ngủ, không biết vua đến. Quạ kêu: "Bạn ơi! Vua đến bắt bạn". Nai mệt không nghe, quạ mổ vào tai nói: "Vua đến giết bạn". Nai thất kinh, thấy vua giương cung bắn mình, chạy mau đến trước, quỳ gối cúi đầu thưa: "Thiên vương tha mạng tôi chốc lát, tôi muốn tỏ mối ngu tình". Vua thấy nai nói, liền bảo dừng tên. Nai nói: "Vua quí nguyên hậu, khổ thân đến đây, tôi rốt không thoát. Thiên vương ở trong chốn thâm cung mà biết thú hèn ở đây sao?" Vua lấy tay chỉ, nói: "Người cùi này chỉ". Nai nói: "Tôi tìm cỏ non để ăn, xa thấy có người chết chìm kêu trời cầu cứu. Tôi thương kẻ cùng, liều nguy cứu nó, người ấy lên bờ, vui mừng cúi đầu nói: Mạng tôi gần chết mà người cứu cho, xin trọn đời này làm tớ để dâng nước cỏ". Tôi đáp: "Người cứ việc đi tự do, cẩn thận đừng nói với ai là tôi ở đây". Vua nai lại nói: "Thà vớt cỏ cây trôi sông lên bờ, chứ không vớt người không nghĩ suy. Cướp của giết chủ tôi có thể tha, chứ chịu ơn mà mưu phản, ác nó khó bày". Vua cả kinh nói: "Đây là loài súc sinh nào mà lại có lòng thương rộng lớn, liều mình cứu vật không cho là khó, ở đây chắc là trời". Vua khen lời nai, vui vẻ tiến đức.

Bèn ra lệnh trong nước: "Từ nay về sau, mặc tình nai ăn, ai dám phạm nó, tội đều đáng chết". Vua về, nguyên hậu nghe vua thả nai, giận quá vỡ tim chết vào ngục núi Thái. Trời Đế Thích nghe vua lập chí chuộng nhân, khen vua làm vậy, hóa ra nhiều nai, khắp nước ăn lúa, mộng mạ các lúa, ăn quét hết sạch, để xem chí vua. Dân chúng kiện tụng. Vua nói: "Hung dối giữ nước, không bằng giữ tín mà mất". Đế Thích nói: "Vua thật giữ tín". Bèn đuổi nai đi, lúa nhiều gấp bội, độc hại tiêu hết, tai nạn thảy trừ.

Đức Phật bảo các tỳ-kheo: "Vua nai bấy giờ là thân ta, quạ là A-nan, vua là Thu-lộ tử, người chết chìm là Điều-đạt, vợ vua nay là vợ Điều-đạt".

Chí sắt vô bờ của Bồ-tát, tinh tấn như vậy.

KINH SỐ 59

[Số 196 Bổn sanh Valàhassa (Jat.2.127) t 186.]
(Nội dung giống Kinh số 37)

Xưa có Bồ-tát thân làm vua ngựa, tên là Khu-da, thường ở bờ biển, cứu người chết trôi.

Bấy giờ bờ biển kia có bọn quỷ dâm nữ, số nó rất nhiều. Nên thấy lái buôn liền hóa làm thành quách nhà ở, ruộng vườn, kỹ nhạc ăn uống, rồi biến thành người đẹp nhan sắc rực rỡ, mời mọc lái buôn, rượu nhạc vui chơi. Quỷ mê hoặc người, nên ai cũng ăn ở. Trong khoảng thời gian một năm, quỷ dâm chán cũ, lấy dao sắt đâm vào cổ, uống máu ăn thịt, hút tủy. Vua ngựa xa thấy dâm quỷ ăn người mà rơi lệ, nhân bay qua biển, đến bên bờ kia, kiếm được gạo giã rồi, ngựa chúa ăn xong lên núi kêu to: "Ai muốn qua biển không?". Kêu như vậy ba lần. Lái buôn nghe vậy vui mừng nói: "Thường nghe ngựa thần thương vớt người, nay đã đến rồi sao?" Họ vui vẻ đến nói: "Thương cứu chúng tôi". Ngựa thần nói: "Các ngươi khi đi dâm quỷ tất sẽ bế con đưa cho các ngươi, đuổi theo khóc lóc. Ai lòng quyến luyến, khi ta đi rồi, quỷ ắt lại lấy dao sắt, đâm cổ các ngươi, uống máu ăn thịt các ngươi, còn ai có lòng ngay nghĩ lành, sẽ được toàn mạng. Hễ ai muốn về, hãy cỡi lưng ta, vịn lấy bờm đuôi, nắm lấy cổ đầu, tự do bám vào, cùng vịn lấy nhau thì chắc sống mà gặp mẹ cha". Lái buôn tin dùng lời ấy, đều được toàn mạng, về gặp cha mẹ bà con, còn kẻ dâm mê, tin vào yêu quỷ, không ai là không bị ăn thịt. hễ tin chính bỏ tà, đời nay an lành mãi mãi.

Đức Phật bảo các tỳ-kheo: "Vua ngựa bấy giờ là thân ta".

Chí sắt vô bờ của Bồ-tát, tinh tấn như vậy.

KINH SỐ 60

Xưa có Bồ-tát thân làm vua cá, có quan tả hữu, đều giữ hạnh cao, thường nhớ lời Phật, ăn nghỉ không bỏ, ăn rong dưới nước, tạm để nuôi thân, thương nuôi loài nhỏ như tự nuôi mình, theo triều đi chơi, đem dạy giới Phật.

Không ngờ, kẻ chài quăng lưới bắt được. Bầy cá lớn nhỏ không con nào là không hoảng hốt. Vua cá thương xót bảo: "Cẩn thận đừng sợ, một lòng niệm Phật, nguyện chúng sinh yên, thề lớn thương khắp, ơn trời như dội, mau đến tìm giúp, ta cứu các ngươi". Vua cá đâm đầu vào bùn, dùng đuôi dở lưới, cả đàn chạy ra, bầy cá được sống, không con nào là không đội ơn.

Đức Phật bảo các tỳ-kheo: "Vua cá bấy giờ là thân ta, bầy tôi tả hữu là Thu-lộ tử và Mục-kiền-liên".

Chí sắt vượt bờ của Bồ-tát, tinh tấn như vậy đấy.

KINH SỐ 61

Xưa có Bồ-tát thân làm vua rùa, ngày đêm tinh tấn, nghĩ phương tiện lành để hồn chúng sinh được về chỗ bản vô. Lại có vua rùa ở chung trong rừng sâu cùng thấy tắc kè leo cây nhảy xuống, như vậy không dừng. Bồ-tát bói xem, nói: "Đây là niềm nguy mạng, chúng ta nên mau tránh đi là tốt". Vua rùa kia ngu dốt tự chuyên chẳng theo lời thật. Bồ-tát hết lòng cứu con theo mình, khiến được thoát nạn.

Mười ngày sau đó, Vua voi đem đàn đến cây nghỉ ngơi, tắc kè nhảy xuống, rớt vào tai voi. Voi thất kinh kêu rống, đàn voi chạy tán loạn, tung hoành lui tới dày chết các rùa. Vua rùa kia giận nói: "Biết việc như vậy mà không chỉ cho, ta chết ngươi sống, lòng tốt ở đâu? Thề suốt kiếp tìm ngươi, gặp là giết chết".

Đức Phật bảo các tỳ-kheo: "Rùa bói giỏi là thân ta, còn rùa tự chuyên không đi ấy là Điều-đạt ".

Chí sắt vượt bờ của Bồ-tát, tinh tấn như vậy.

KINH SỐ 62

Xưa có Bồ-tát thân làm vua Anh vũ, đàn ông ba ngàn, có hai Anh vũ, sức mạnh hơn đàn, miệng ngậm cành trúc, để làm xe đi, vua cưỡi trên đó, bay dừng dạo chơi. Vua thường cưỡi xe trúc, trên dưới trước sau tả hữu, mỗi phía năm trăm Anh vũ, sáu mặt chầu hầu họp thành ba ngàn, dâng hiến món ngon, vui thú theo thời. Vua tự nghĩ sâu: "Đàn vui loạn đức, không sao được định. Ta phải quyền biến, bèn thác bệnh không ăn, giả chết bỏ đàn". Cả đàn lấy cỏ phủ lên, rồi mới bỏ đi. Vua dậy kiếm ăn. Đàn Anh vũ ấy bay đến chỗ vua Anh vũ ở núi khác nói: "Vua tôi chết rồi, xin đến làm tôi". Vua kia hỏi: "Vua ngươi đã chết, đem xác lại xem. Nếu thật chết rồi, ta sẽ nhận đàn các ngươi". Chúng về lấy xác, bỗng nhiên không thấy, đi tìm bốn phía, thấy được vua mình. Tất cả làm lễ dâng cúng như cũ. Vua nói: "Ta còn chưa chết, các ngươi đã bỏ đi rồi." Chư Phật dạy rõ: "Thấy đời không thân, chỉ Đạo đáng tôn, sa-môn cho râu tóc, làm nhơ loạn chí mình, nên cạo bỏ đi, chuộng hạnh vô dục. Các ngươi vui ồn, tiếng tà loạn chí, nên ta một mình không vợ, sánh đức thượng thánh". Nói xong bay đi, ở chỗ sâu khuất, bỏ dục vô vi, suy nghĩ thiền định, các dơ đều diệt, lòng như vàng trời.

Đức Phật bảo các tỳ-kheo: "Anh vũ bấy giờ là thân ta".

Chí sắt vô bờ của Bồ-tát, tinh tấn như vậy.

KINH SỐ 63

(Nội dung giống như Kinh số 29)

Xưa có Bồ-tát, thân làm bồ câu, bầy đông năm trăm, bay đến vườn vua kiếm ăn. Vua thấy ra lệnh người giữ giăng lưới bắt lấy. Cả đàn lớn nhỏ, không sót con nào, đem nhốt vào lồng, lấy gạo ngon nuôi mập, để thái quan làm bữa dâng vua. Vua bồ câu bị bắt, một lòng niệm Phật hối lỗi, khởi lòng từ: "Nguyện cho chúng sanh bị bắt được thả, mau thoát tám nạn, không như thân ta". Bèn gọi các bồ câu bảo: "Các giới kinh Phật, tham là đầu mối. Người tham được sang, như kẻ khát được thức uống độc, sự sướng đắc chí lâu như lằn chớp, các khổ khốn thân, đến cả ức năm. Các ngươi bỏ ăn, thân mạng được toàn". Cả đàn đáp: "Bị bắt nhốt lồng, còn muốn mong gì?" Vua bồ câu nói: "Trái bỏ lời Phật, mặc lòng tham muốn, không ai là không mất thân". Bèn tự bỏ ăn, thân mập ngày ốm, ra khỏi khe lồng, bèn nhìn lại đàn, nói: "Bỏ tham nhịn ăn, sẽ được như ta". Nói xong bay đi.

Đức Phật bảo các tỳ-kheo: "Vua bồ câu ấy là thân ta".

Chí sắt vượt bờ của Bồ-tát, tinh tấn như vậy.

KINH SỐ 64:
PHẬT NÓI KINH VUA ONG MẬT

Nghe như vầy, một thời, Phật ở nước Xá-vệ, vườn Cấp Cô Độc, cây của Kỳ-đà. Đức Phật bảo đệ tử: "Hãy siêng tinh tấn, nghe nhớ đọc tụng, không được lười biếng, ấm cái che lấp. Ta nhớ quá khứ, vô số kiếp trước có Phật tên Nhất Thiết Độ Vương Như Lai Vô Sở Trước Tối Chính Giác, lúc ấy vì tất cả chư thiên nhân dân không thể kể số mà giảng kinh pháp.

Bấy giờ trong chúng có hai tỳ-kheo, một vị tên Tinh Tấn Biện, một vị tên Đức Lạc Chính, cùng ngồi nhe pháp. Tinh Tấn Biện nghe kinh hoan hỉ. Ngay khi ấy liền chứng được quả không thối chuyển, thần thông đầy đủ. Đức Lạc Chính ngủ gục không thức, riêng không được gì.

Khi ấy, Tinh Tấn Biện gọi Đức Lạc Chính bảo: "Đức Phật khó gặp, ức trăm nghìn đời, thì mới xuất hiện một lần, nên phải tinh tấn làm việc cho người, sao lại ngủ gục? Hễ người ngủ gục, bị tội che lấp, phải tự siêng gắng, có tâm giác ngộ". Đức Lạc Chính nghe lời dạy bảo, liền đi kinh hành giữa những hàng cây của Kỳ-đà. Vừa mới kinh hành, lại ngủ gục nữa, vì vậy phiền loạn, không thể định được. Ông liền đi ngay, đến bên bờ suối, ngồi muốn thiền định, lại ngồi ngủ gục.

Bấy giờ, Tinh Tấn Biện khéo dùng quyền biến, đi đến độ cho, hóa làm vua ong, bay đến trước mắt như muốn chích vào. Đức Lạc Chính lúc ấy kinh hãi, thức ngồi dậy, sợ vua ong đó, một chốc lại ngủ. Bấy giờ vua ong bay xuống dưới nách, chích vào bụng ngực. Đức Lạc Chính thất kinh, trong lòng run rẩy, không dám ngủ nữa. Lúc đó, ở giữa dòng suối có hoa nhiều màu, ưu đàm, câu văn, thứ thứ tươi sạch. Vua ong bay đậu trên hoa, hút lấy mật hoa. Đức Lạc Chính đang ngồi nhìn thấy, sợ nó bay lại, không dám ngủ gục, suy nghĩ vua ong xem xét gốc rễ. Vua ong hút nhụy, không bay khỏi hoa. Chừng một lát sau, vua ong ngủ gục rớt vào vũng bùn, thân thể lấm dơ, lại bay trở về, đậu trên đóa hoa. Lúc ấy, Đức Lạc Chính hướng về vua ong nói kệ:

Người uống nước cam lồ
Thân thể được yên ổn
Không đáng lại đem về
Cho khắp cả vợ con
Vì sao rớt trong bùn
Tự làm nhơ thân thể
Như vậy là không khôn
Vị cam lồ mất hết
Cũng như đóa hoa này
Không nên ở trong lâu
Trời lặn hoa lại khép
Muốn ra chẳng được nào
Phải đợi mặt trời mọc
Ngươi mới ra khỏi được
Mệt tối trong đêm dài
Như vậy rất khó nhọc

Lúc ấy, vua ong hướng Đức Lạc Chính đáp lại bài kệ:

Đức Phật như cam lồ
Lắng nghe không nhàm đủ
Chẳng nên có biếng lười
Vô ích với tất cả
Năm đường biển sanh tử
Ví như rớt bùn nhơ
Trói buộc trong ái dục
Vô trí rất lầm mê
Trời mọc các hoa nở
Như sắc thân Đức Phật
Trời lặn hoa khép lại
Thế Tôn đã nhập diệt
Gặp đời có Như Lai
Phải mau tinh tấn nhận
Trừ bỏ ngủ ngăn che
Chớ bảo Phật thường có

Yếu tuệ của pháp sâu
Không dùng sắc nhân duyên
Ấy hiện có người trí
Phải biết khéo quyền biến
Chỗ độ của quyền biến
Có ích không nêu dối
Mà hiện biến hóa này
Cũng vì tất cả ấy

Khi Đức Lạc Chính nghe nói như vậy, liền được Vô sinh pháp nhẫn, hiểu các pháp căn bản và đà-la-ni, biết Tinh Tấn Biện dùng phương tiện quyền xảo, thường siêng kinh hành, không còn biếng nhác, đến lúc cũng được ngôi không thối chuyển.

Đức Phật bảo A-nan: "Tinh Tấn Biện lúc ấy nay là thân ta. Đức Lạc Chính là Di-lặc". Đức Phật bảo A-nan: "Ta bấy giờ với Di-lặc cùng nghe kinh pháp. Di-lặc lúc ấy ngủ gục, riêng không được gì. Nếu ta bấy giờ không dùng phương tiện thiện xảo mà cứu độ, thì Di-lặc đến nay còn ở trong đường sinh tử, chưa được độ thoát. Ai nghe pháp này, thường nên tinh tấn, rộng khuyên tất cả, đều khiến trừ bỏ ngủ ngáy che lấp, phải tạo căn bản cho trí tuệ quang minh".

Nói việc ấy rồi, có vô số người phát lòng vô thượng bình đẳng.

Chí sắt vượt bờ của Bồ-tát, tinh tấn như vậy.

KINH SỐ 65:
ĐỨC PHẬT CƯỜI VÌ BA VIỆC

Xưa có Bồ-tát làm người cư sĩ, qui y Ba báu, nhân từ rộng lớn, quên mình cứu vật, giữ sạch không trộm, bố thí đến khắp, trinh không dâm tà, xét bỏ lòng dâm, tín giống bốn mùa, nặng như Tu-di, dứt rượu không uống, quí hiếu vâng thân. Tháng giêng giữ chay sáu ngày, tinh tấn không mệt. Sinh gặp thời Phật, đức hạnh ngày thêm, đến thành Như Lai Vô Sở Trước Chính Chân Giác Đạo Pháp Ngự Thiên Nhân Sư giáo hóa khắp nơi.

Khi đi qua chợ, thấy một ông lão đong đấu bán cá, buồn thương than thở: "Oan quá, trời ơi! Con tôi tội gì, mà sớm chết đi, con còn bán cá, tôi đâu cực khổ thế này". Đức Phật thấy vậy mỉm cười, miệng có hào quang năm sắc. Qua chợ một lúc, lại thấy heo lớn lấm phân đi đường. Đức Phật lại cười. A-nan sửa y, cúi đầu thưa: "Lần trước Phật cười vì có nhiều người, không do đâu mà kính hỏi. Nay lại cười nữa, ắt có điều dạy, xin mở lòng nghi đại chúng, để làm khuôn phép đời sau". Đức Thế Tôn nói: "Này A-nan! Ta cười có ba lý do: Một là thấy cái ngu của ông lão kia rất là to lớn, hằng ngày giăng lưới, hại mạng quần sinh mà không có mảy may trắc ẩn, vạ lây chết con, lại đi oán trời, kêu than ghê sợ, đó là hạnh của kẻ hạ ngu, chẳng phải lòng nhân của trời đất, lòng thứ tha của hiền thánh, vì vậy ta cười. Thuở xưa, Phi Hành hoàng đế, trồng phúc vòi vọi, nhưng lòng kiêu nết hung, nên nay làm cá người đong bán, đấy là thứ hai. Không nghĩ trời người, thọ tám mươi ức bốn ngàn vạn kiếp, lòng chuyên nơi không, nhưng không thể làm không cái không, trở về vốn không, nên phúc hết, chịu tội, nay ở trong đấu, đây là ba. A-nan hỏi: "Phi Hành hoàng đế, so với bậc thiên tôn kia, đức cao vòi vọi, sao lại không thoát khỏi tội?" Đức Thế Tôn nói: "Họa phúc chẳng thật, có gì là thường? Hễ sống sang quý, thi ân bốn đẳng, hiểu bốn vô thường thì thoát được họa kia. Nếu nhân sang quý, mà tự toại chí, buông lòng theo tà thì phúc hết chịu tội. Từ xưa đến nay đều thế, họa phúc theo mình như bóng đuổi hình, như vang đáp tiếng, há có sang hèn ư? Khi ta đời trước, làm người cư sĩ. Bấy giờ có người hàng xóm thích thờ ma quỷ, họp với loài gian, không tin làm ác, họa nặng sẽ đáp. Mỗi đến ngày trai, ta kêu vào chùa thờ Phật Chính Chân, nghe các sa-môn giảng nói giáo pháp trong sạch, để làm gốc đức, ngăn tuyệt họa hung, thì nó dám hoang, nói dối bận việc. Ta đến chùa Phật, còn nó đi đường tà. Từ đó về sau, ta sinh ra đời, gặp Phật nghe pháp, cùng sánh chí với sa-môn, đức hạnh ngày càng tăng, đến thành Như Lai Vô Sở Trước Chánh Chân Đạo Tối Chánh Giác Đạo Pháp Ngự Thiên Nhân Sư, làm bậc tôn quý trong ba cõi, hiệu là Pháp Vương. Còn người hàng xóm thích thờ thuật quỷ, tàn hại quần sinh, buông theo nữ sắc, rượu trà điên loạn, không có hiếu hạnh, tự cho đắc chí, nên trôi nổi ba đường, khổ sở vô lượng.

Ta đã thành Phật, người ấy tiếp tục làm loài thú dơ. Vì vậy ta cười.

Đức Phật bảo A-nan: "Ta nhiều kiếp xem kinh tìm nghĩa, thân mến sa-môn, nên được công đức vòi vọi".

Chí sắt vượt bờ của Bồ-tát, tinh tấn như vậy.

KINH SỐ 66:
ĐỨA BÉ NGHE PHÁP LIỀN HIỂU

Xưa có tỳ-kheo, tinh tấn giữ phép, nhỏ giữ giới cấm, không chút hủy phạm, thường tu phạm hạnh, nghỉ ở tinh xá. Nếu có tụng kinh thì tụng Bát-nhã ba-la-mật. Khi giảng kinh, tiếng hay không ai bì kịp. Nếu nghe tiếng tỳ-kheo ấy, không ai là không hoan hỷ.

Có một đứa bé, tuổi vừa lên bảy, ngoài thành chăn trâu, xa nghe tiếng vị tỳ-kheo tụng kinh, liền lần theo tiếng, tìm đến tinh xá, lễ vị tỳ-kheo, rồi ngồi một bên, để nghe lời kinh. Khi giảng gốc sắc, nghe xong hiểu ngay, đứa bé rất vui. Tiếng kinh vừa dứt, bèn hỏi tỳ-kheo. Tỳ-kheo đối đáp, không vừa ý bé. Bấy giờ bé lại giảng giải, nghĩa kinh rất hay, từ xưa ít nghe. Tỳ-kheo nghe rồi, rất là vui vẻ lấy làm lạ về đứa bé ấy, sao có trí tuệ, chẳng phải người phàm.

Lúc ấy đứa bé liền đi về chỗ trâu. Trâu nghé nó chăn, chạy mất vào núi. Bé theo dấu chân mò mẫm đi tìm, chẳng may gặp cọp bị hại. Đứa bé ấy chết, thần hồn liền chuyển, sinh nhà trưởng giả, làm con vợ cả. Vợ cả mang thai, miệng có thể nói kinh Bát-nhã ba-la-mật, từ sáng đến chiều, không chút lười biếng. Nhà vị trưởng giả, rặt không hiểu đạo, sợ miệng vợ cả nói sàm, cho là bệnh quỷ, đi hỏi trừ tà, không chỗ nào không đến, mà chẳng ai biết. Trưởng giả buồn lắm, không biết vợ mắc bệnh gì, trong nhà nội ngoại, thảy đều lo lắng.

Bấy giờ tỳ-kheo vào thành khất thực, đến cửa trưởng giả, xa nghe tiếng kinh, lòng rất vui vẻ. Đứng cửa một hồi, chủ nhân chợt ra, thấy vị tỳ-kheo, cũng không làm lễ. Vị tỳ-kheo lấy làm lạ: "Trong nhà hiền giả này có người đọc kinh tiếng hay đến thế, mà nay sao trưởng giả này lại không nói năng gì với ta?" Liền hỏi trưởng giả: "Trong nhà có ai đọc kinh tiếng hay như thế?" Trưởng giả đáp: "Vợ tôi trong nhà bị mắc bệnh quỷ, ngày đêm nói sàm, miệng không chút ngớt". Lúc ấy, tỳ-kheo mới biết nhà trưởng giả này là không hiểu đạo. Tỳ-kheo nói: "Đây không phải bệnh quỷ, chỉ giảng kinh quý, đạo lớn của Phật, xin được vào nhà cùng người ấy gặp mặt".

Trưởng giả nói: "Tốt". Bèn dẫn tỳ-kheo vào chỗ người vợ. Người vợ thấy vị tỳ-kheo, liền làm lễ. Tỳ-kheo chú nguyện, nói mắc bệnh Phật. Bèn cùng tỳ-kheo, hỏi giảng kinh pháp, đem giải nghĩa kỹ, tỳ-kheo rất vui. Trưởng giả hỏi: "Đây là bệnh gì?" Tỳ-kheo đáp: "Không có bệnh gì, chỉ đọc kinh mầu, rất có nghĩa lý. Tôi nghĩ phu nhân có mang đứa bé là đệ tử của Phật". Trưởng giả hiểu ra, bèn giữ tỳ-kheo ở lại, cùng mình ăn uống. Khi ăn uống xong, tỳ-kheo trở về tinh xá, lần lượt kể lại: "Có vợ của trưởng giả, có mang rất lạ, miệng đọc kinh quí, nói năng lưu loát, tiếng đọc du dương, giải thích lý kinh rất sâu".

Hôm sau trưởng giả lại thỉnh tỳ-kheo cùng với chúng tăng đến nhà, sắm đủ cơm nước. Tới giờ đều đến chỗ ngồi đã định, rửa tay ăn uống. Xong thì chú nguyện, nhân vật cúng dường. Bấy giờ phu nhân bước ra, lễ các tỳ-kheo, rồi ngồi một bên lại vì tỳ-kheo, vui thuyết kinh pháp, có những chỗ nghi, không thể hiểu thấu, phu nhân hết lòng, vì các tỳ-kheo, giải nói đầy đủ, chúng tăng phấn chấn, vui vẻ trở về.

Đủ ngày đầy tháng, phu nhân tại nơi sinh được bé trai mà không nước bẩn. Cậu bé vừa sinh, liền chắp tay quì gối tụng Bát-nhã ba-la-mật. Phu nhân sinh rồi, trở lại như cũ, không còn biết chi, như mộng vừa thức, chẳng biết gì hết. Trưởng giả lại mời chúng tăng, tỳ-kheo đều đi xem đứa bé giảng kinh, chuyện xưa không chút vấp váp. Bấy giờ chúng Tăng mỗi người một lòng xem xét nguồn gốc đứa bé, đều không thể biết. Trưởng giả hỏi: "Nó là người nào?" Tỳ-kheo đáp: "Đó thực là đệ tử Phật, cẩn thận chớ sợ hãi nghi ngờ, khéo nuôi nấng nó. Đứa bé sau này lớn sẽ làm Thầy tất cả mọi người, chúng tôi thảy phải theo nó mà học."

Khi bé lớn lên, đến được bảy tuổi, biết hết mọi việc vi diệu của đạo đời, siêu tuyệt mọi người, trí tuệ vượt bậc. Các tỳ-kheo đều theo học tập. Trong kinh có chỗ lầm lẫn thoát lạc, ít ngắn, đều được san định, bổ túc đoạn thiếu. Bé mỗi lần ra vào đều có mục đích. Bèn dạy dỗ người, khiến phát lòng Đại thừa. Nhà cửa trưởng giả, trong ngoài lớn nhỏ, đông năm trăm người, đều theo Bé học, phát lòng Đại thừa, thảy làm việc Phật. Bé dạy dỗ từ thành thị đến thôn quê khoảng tám vạn bốn nghìn người đều phát lòng vô thượng chính đạo, năm trăm người thuộc thừa Thanh văn. Các tỳ-kheo nghe bé giảng, gốc tâm hữu lậu đều được cởi bỏ. Người có chí cầu Đại thừa, đều được mắt pháp trong sạch.

Đức Phật bảo A-nan: "Đứa bé bấy giờ là thân ta, tỳ-kheo ấy là Phật Ca-diếp. Như vậy, này A-nan! Ta thuở xưa một lần theo vị tỳ-kheo nghe phẩm Đại thừa liền ca ngợi hiểu rõ, tâm ý vui mừng chẳng chuyển, tinh tấn chẳng quên, sâu biết kiếp trước, tự mình chuyên tâm, vô thượng bình đẳng chính giác. Một lần nghe kinh, đức còn như thế, huống gì trọn ngày tuân theo tu hành".

Chí sắt vượt bờ của Bồ-tát, tinh tấn như vậy.

KINH SỐ 67:
GIẾT MÌNH CỨU NGƯỜI BUÔN

Xưa có Bồ-tát, cùng năm trăm lái buôn đi vào biển lớn, định tìm các báu. Vào biển mấy tháng, của báu tìm được, chở nặng đầy thuyền. Khi sắp về quê, giữa đường gặp cơn bão, sấm sét rung đất, thần nước tụ lại, vây kín bốn bề như thành, mắt nhìn tóe lửa, sóng vỗ ướt núi, mọi người kêu khóc. "Chúng ta chắc chết". Sợ hãi biến sắc, ngửa mặt lên trời kêu cứu. Bồ-tát buồn bã lòng nghĩ ra kế: "Ta cầu thành Phật, chỉ vì chúng sinh. Thần biển ghét nhất là gặp thây chết, liều mình cứu người là sự nghiệp cao cả của Bồ-tát. Ta không lấy máu mình đổ xuống biển thì thần biển làm dữ, chắc thuyền nhân rốt cuộc không thể qua bờ kia". Bèn gọi người bảo: "Các ngươi đan tay nhau lại, nắm lấy thân ta". Mọi người vâng lời, Bồ-tát rút dao, tự đâm chết mình. Thần biển ghét thây, đẩy thuyền vào bờ, mọi người được cứu. Thuyền nhân ôm thây, kêu trời gào khóc: "Đây chắc Bồ-tát, chứ không phải hạng người tầm thường". Rồi lăn lộn kêu trời: "Thà để chúng tôi mất mạng nơi đây, chứ đừng giết kẻ sĩ cao đức". Lời nói chân thành, cảm tới chư thiên, Trời Đế Thích thấy Bồ-tát lòng từ rộng lớn, cả đời ít có. Đế Thích tự thân xuống nói: "Đây là bậc Bồ-tát chí đức, sẽ là đấng thánh hùng, nay ta tự cứu sống lại". Bèn lấy thuốc trời đổ vào trong miệng, và thoa khắp thân thể. Bồ-tát sống lại, bỗng nhiên ngồi dậy, cùng mọi người hỏi han. Đế Thích đem cho danh báu đầy thuyền gấp nghìn lúc trước. Rồi họ về quê, bà con gặp lại không ai là không vui mừng. Bèn biểu nghèo giúp thiếu, cho khắp chúng sinh, tuyên giảng kinh Phật, khai hóa ngu mờ. Quốc vương cảm đức Bồ-tát, đến theo thanh hóa. Vua nhân, tôi trung, cả nước giữ giới, nhà có con hiếu, nước giàu nạn hết, dân chúng mừng vui, chết đều lên trời, mãi rời các khổ. Bồ-tát nhiều kiếp tinh tấn không dừng cho đến lúc thành Phật.

Phật bảo các tỳ-kheo: "Người giết mình cứu người đó là thân ta, trời Đế Thích là Di-lặc, năm trăm lái buôn nay là La-hán đang ngồi trong đây".

Chí sắt vượt bờ của Bồ-tát, tinh tấn như vậy.

KINH SỐ 68

Xưa có Bồ-tát, làm con mẹ góa, sáng đến chùa Phật, bỏ tà chuộng chân, đảnh lễ sa-môn, vâng theo lời Phật, sáng học chiều luyện. Bình minh trời mọc, tìm hiểu các kinh, hạnh hiếu hiền xưa tinh thành ngưỡng mộ, như đói mơ ăn.

Nước của ngài ở, có vua vô đạo, tham tài trọng sắc, bạc hiền khinh dân. Vua nhớ vô thường tự nghĩ: "Ta làm chẳng lành, chết vào núi Thái. Sao không gom vàng dâng vui núi Thái". Thế rồi thâu vàng của dân, ra lệnh nghiêm ngặt: "Nếu ai giấu phân vàng, tội đến tử hình". Như vậy ba năm, vàng dân đều hết. Vua vờ treo giải: "Ai có chút vàng đem dâng, vua sẽ gả gái út cho làm vợ, ban tước vị cao".

Đứa bé thưa mẹ: "Xưa mẹ đem một đồng tiền vàng đặt trong miệng cha khi mất, định để hối lộ cho vua núi Thái, nay chắc hãy còn, vậy có thể lấy đem dâng vua". Người mẹ nói: "Được". Bé lấy đem dâng. Vua ra lệnh tra hỏi do đâu được vàng. Bé đáp: "Khi cha tôi mất, mẹ đem vàng đặt trong miệng, định đút lót núi Thái. Nay nghe đại vương đặt tước, kiếm vàng, mới quật mộ gỡ gỗ lấy vàng". Vua hỏi: "Cha ngươi mất đến nay mấy năm rồi?" Bé đáp: "Đã mười một năm." Vua hỏi: "Cha ngươi không hối lộ vua núi Thái sao?" Bé đáp: "Sách vở thánh hiền, chỉ lời

Phật dạy là đúng". Kinh Phật dạy: "Làm lành phúc theo, làm ác họa tới, họa với phúc như bóng với tiếng vang. Chạy thân để tránh bóng, vỗ núi để bặt tiếng vang, việc ấy có được không?" Vua nói: "Không thể được". Bé nói: "Phàm thân tức do bốn đại, khi chết bốn đại phân rã, hồn linh ra đi, biến hóa, theo nghiệp mà đi, đút lót nào được. Đại vương đời trước bố thí làm đức, nay được làm vua, lại chuộng nhân ái, ơn thấm xa gần, tuy chưa đắc đạo, đời sau sẽ lại làm vua". Lòng vua hoan hỉ, đại xá tù ngục, trả vàng đã đoạt.

Phật bảo các tỳ-kheo: "Khi vua muốn lấy vàng còn trong dân mà giết hại người vô tội. Bồ-tát thấy dân kêu ca, do vậy gạt lệ, xông mình vào nơi chính trị hà khắc, để cứu dân khỏi nạn lầm than. Dân cảm ơn ấy, thờ vật giữ giới, nước mới giàu sang. Đứa bé lúc ấy là thân ta".

Chí sắt vượt bờ của Bồ-tát, tinh tấn như vậy.

KINH SỐ 69:
ĐIỀU-ĐẠT DẠY NGƯỜI LÀM ÁC

Xưa có Bồ-tát ngôi làm vua trời, chuyên giữ hạnh nhỏ, chí tiến như nước, mỗi đến ngày trai, lên ngồi xe ngựa, tuần tra bốn phương, dạy kinh Phật sâu, khai hóa chúng sinh, gột trừ vết nhơ, khiến họ tôn sùng đạo giáo quí của đức Như Lai Ưng Nghi Chính Chân Giác, bậc trời trong các trời, vua trong các Thánh, lìa được nguồn gốc các khổ của ba đường.

Điều-đạt cũng là vua trời cõi ma, đi dạo bốn phương, dạy người làm ác tùy theo ý muốn, chẳng có quả báo họa ương núi Thái. Đi gặp Bồ-tát, Điều-đạt hỏi: "Ngài đi đâu vậy?" Đáp: "Dạy dân thờ Phật, tu đức thượng thánh". Điều-đạt nói: "Tôi dạy dân buông dục, đời sau không tai họa. Làm lành nhọc chí, không ích cho mình". Bồ-tát nói: "Người tránh đường ta". Điều-đạt đáp: "Ông làm lành như vàng bạc, tôi chuộng ác như gang sắt, gang sắt có thể cắt vàng bạc, chứ vàng bạc không thể cắt gang sắt. Ông không bỏ đường ấy, tôi sẽ chém ông." Điều-đạt ác nhiều, thành họa, sống vào núi Thái.

Phàm người làm ác, chết vào ba đường. Trong ba đường mà làm lành, không ai là không lên trời. Dẫu ở chỗ sang quí mà ôm lòng ác dữ, chẳng bằng ở nơi ba đường mà nhớ một lời Phật dạy.

Đức Phật bảo các tỳ-kheo: "Vua trời dạy người làm lành là thân ta, còn vua trời dẫn người làm ác là Điều-đạt".

Chí sắt vượt bờ của Bồ-tát, tinh tấn như vậy.

KINH SỐ 70:
GIẾT RỒNG CỨU CẢ NƯỚC

Xưa có Bồ-tát, anh em một lòng đều đi học đạo, ngưỡng mộ chư Phật, đức hạnh khó bì, tụng kinh giải nghĩa, khai đạo sáu tối, luyện bỏ lòng uế, thiền định chỉ quán. Mỗi khi nghe nước nào, mù mờ với ba ngôi báu, liền đến dạy bảo, khiến giữ diệu hạnh, chân chính của sáu độ.

Bấy giờ có một nước lớn, vua thích học đạo, lũ yêu dụ dỗ, dạy điều tà ngụy, cả nước vâng thói, đều thờ đạo quỉ. Mưa gió thất thời, yêu quái khắp nước. Anh em Bồ-tát, cùng tự bàn nhau. Đất nước chúng ta Ba báu hành hóa, người giữ mười lành, vua nhân tôi trung, cha nghĩa con hiếu, chồng tín vợ trinh, nhà có người hiền, thì chúng ta lại dạy ai nữa? Nước kia tin quỉ, rồng rắn ở đó, nuốt hết dân đen, kêu van chẳng cứu, mà ta lập chí cầu Phật, chỉ vì loại ấy. Vậy có thể đem đạo đến dạy, đem nhân đến dụ, rồng ngậm độc dữ chúng ta diệt nó. Người em nói: "Giới Phật cho giết là tội hung ngược lớn nhất, cứu sống là đầu mối của đạo nhân, vậy phải làm sao?". Người anh nói: "Hễ giết một người chịu tội trăm kiếp, nay rồng nuốt cả nước, ta sợ hằng sa kiếp hết, họa nó chưa trừ. Nếu tham nếm chút lợi trong chốc lát, mà không thấy cái tội thiêu đốt núi Thái sơn, lòng ta thấy thương". Làm người khó được, Phật pháp khó nghe, giết rồng cứu cả nước, đem ba ngôi báu và cao hạnh sáu độ dẫn dạy thì họa như tơ tóc mà phúc như đất trời vậy. Em hóa làm voi ta làm sư tử, nếu hai mạng không chết, thì không cứu được nước này.

Rồi cúi lạy mười phương thề: "Chúng sinh không yên là lỗi tại tôi, sau thành Phật sẽ độ tất cả". Voi đến chỗ rồng, sư tử lên đó. Rồng liền dương oai, sấm rền chớp lóe, sư tử dậm chân rống lên. Oai linh của rồng, thế hách sư tử, chấn động khắp nơi ba mạng đều chết. Chư thiên ca ngợi, không ai là không tán thán lòng nhân. Hai Bồ-tát mệnh chung, sinh lên cõi trời thứ tư. Cả nước toàn mạng, ôm thầy kêu khóc nói: "Đây ắt là thần chứ ai nhân từ như vậy!". Môn đồ tìm đến thấy thầy có lòng từ rộng lớn, giết mình cứu người đều khóc thương ca tụng đức độ, mỗi người lại lên đường tuyên hóa đạo thầy, vua và quan dân mới biết Phật. Cả nước đều nói: "Đức nhân hóa của Phật đến như thế ư!". Chôn cất hai thầy, cả nước buồn thương. Vua liền ra lệnh: "Có ai không vâng giữ sáu độ, mười lành của Phật mà thờ yêu quỉ thì bị tội cả quyến thuộc". Từ đó về sau nước có sa-môn số ngàn sánh vai mà đi. Trai gái trong nước đều làm hạnh cao thanh tín bốn cõi yên lành bèn đến thái bình.

Đức Phật bảo các tỳ-kheo: "Người anh lúc ấy là ta, người em là Di-lặc, còn rồng dữ là Điều-đạt".

Chí sắt vượt bờ của Bồ-tát tinh tấn vượt bờ là như vậy.

KINH SỐ 71:
DI-LẶC LÀM THÂN NGƯỜI NỮ

Xưa có Bồ-tát làm trời Đế Thích, ngôi quí cao sang, mà lòng vẫn nhớ vô thường khổ, không, vô ngã. Ngồi thì suy nghĩ, đi thì giáo hóa, thương người ngu yêu kẻ trí, đem trí tuệ tinh tấn dạy dỗ không ngừng. Thấy bạn kiếp trước chịu thân người nữ, làm vợ nhà giàu, mê nơi tài sắc, không hiểu vô thường, ở chợ bán quán.

Trời Đế Thích hóa làm nhà buôn, giả vờ đi chợ, đến đứng trước người đàn bà. Bà ấy vui vẻ sai con chạy về lấy cái ghế một định mời ông ngồi. Nhà buôn nhìn kỹ người phụ nữ mà mỉm cười. Bà giữ tiết hạnh cao, lòng lấy làm lạ. Nhà buôn lại đứng mỉm cười không phải cách. Đứa con đem ghế đến chậm, nên khi đến thì bị bà đánh. Nhà buôn lại đứng mỉm cười. Bên cạnh có một đứa trẻ đánh trống cơm múa giỡn. Nhà buôn lại mỉm cười. Có người cha bị bịnh, người con đem trâu tế quỉ. Nhà buôn cũng mỉm cười. Có người đàn bà bế con nâng niu đi dạo trong chợ. Đứa trẻ cào cấu rách mặt, máu chảy quanh cổ. Nhà buôn lại mỉm cười. Khi ấy, vợ người nhà giàu bèn hỏi: "Ông đứng trước tôi mỉm cười không thôi. Tôi đánh đứa bé, ấy là tại ông, vì sao ông mỉm cười?".

Nhà buôn trả lời: "Nàng là bạn tốt của ta, nay nàng quên rồi sao". Người đàn bà ấy buồn bã lòng càng chẳng vui lấy làm lạ vì điều nhà buôn nói. Nhà buôn lại nói: "Tôi sở dĩ cười nàng đánh con, vì con đó là cha nàng, hồn linh cảm lại, vì nàng mà làm con. Trong khoảng thời gian một đời, có cha mà còn không biết huống nữa là lâu dài hơn ư!"

Đứa trẻ đánh trống cơm, vốn trước là con trâu. Trâu chết, phách linh về làm con người chủ. Chủ nhà lấy da trâu để bịt trống nay nó ôm đánh nhảy nhót múa cười, chẳng biết da ấy là thân xưa của nó, nên ta mỉm cười. Còn kẻ giết trâu tế quỉ để xin cha bịnh được sống. Muốn sống mà giết việc rất chẳng lành như uống thuốc độc chim cưu để cứu bịnh. Người cha ấy vừa chết, chết rồi thì đi làm trâu, nhiều đời bị đâm giết chịu họa không thôi. Nay việc đem trâu tế đó, trâu chết hồn linh lại về, nhận thân người miễn thoát các lo khổ, cho nên ta lại mỉm cười. Còn đứa trẻ cào mặt mẹ, đứa trẻ đó vốn là vợ nhỏ và mẹ là vợ lớn. Nữ tình chuyên dâm lòng mang ghen ghét, thường gây khóc bạo. Do đó, vợ nhỏ hận ngầm, khi chết hồn sinh làm con vợ lớn, nay lại báo thù cào mặt làm bị thương thân thể mà vẫn không giám oán hờn. Vì thế, mà ta mỉm cười.

Phàm tâm chúng sinh, vốn nó không thường, xưa ghét nay yêu, có thường gì đâu. Đấy là chuyện một đời còn thấy không biết huống chi nhiều kiếp. Kinh dạy: "Vì sắc mà vùi thân, ấy là mù quáng không thấy đạo lớn, chuyên nghe tiếng tà, không nghe lời Phật vang vọng". Ta thì do thế mà mỉm cười. Vinh hoa ở đời như bóng chớp xoẹt lên rồi tắt đi, nên biết là vô thường chứ đừng cùng sánh với đám ngu muội, trau dồi nết đức diệu hạnh sáu độ. Ta nay trở về ngày sau sẽ đến nhà ngươi".

Nói xong bỗng nhiên không thấy. Người đàn bà buồn bã trở về, trai giới nghiêm túc, ngóng trông ngưỡng mộ, cả nước đều nghe. Vua và các quan không ai là không khâm phục. Nhà buôn sau quả đến cửa, hình dáng xấu xí, áo quần tồi tàn hỏi: "Bạn ta trong ấy ngươi gọi thì ra". Người nhà vào báo kể đủ như vậy. Người đàn bà đi ra nói: "Ngươi không phải bạn ta". Đế Thích mỉm cười nói: "Biến hình đổi áo, nàng còn không biết huống chi đời khác, bỏ thân này thọ thân kia sao?" Lại nói: "Nàng siêng thờ Phật, thời Phật khó gặp, tỳ-kheo cao hạnh khó được cúng dường, mạng người như hơi thở, đừng theo đời mê". Nói xong không thấy, cả nước vui khen, mỗi giữ sáu độ, hạnh cao diệu vợi.

Đức Phật bảo Thu-lộ tử: "Người đàn bà ấy bấy giờ là Di-lặc, còn trời Đế Thích ấy là thân ta".

Chí sắt vượt bờ của Bồ-tát, tinh tấn như vậy.

KINH SỐ 72:
NGƯỜI NỮ CẦU NGUYỆN

Xưa có Bồ-tát, làm thân người nữ, người chồng tính khí ngu ác, hay ghen. Mỗi khi đi buôn bán đem vợ gửi cho bà góa lối xóm. Mẹ góa vâng giữ giới Phật, làm hạnh thanh tín. Khi Phật vào nước, vua cùng thần dân không ai là không thọ giới. Mẹ góa nghe kinh về nói cho người đàn bà ấy nghe. Bà ấy vui khen: "Đây là đấng Vô Thượng Chánh Chân Đạo Tối Chánh Giác". Bèn theo mẹ góa đi nghe Phật. Từ xa thấy Phật liền đảnh lễ. Ngày chay mẹ góa hỏi: "Con đi nghe kinh được không?". Bà vui vẻ đáp: "Dạ được". Rồi theo đi đến ngoài thành, bỗng nhớ chồng hay ghen, buồn bã không vui, về lại nhà tự khinh mình nói: "Họa ta nặng vậy sao?" Mẹ về nghe thuật lại: "Hôm nay trời, rồng, quỉ, thần, đế vương, thần dân đi nghe kinh, có người chứng bốn quả sa-môn, hoặc nhận thọ ký Bồ-tát. Thời Phật khó gặp, kinh pháp khó nghe, sao con trở về?" Người ấy nghe đức độ của Phật, rơi lệ thuật rõ lòng ghen của chồng. Người mẹ góa nói: "Cứ thử đi một lần". Người vợ đáp: "Xin vâng".

Sáng mai theo mẹ góa đến gặp Phật, bèn gieo năm vóc xuống đất lạy, rồi đứng một bên với tâm trong sạch, thấy tướng Phật đẹp nghĩ Phật thanh tịnh, thật bậc trời kính. Đức Phật hỏi người vợ rằng: "Con đến đây có ước nguyện gì?" Người vợ cúi đầu thưa: "Con nghe đức Phật là đấng Vô Thượng Chính Chân Đạo Tối Chánh Giác Đạo Pháp Ngự Thiên Nhân Sư, đức như hằng sa, trí như hư không, sáu thông bốn trí, chứng nhất thiết trí. Nay mới có dịp đến viếng đức Thế Tôn, xin Phật thương con". Đức Thế Tôn bảo: "Phật giúp tất cả, con tự do trình bày sở nguyện". Người vợ cúi đầu thưa: "Phàm người ở đời chưa hiểu vốn không, đều vì tham dục mà thành vợ chồng ăn ở với nhau. Xin khiến con đời đời cùng người chí đức ở thành vợ chồng đồng chí không có nết ghen. Hai là thân miệng ý có đoan chánh tuyệt thế. Ba là đời đời kính vâng Ba báu, lòng trần ngày một tiêu trừ, tinh tấn học đạo không mỏi, chư Phật giúp sức, các tà không cản chắc được nhất thiết trí, cứu nạn chúng sinh". Đức Thế Tôn tán thán: "Lành thay! Lành thay! Mong người được vậy." Người đàn bà vui mừng, cúi đầu lạy, rồi trở lại nhà.

Người chồng buôn bán trở về, đi thuyền đường sông, lẽ ra ngày ấy thì đến. Trời Đế Thích thấy người vợ đức hạnh cao cả, phát nguyện vô song, bèn giúp vui khen ngợi điều lành, bèn cho nổi gió mưa, dừng chiếc thuyền đang đi ấy, ngày hôm sau mới tới. Người vợ sau đó mệnh chung, thần thức sanh vào nhà có đạo đức, sắc đẹp tuyệt trần, lớn lên lấy chồng làm vợ một nho sĩ của nước, mà cả nước khen là cao hiền. Khi chồng đi biển tìm châu báu, muốn cứu dân nghèo. Người vợ ở nhà lấy lễ tự giữ mình như bức thành bảo vệ chống cướp. Hậu phi của vua, thê thiếp đại thần không ai là không ngưỡng mộ, đến cửa như mây nhóm, vâng học nết đức. Người vợ đêm ngủ, tỉnh giấc, suy nghĩ: "Đời là vô thường, giàu sang như huyễn, ai được lâu dài. Thân như thuyền mục. Thần hồn phải chở, như kẻ bắt được bóng trăng, mà mong của báu của trời, nhọc lòng khổ thân, ích gì cho mình. Mộng huyễn đều không, đời sang trời thần cũng về chỗ đó. Sáng mai ta sẽ đi tìm đức Vô Thượng Chánh Chân bậc trời trong trời làm thầy cho ta".

Sáng sớm thức dậy đã thấy tháp đá trước sân, tượng Phật vàng ánh, vách chạm viết kinh, ca ngợi đức Phật là thầy các thánh, đi một mình trong ba cõi. Người vợ mừng khen: "Đây chắc là đức Như Lai Ứng Nghi Chánh Chân Đạo Tối Chánh Giác ư!". Bèn gieo năm vóc xuống đất, rồi nhiễu quanh miếu ba vòng, rải hoa thắp hương, đốt đèn, giăng gấm, sớm hôm thành kính cúi đầu đảnh lễ. Vương hậu và phụ nữ trong nước xin theo nết sạch, bỏ tà chuộng chân.

Hàng xóm có người chồng ác đi buôn, gặp chồng bà ấy nói: "Vợ anh theo yêu, dối dựng miếu quí, sớm tối xông hương, bùa chú yêu ma, cầu cho ông chết, thật rất chẳng lành". Chồng về, vợ thưa: "Thiếp một đêm trước, hiểu đời vô thường, sáng thấy tượng tuyệt đẹp của bậc tôn linh Vô Thượng Chánh Chân đến ở giữa sân. Nay thiếp cúng thờ, đốt hương thắp đèn, treo gấm dâng hoa, sớm hôm lễ bái, cúi đầu tự qui. Vậy chàng hãy thờ đi, ắt hợp phép thánh. Chồng rất vui mừng, một lòng thành kính. Người trong nước lớn nhỏ hết thảy vâng theo như vậy đến tám vạn bốn nghìn năm.

Đức Phật bảo Thu-lợi Tử: "Người đàn bà bấy giờ là thân ta, người chồng lúc ấy là Di-lặc, bà mẹ góa là Thu-lộ tử, còn kẻ chồng ác hàng xóm là Điều-đạt".

Chí sắt vượt bờ của Bồ-tát tinh tấn là như vậy.

KINH SỐ 73:
THẮP ĐÈN THỌ KÝ

Xưa có Bồ-tát thân làm người nữ, trẻ đã góa bụa, thủ tiết qui y Ba báu, chịu nghèo vui đạo, tinh tấn không lười, từ bỏ lời dữ, làm nghề bán dầu.

Bấy giờ, có một sa-môn, tuổi đã về chiều, lòng giữ hạnh cao, chẳng thông văn học. Bọn ưa khen chê, đều bảo ông là không trí, thiên về lễ kính, thiếu trước hụt sau, đi xin dầu mè đem cúng trước Phật. Mẹ góa biết vậy, dâng không thiếu một ngày. Có một tỳ-kheo cúi đầu lạy dưới chân Phật chấp tay thưa: "Tỳ-kheo già ấy, tuy ít trí tuệ, nhưng giới đủ hạnh cao, đốt đèn cúng dường sau được phước gì." Đức Thế Tôn khen: "Lành thay lời hỏi, tỳ-kheo già ấy trải vô số kiếp sẽ làm Như Lai Vô Sở Trước Chánh Chân Đạo Tối Chánh Giác, cổ có hai vòng hào quang, sẽ dắt ba cõi chúng sanh được độ, số nhiều khôn kể".

Mẹ góa nghe vậy, chạy đến chỗ Phật cúi lạy trình bày: "Thầy tỳ-kheo thắp đèn, dầu do con cúng. Vị ấy chứng được Vô Thượng Chánh Chân Đạo sẽ dắt chúng sanh hồn về vốn không, trời người rồng quỉ không ai là không vui mừng. Kính mong Phật thương, lại thọ ký cho con". Đức Phật bảo bà ấy: "Thân nữ không được làm Phật, Duyên Giác, Phạm Vương, Đế Thích, ma Thiên, Phi Hành Hoàng Đế. Ngôi ấy vòi vọi thân nữ không thể làm được. Hễ muốn đạt được, phải bỏ xác dơ mà nhận thân sạch". Bà cúi đầu thưa: "Hôm nay con sẽ bỏ nó". Bèn về nhà tắm gội sạch sẽ từ xa vọng bái thưa: "Thân do bốn đại mà có, ta chẳng giữ lâu". Thế rồi, bèn lên lầu phát nguyện: "Nay đem thân dơ cho những chúng sanh đói khát, xin được thân nam để nhận thọ ký làm Phật. Nếu có đời dơ, chúng sanh mờ tối, bỏ chánh theo tà, không biết đến Phật, con sẽ ở trong đời đó mà cứu vớt họ".

Rồi từ lầu cao nhảy xuống, người xem lạnh run. Đức Phật biết ý bà chí thành, hóa khiến đất mềm như tơ trời. Cả thân không hại, liền hóa thân nam. Bà ấy mừng rỡ vô cùng, đi đến chỗ Phật hớn hở thưa: "Nhờ ơn Thế Tôn, con được thân sạch, kính mong thương xót thọ ký cho con."

Đức Phật khen: "Ngươi chí dũng mãnh, đời ít người có, ắt được thành Phật, đừng hoài nghi nữa. Tỳ-kheo đốt đèn khi được thành Phật sẽ trao danh hiệu cho ngươi". Trời người rồng quỉ, nghe vị ấy sẽ thành Phật đều hướng về lạy mừng, rồi trở về nhà khen ngợi, mỗi người ngày thêm tinh tấn, bấy giờ khuyên dạy quần sinh, số không kể xiết.

Đức Phật bảo Thu-lộ tử: "Tỳ-kheo bấy giờ là đức Phật Định Quang, người đàn bà góa là thân ta."

Chí sắt vượt bờ của Bồ-tát, tinh tấn như vậy.

QUYỂN BẢY

CHƯƠNG V
THIỀN VƯỢT BỜ

KINH SỐ 74

Thiền vượt bờ là thế nào? Nghĩa là thẳng lòng, chuyên ý gồm thâu các lành, mang lấy trong lòng, ý khởi các dơ ác lấy thiền tiêu diệt. Thiền có bốn thứ. Hạnh thiền thứ nhất bỏ chỗ tham ái, năm việc yêu tà. Mắt thấy sắc đẹp, lòng dại vì dâm, bỏ tai nghe tiếng, mũi ngửi mùi hương, miệng nếm các vị, thân ưa tốt mềm. Chí hành đạo ắt phải xa lìa chúng. Lại có năm che: "Che tham của, che sân giận, che mê ngủ, che dâm dục, che nghi hối. Có đạo hay không có đạo, có Phật hay không có Phật, có kinh hay không có kinh, tâm ý nghĩ nhớ, thì trong sạch không dơ, lòng sáng thì thấy sự chân, chứng được đạo không gì không biết. Trời rồng yêu quỉ không thể mê hoặc. Như người có mười kẻ oán, thoát thân lìa xa, một mình ở núi, không ai biết được, không còn lo sợ. Người xa tình dục trong sạch, lòng tĩnh ấy gọi là thiền thứ nhất".

Lòng đạt thiền thứ nhất rồi, thì tiến nhắm thiền thứ hai. Thiền thứ hai như người trốn thù, tuy ở núi sâu, vẫn sợ thù tìm tới, càng dấu sâu thêm. Hành giả tuy xa mười kẻ thù tình dục, vẫn sợ giặc dục đến hoại chí đạo. Chứng thiền thứ hai tình dục hơi xa không thể bẩn mình. Ở thiền thứ nhất thiện ác tranh nhau. Lấy thiện trừ ác, ác lui thiện tiến. Ở thiền thứ hai, lòng vui lắng dừng, không còn lấy thiện, chận trừ ác kia, hai ý hỷ thiện, hãy tự tiêu diệt, mười ác bặt tăm, ngoài không nhân duyên lén vào tâm nữa. Ví như núi cao, đỉnh nó có suối, không có sông nào chảy vào, cũng không có rồng làm mưa, nước từ trong ra, nước sạch đầy suối, thiện từ tâm ra, ác không do tai mắt mũi miệng mà vào. Dần tâm như vậy, hướng đến thiền thứ ba.

Ở thiền thứ ba, giữ ý vững chắc, thiện ác không vào, tâm yên như núi Tu-di, các thiện không ra việc ngoài. Thiện ác vắng tiêu, không len vào tâm, như hoa sen gốc cành trong nước, hoa búp chưa nở bị nước phủ che. Hạnh thiền thứ ba trong sạch như hoa, xa lìa các ác, thân ý đều yên. Dần tâm như vậy, bèn hướng đến thiền thứ tư.

Ở đây thiện ác đều bỏ, tâm không nghĩ thiện, cũng không nhớ ác, trong lòng sáng sạch, như châu lưu ly. Lại như vương nữ, tự tắm sạch sẽ, thoa mình ương thơm, trong ngoài áo mới, rực rỡ phục trang, da thịt thơm sạch. Bồ-tát lòng ngay đạt thiền thứ tư. Lũ tà chúng bẩn, không thể che lòng, như tấm lụa sạch, màu gì cũng nhuộm. Lại như thợ gốm, dồi đất nặn đồ, đất không cát sỏi, nặn gì cũng được. Lại như thợ bạc, nấu chín vàng ròng, trăm lạ nghìn khéo, theo lòng mình muốn. Bồ-tát lòng sạch, được bốn thiền kia, theo ý tự do, nhẹ nhàng bay nhảy, đạp nước mà đi, phân thân táng thể, biến hóa muôn hình, ra vào không hở, còn mất tự do, rờ mó trời trăng, chấn động đất trời, trong suốt nghe khắp không đâu là không nghe thấy. Lòng sạch thấy sáng, được nhất thiết trí, chưa có trời đất chúng sanh đổi thay, mười phương hiện tại, các tâm đã nghĩ, việc chưa nảy sinh, hồn linh chúng sanh làm trời làm người, đọa vào trong đường núi Thái, ngạ quỉ súc sanh, hết phúc thì chịu tội, hết họa thì được phúc, không chỗ xa nào mà không đi tới, hễ được bốn thiền, mà muốn đắc quả Tu-đà-hoàn, Tư-đà-hoàn, A-na-hàm, A-la-hán, Bích Chi Phật và trí sáng của các đức Phật Như Lai Chí Chân Bình Đẳng Chánh Giác Vô Thượng thì cầu nó liền được, giống như muôn vật đều tự đất sinh, từ trí ngũ thông đến bậc Thế Tôn, đều do bốn thiền mà thành, giống như chúng sinh làm gì không nhờ đất không thể đứng được.

Đức thế Tôn lại dạy: "Quần sanh ở đời chính sứ thiên đế, tiên thánh trí tuệ xảo minh, nếu không gặp kinh này không đạt được định bốn bỏ, thì cũng ngu khờ. Đã có trí tuệ mà lại nhất tâm, tức gần độ đời".

Đây là thiền vượt bờ của Bồ-tát, một lòng như vậy.

KINH SỐ 75

Xưa có tỳ-kheo, ăn xong súc miệng, đi vào núi sâu, ngồi dưới gốc cây giữa gò mả, chấp tay cúi đầu một lòng diệt niệm, trong tâm nội ý, trừ bỏ năm che. Năm che diệt rồi, tâm kia bừng sáng, tăm tối lùi bước ánh sáng ngự trị. Bèn nhìn lại thương xót trời người, các loài bò bay máy cựa, thương họ u mê, ôm mãi năm che, các lành liền mạnh, giống như kẻ nghèo, vay nợ làm ăn, được lời trả nợ, của thừa sửa nhà, ngày có lời vào, kẻ ấy lòng vui. Lại như nô tỳ, thoát làm dân lành, bệnh nặng được hết họ hàng ngày đông như tội nặng lao ngục, được xá thoát ra. Lại như tìm báu qua biển, trải bao hiểm nguy về nhà thấy lại cha mẹ, vui mừng vô lượng.

Lòng ôm năm che, như năm điều khổ ấy. Tỳ-kheo thấy rõ sự thật, xa lìa năm che, như người phàm kia thoát năm nạn trên. Năm che lùi, thì trí sáng tiến, các ác thầy tiêu, chí đạo cường thịnh, liền chứng thiền thứ nhất. Từ thiền thứ nhất đến thiền thứ hai phàm có ba hạnh. Một là cần lực, hai là số tư, ba là tư duy. Từ ba hạnh này chứng thiền thứ tư. Từ thiền thứ nhất đến thiền thứ hai, từ thiền thứ hai đến thiền thứ ba, từ thiền thứ ba đến thiền thứ tư. Thiền thứ tư hơn thiền thứ ba, thiền thứ ba hơn thiền thứ hai, thiền thứ hai hơn thiền thứ nhất. Ở thiền thứ nhất mười ác lui, năm lành tiến. Sao gọi là mười ác? Mắt thích sắc đẹp, tai thích tiếng hay, mũi thích mùi thơm, miệng thích vị ngon, thân thích chạm tốt, cộng năm che trên gọi là mười ác. Sao gọi là lành? Một là kế, hai là niệm, ba là ái, bốn là lạc, năm là nhất tâm. Năm lành này ở bên trong. Đến thiền thứ hai thì không kế, không niệm, dẫn tâm nội quán, thiện hạnh ở trong, không còn do tai, mắt, mũi, miệng ra vào, nên hai hạnh thiện ác không còn can hệ nhau, tâm trụ ở trong chỉ có hoan hỷ. Hạnh thiền thứ ba, trừ bỏ hoan hỷ, tâm hướng thanh tịnh, lắng lặng tịch tịnh.

Đức Thế Tôn, Phật A-la-hán dạy: "Ai hay diệt dục, làm sạch lòng mình, thì chết mới yên". Thiền thứ tư, tâm hỷ bỏ đi nên được tịch tịnh. Thiền thứ nhất tiếng làm loạn tai, niệm làm loạn tâm. Thiền thứ ba hoan hỷ làm loạn tâm. Ở thiền thứ tư tâm bị hơi thở làm loạn. Thiền thứ nhất tiếng làm loạn tai, ngưng thì tiến lên thiền thứ hai. Thiền thứ hai niệm diệt, thì tiến lên thiền thứ ba. Thiền thứ ba hoan hỷ diệt, thì tiến lên thiền thứ tư. Thiền thứ tư hơi thở diệt được, thì đắc không định.

Thiền vượt bờ của Bồ-tát một lòng như vậy.

KINH SỐ 76

Chí đạo Bồ-tát, phàm dùng mấy việc mới khiến trong tịnh, tâm chuyên nhất được thiền.

Hoặc thấy người già, đầu bạc răng rụng, hình thể đổi khác. Thấy vậy lòng hiểu: "Ta sau cũng thế". Một lòng hiểu như vậy thì được thiền. Hoặc thấy người bệnh, thân tâm đau đớn như bị gậy đánh, buồn bã hiểu: "Ta sau cũng thế". Một lòng hiểu như vậy, thì được thiền. hoặc thấy chúng sanh sau khi chết, hơi thở dứt, khí ấm lìa, hồn đi, thân lạnh, họ hàng vứt bỏ, vứt xa ngoài đồng, trong khoảng mười ngày sình trương rã hôi, hoặc bị cầy cáo chim chóc rỉa nhai, da thịt hóa dòi, dòi lại ăn thây, máu mủ nhơ xì, ràn rụa khắp đất, xương cốt rã tan, lóng đốt khác chỗ, chân gót cẳng đùi, xương cùi xương sống, hông cánh tay, đầu, răng, sọ, mỗi thứ tự lìa một ngã. Người học đạo nghĩ: "Phàm sống ắt có chết, người vật như huyễn, hợp ắt có tan, hồn đi xác rã, ta há được riêng, không như thế sao?. Thấy vậy buồn thương. Một lòng hiểu vậy, thì được thiền. hoặc thấy thây chết đã lâu, xác xương tiêu diệt, bùn đất thành bụi, tự nghĩ sâu rằng: "Thân ta rồi cũng như thế". Một lòng hiểu vậy, thì được thiền.

Hoặc vì nghe núi Thái, nước sôi lửa cháy độc dữ, đau đớn khốc liệt, ngạ quỉ đói khát, nhọc nhằn nhiều năm, súc sinh khổ vì mổ xẻ cắt giết, lòng thấy ngạc nhiên. Một lòng hiểu vậy, thì được thiền. hoặc thấy nghèo lạnh đói chết, hay thấy người làm bậy, bị phép vu giết. Người học đạo nghĩ: "Người ấy gặp nạn do lòng vô đạo. Ta không tinh tấn, ắt lại như kia". Một lòng hiểu vậy, thì được thiền. Nghĩ sâu nội quán, thì dưới bị phân nước tiểu bức bách, còn trên nóng lạnh lấn hiếp, biết thân đáng ghét. Một lòng hiểu vậy thì được thiền. hoặc thấy năm mất mùa, lúa thóc không nhiều, dân nghèo làm loạn, lại cùng đánh nhau, thây chết ngổn ngang. Thấy vậy lòng buồn thương nghĩ: "Ta không hành đạo, ắt cũng như thế". Một lòng hiểu vậy, thì được thiền. Thấy thịnh có suy, của sang khó giữ, trẻ mạnh lại già bệnh, mạng sống như ánh chớp. Nhớ thế ngạc nhiên, một lòng hiểu vậy, thì được thiền. Nghĩ Phật vòi vọi, tướng tốt khó bì, đều do thanh tịnh, đến thành Thế Tôn, nghĩ thế lòng vui. Một lòng hiểu vậy, thì được thiền. hoặc nhớ kinh nghĩa sâu xa, sa-môn cao hạnh. Một lòng hiểu vậy, thì được thiền.

Chỉ thân làm lành, trước sau chứa đức, một lòng nghĩ vậy thì được thiền. Chỉ ngu mới mong trái Phật pháp sáng, nhọc mà thêm tội, chư thiên ở đời giữ giới trì trai, tự làm lên trời, sống sang vô lượng. Một lòng nghĩ vậy, thì được thiền. Nhân Phật kinh sâu, suy nghĩ kỹ càng, vì người dạy bảo, trong lòng hoan hỷ. Một lòng nghĩ vậy, thì được thiền. Tưởng nhớ chúng sanh, có thành tức hoại, hoại thì đau khổ, nghĩ thế buồn thương. Một lòng nghĩ vậy, thì được thiền. Tính khí chúng sinh, không thể tự giữ, xưa nay biến đổi, người học đạo tự sợ hãi, mạng hết chết đến, hoặc đọa đường ác, thấy đời sang vui, thật dối như mộng, lòng lại tỉnh ngộ. Một lòng nghĩ vậy, thì được thiền. Món ăn vào miệng, nước miếng chảy tràn, ngoài ngon trong thối, hóa thành phân giải. Nhớ lại đáng chán. Một lòng nghĩ vậy, thì được thiền. Bé trong bụng mẹ, lần đầu như váng cháo, dần dần lớn lên, hai trăm sáu mươi sáu ngày thân thể đều thành, đến nạn khi sinh, yên ít nguy nhiều, sau khi đã sinh, các bịnh đều tăng, hoặc một hoặc mười, hoặc năm mươi đến một trăm năm, đều phải già chết, không khỏi nạn đó. Nghĩ mình cũng thế, một lòng nghĩ vậy thì được thiền.

Có còn ắt mất, theo tìm không chỗ, ba cõi đều không, lòng chẳng tham luyến, thương nhớ chúng sinh, không thấy kinh Phật, tà dục ngăn lấp, không hiểu vô thường, thề nguyện cứu vớt. Một lòng nghĩ vậy thì được thiền. Hoặc cao hạnh chí thành giữ lòng tứ đẳng, thương nuôi chúng sanh như mẹ hiền thương giữ con nhỏ. Con nhỏ theo bạn nô đùa, mẹ đem lòng từ đi tìm, gặp con bụi cát bẩn thân, đói khát, kêu khóc. Thấy con như vậy, thương xót rơi lệ, bồng về tắm rửa, để thân con khỏe lòng vui. Mẹ hiền hoan hỉ, yêu giữ bồi hồi, không thả như trước. Người học đạo từ bi, yêu giúp chúng sanh hơn mẹ hiền kia, dạy người thiên hạ, các bò bay máy cựa, thờ Phật xem kinh, thân chuộng sa-môn, nhận giữ giới Phật nhớ mà hành trì, xa lìa ba ác, lòng nghĩ lành, thân làm lành, miệng nói lành, mài dấy ba lành, luôn luôn không khiến rơi vào địa ngục núi Thái, ngạ quỉ, súc sanh, chỗ nghèo khổ hiểm, ở yên nhà phúc vô bờ. Bỗng sực nhớ ra, sợ ở chỗ phúc mà thành kiêu đãng, buông lung lòng ác, trở lại ba đường cũng là cái họa của sang giàu. Bèn đem vô thường, khổ, không thay đổi mà răn. Khuyên giữ vô vi như người mẹ hiền kia lòng giữ gìn con. Suy nghĩ mười sáu việc. Một lòng nghĩ vậy, thì được thiền.

Sao gọi mười sáu? Hơi thở dài ngắn liền tự biết. Hơi thở động thân liền tự biết. Hơi thở nhỏ lớn liền tự biết. Hơi thở mau chậm liền tự biết. Hơi thở dừng đi, liền tự biết. Hơi thở vui buồn, liền tự biết. Tự nghĩ vạn vật vô thường, hơi thở tự biết, vạn vật quá khứ không thể đuổi theo, hơi thở tự biết. Lòng không chỗ suy, vứt bỏ chỗ nghĩ, hơi thở tự biết. Buông bỏ thân mạng hay không buông bỏ thân mạng, hơi thở tự biết. Người học đạo nghĩ sâu: "Có đó tức được đó, không đó không được đó. Hễ sống tất có nạn già chết, hồn linh không mất, liền phải thọ thân. Không sinh thì không già, không già thì không chết. Một lòng nghĩ vậy, thì được thiền. Người học đạo dùng mắt xem sự sống chết ở đời chỉ quán 12 nhân duyên, một lòng nghĩ vậy, thì được thiền. Người học đạo lấy năm việc tự quán hình thể. Một là tự quán mặt mày nhiều lần biến đổi. Hai là khổ vui nhiều lần thay đổi. Ba là tâm ý nhiều lần biến chuyển. Bốn là thân thể nhiều lần đổi khác. Năm là thiện ác nhiều lần cải đổi. Đó là năm việc có nhiều biến đổi như dòng nước chảy trước sau dồn dập. Nghĩ vậy một lòng, thì được thiền.

Người học đạo nhớ thiền phải thế nào? Mắt thấy người chết từ đầu đến thân, nghĩ kỹ xem rõ, giữ niệm trong tâm. Đi, đứng, nằm, ngồi ăn uống mọi việc, thường giữ niệm ấy trong tâm để vững chí mình thì được thiền, suy nghĩ tự tại. Ví như người nấu mấy hộc gạo, muốn biết chín chưa phải lấy một hạt nắn để xem sao. Nếu một hạt chín, thì biết các hạt kia chín. Chí đạo cũng vậy. Tâm đi về như dòng nước chảy. Người học đạo nghĩ thẳng một việc, tâm dừng, ý sạch thì đạt được đạo chân La-hán diệt độ.

Ở thiền thứ nhất, muốn đắc quả A-la-hán được không? Đáp: "Trong ấy có người được, có người không được." Làm gì thì được, làm gì thì không được? Trong thiền thứ nhất, có niệm, có ái thì đạo không thành. Trời đất không thường, hư không khó giữ, hết lòng bẩn dơ, không niệm tham ái, lòng sạch như vậy, mới đắc La-hán. Từ thứ hai, thứ ba, đến thứ tư, giữ tâm hư ở thiền thứ nhất, chí hằng nhớ thiền thứ nhất, dù chưa đắc La-hán, thì khi mệnh chung, cũng có thể đến được, liền lên cõi trời thứ bảy, thọ mạng một kiếp. Tại thiền thứ hai, mệnh chung lên cõi trời thứ mười một, thọ mạng hai kiếp. Ở thiền thứ ba mệnh chung liền, lên cõi trời thứ mười lăm, thọ mạng tám kiếp. Ở thiền thứ tư mệnh chung liền lên cõi trời thứ mười chín, thọ mạng mười sáu kiếp. Người học đạo tự xét trong thân dơ xì, đều là không sạch, tóc, da, đầu lâu, bắp thịt, mắt, tròng, nước mắt, nước miếng, gân, mật, thịt, tủy, gan, phổi, ruột, dạ dày, tim, gan, lá lách, thận, phân, nước tiểu, mủ máu, tất cả dơ ấy hợp lại mới tạo thành thân người. Như túi đựng đầy ngũ cốc, có túi chứa nước mắt, xem xét riêng ra, thứ thứ khác biệt. Rõ người như thế, nội quán thân mình, giống số bốn đại, mỗi tự có tên, đều là chẳng người. Dùng quán vô dục, mới thấy vốn không. Một lòng nghĩ vậy thì được thiền.

Người học đạo xét sâu, biết thêm bốn đại: Đất, nước, lửa, gió, tóc, lông, xương, răng, da thịt, ngũ tạng, đó là thuộc đất. Nước mắt, nước mũi, nước miếng, mủ máu, mồ hôi, mỡ, tủy, não, tiểu tiện đó tức thuộc nước. Ấm lạnh trong thân, chủ làm tiêu, đó là thuốc lửa. Hơi thở ra vào tức thuộc gió. Như tên đồ tể giết gia súc, mổ xẻ chia ra bốn phần, biết rõ ngoắc nghéo. Người học đạo nội quán, phân biệt bốn đại, đây là đất, kia là nước, lửa, gió cũng vậy, đều là không người, nghĩ vậy lòng lắng. Một lòng như vậy, thì được thiền. Người học đạo tự biết hơi thở dài ngắn, mau chậm, lớn nhỏ, đều phân biệt biết hết. Như người bóc vật, tự biết cạn sâu, nhớ nghĩ hơi thở như thế. Một lòng nghĩ vậy thì được thiền.

Thiền vượt bờ của Bồ-tát một lòng như vậy.

KINH SỐ 77

Thái tử ra ngoài dạo chơi, vua lệnh trong nước không để cát dơ ở đường vua đi.

Thái tử ra thành, Thiên đế thứ hai hóa làm người già, đứng ở trước xe, đầu bạc lưng còng, chống gậy lần bước. Thái tử hỏi: "Đây là người gì?" Người đánh xe thưa: "Đó là người già". Hỏi: "Sao gọi là già?". Đáp: "Các căn bốn đại chín mùi mạng thừa không mấy nữa." Thái tử hỏi: "Ta sau cũng sẽ già ư?" Đáp: "Từ xưa ai cũng phải già, không có thánh nào thoát khỏi". Thái tử nói: "Ta được xem là sang quý khác với người phàm mà đều không khỏi, thì giàu sang ích gì cho thân?" Về cung nghĩ mãi, một lòng nghĩ vậy, thì được thiền. Vua hỏi người hầu: "Thái tử dạo chơi thấy nước có vui không?". Đáp: "Đường gặp người già, nghĩ đời vô thường, lòng chẳng được vui". Vua sợ Thái tử bỏ nước, tăng thêm món sướng, đem vinh hoa mê hoặc, dùng âm nhạc loạn trí, muốn phá lòng đạo muốn giữ ngôi quý.

Sau lại xuất du, Vua ra lệnh: "Không để người già yếu nào đứng ở giữa đường". Trời Đế Thích trước hóa làm người bệnh, thân mệt, sức mỏi, thịt hết, giơ xương, dơ xì, đứng dựa bên cửa. Thái tử hỏi: "Đây là người nào?" Người hầu thưa: "Đó là người bệnh". Hỏi: "Sao gọi là bệnh." Đáp: "Uống ăn không chừng, thức ngủ chẳng thường, nên mắc bệnh này, hoặc lạnh hoặc chết". Thái tử hỏi: "Ta cũng ăn uống không chừng, thức ngủ chẳng thường, rồi sẽ bệnh vậy sao?" Đáp: "Có thân, thì có bệnh, không ai thoát nạn này". Thái tử nói: "Ta không thoát nạn, ắt sau cũng vậy". Về cung vẫn nhớ, một lòng vào thiền.

Lần sau ra dạo, Đế Thích lại hóa làm một người chết, người ta khiêng vác cờ triệu, khóc than đầy đường. Thái tử hỏi: "Đây là người gì vậy?" Đáp: "Là người chết". Hỏi: "Sao gọi là chết". Đáp: "Mệnh hết, hồn lìa, hình hài phân tán, mãi rời người thân, đau đớn khôn xiết". Thái tử hỏi: "Ta cũng thế sao". Đáp: "Dẫu bậc thượng thánh, đức độ thuần thục cũng không thoát nạn đó". Thái tử trở xe về cung, một lòng về thiền, sau lại ra dạo, đến lều ruộng vua, ngồi đợi dưới gốc cây, thấy người cày ruộng, cuốc đất trùng ra, có con bị thương, có con chết, chim đuổi mổ ăn, trong lòng buồn bã thở dài than: "Ôi chúng sinh bồn chồn, đau đớn khôn chịu". Nghĩ rồi buồn thương, một lòng vào thiền. Lúc trời lên cao, rọi mình Thái tử, cây rũ cành che, không để Trời thiêu. Vua cha đi tìm, xa thấy uy linh, vô thượng thánh đức, buồn vui lẫn lộn, bất giác buộc mình, cúi đầu làm lễ. Thái tử cũng cúi đầu sát đất. Cha con thăm hỏi xong, vua trở về cung. Thái tử một lòng vào thiền.

Thiền vượt bờ của Bồ-tát một lòng như vậy.

KINH SỐ 78

Thái tử mới sinh, vua sai thầy xem tướng. Thầy nói: "Trị nước tất làm Phi hành hoàng đế, bỏ nước làm sa-môn thì sẽ làm Thầy trời người". Vua xây cung điện ba mùa xuân, hạ, đông. Mỗi cung khác nhau. Mỗi cung có năm trăm kỹ nữ, không mập, không ốm, cao thấp không có chỗ chê, nhan sắc tươi sáng, đều như đào mận. Mỗi cô rành ít môn nhạc, dáng vẻ dịu hiền, làm vui Thái tử. Trước cung trồng rặt quả ngọt, hoa thơm ngào ngạt, ao tắm trong sạch, trong có nhiều hoa, chim chóc khác loài, tiếng hát hòa nhau, cửa cung đóng mở, nghe xa đến bốn mươi dặm, trung thần vệ sĩ canh tuần siêng năng. Có chim báo động giao tin, uyên ương hót báo cho nhau.

Năm Thái tử 17 tuổi, thì không kinh nào là không thông hiểu, thầy phải lạy mà học lại. Vua cưới vợ cho con, vợ tên Cù-di, dung nhan như hoa, sánh với Thiên nữ. Sức mạnh Thái tử quật ngã sáu mươi voi lớn. Đến tuổi mười chín. Thái tử gom hết kỹ nữ, gồm một ngàn năm trăm người, cùng ở một cung, chơi hết các môn múa hát, muốn họ mệt nằm, mới bỏ đi được. Trời khiến những người chơi nhạc ngủ hết không biết, Thái tử lặng suy, thấy các kỹ nữ giống như người gỗ, xương cốt đều rỗng, trông như lóng tre, tay chân duỗi đất, nước mắt nước mũi chảy ra, nước dãi chảy hoen đôi má, đầu rối gối trống. Kỹ nữ đều đeo khuyên ngọc lủng lẳng, khi đi đong đưa, màu sắc lấp lánh, hạt châu chuỗi ngọc, vòng côn, đồ khéo, lụa là, gấm vóc, thường phục ngự y, cầm sắc, tranh, sáo, kèn, tiêu, nhạc, khí ngổn ngang, đầy đất. Chim báo động quân bảo vệ ngủ gục không biết. Thái tử dùng mắt sáng suốt xem khắp mọi thân, lại nhìn vợ mình, từ đầu, tóc, sọ, xương, răng, móng, ngón, da thịt, mủ máu, tủy, não, gân mạch, tim, mật, lá lách, thận, gan, phổi, ruột già, bao tử, hóc mắt, phân, nước tiểu, nước mắt, nước miếng. Trong xem như xương khô, ngoài xem như túi thịt, không chút đáng quý. Bất tịnh chỗ hôi, thấy rồi nhớ lại, khiến người buồn nôn, như tranh điểm mặt, áo quần sặc sỡ, sức thơm bên ngoài, mà phân nước tiểu, mủ máu đầy khắp trong thân. Người ngu tin bề ngoài, còn kẻ trí thấy bên trong, rồi xa vạn dặm, còn phải nhắm mắt. Thái tử thấy chúng như huyễn, khó thể giữ lâu, ở đời tạm mượn, ắt rồi trả chủ, người nằm ngổn ngang giống như thây chết, chẳng có chi vui. Một lòng được thiền, từ thiền mà hiểu, ngửa nhìn sao trời, đã gần nửa đêm, chư Thiên đứng đầy, chắp tay làm lễ, hoa hương âm nhạc, tấu lên vô lượng, Thái tử thấy chư thiên cúi đầu lễ, liền nói kinh:

> Dâm dật rất ác
> Khiến người cuồng say
> Chê chính khen tà
> Lấy tối làm sáng
> Thế nên chư Phật
> Bích chi, La-hán
> Chẳng khen là hay
> Phải mau xa tránh.

Suy nghĩ kỹ càng, bèn gọi Xa-nặc, mau thắng Kiền-trắc, rồi lại tự nghĩ: "Cửa thành đóng mở, nghe xa bốn mươi dặm, phải làm sao đây?" Chư thiên đều nói: "Kính vâng Thế Tôn, chúng con dẫn cửa, khiến không có tiếng, để người trong cung không biết". Chân ngựa tuyệt nhiên không nghe tiếng nhỏ. Thái tử lên ngựa, trăm ức Đế Thích, bốn trăm ức Tứ Đại Thiên Vương, Trời rồng quỉ thần đi theo dẫn dắt, nhạc trời reo ca:

> Đấng vô thượng vòi vọi
> Chúng ta sinh gặp Ngài
> Được thấy ánh linh quang
> Tiêu diệt lòng trần bẩn
> Trọn đời chẳng suy phai
> Khổ đau thay tám nạn
> Đáng thương phải xa Ngài!

Lại nói: "May mắn thay cho chúng ta được gặp Ngài, ngựa mới ra cửa, cửa liền phát tiếng. Ngựa nghẹn ngào kêu thương, rơi lệ quanh má, Chư Thiên giấu vua, cả nước không biết, sở dĩ như vậy là muốn Thái tử đắc đạo, Thái tử bỏ ngôi vua kim luân bảy báu, chịu mọi gian khổ, cứu độ chúng sinh."

Thiền vượt bờ của Bồ-tát một lòng như vậy.

KINH SỐ 79

Khi Thái tử chưa đắc đạo, lấy lác trải đất, ngồi thẳng chấp tay dưới gốc cây, bỏ các niệm dơ, làm trong sạch tâm, chuyên tâm nhất trí rồi tự nghĩ: "Bắt đầu hôm nay đến lúc thịt nát, gân khô, chỗ này, nếu không thành Phật, ta không bao giờ đứng dậy". Bồ-tát liền chứng thiền thứ nhất, thứ hai, thứ ba, đến thiền thứ tư. Trong đêm thứ nhất, chứng được thuật đồ thứ nhất, biết cha mẹ, anh em, vợ con và họ hàng từ vô số kiếp. Trong đêm thứ hai, chứng thuật đồ thứ hai, tự biết chúng sinh từ vô số kiếp, giàu nghèo sang hèn, cao thấp đen trắng, trong tâm có niệm hay không có niệm, chứng được không gì là không biết. Trong đêm thứ ba, chứng thuật đồ thứ ba, ba độc đều diệt. Khi đêm gần sáng, Phật đạo đã thành. Ngài tự nghĩ sâu: "Ta nay thành Phật rất sâu, rất sâu khó hiểu, khó biết, nhỏ nhiệm nhất trong nhỏ nhiệm, huyền diệu nhất trong huyền diệu. Nay Phật đạo đã thành, được nhất thiết trí. Bèn đứng dậy đi đến cung rồng. Rồng tên Văn Lân, chỗ ở Văn Lân, bên sông có cây, Đức Phật ngồi dưới gốc cây nói: "Thuở xưa Đức Phật Định Quang trao ta ấn quyết quí là sẽ làm Phật Thích Ca Văn, thật đúng với điều ta nghe. Ta nay thành Phật là do từ vô số kiếp, đến nay bố thí, trì giới, nhẫn nhục, tinh tấn, thiền định và trí tuệ, nguyện chứa công đức, nay mới chứng quả cực quí, làm lành phúc đến, không mất công ta". Đức Phật vừa nghĩ, bèn vào thiền vượt bậc, Phật ở bờ sông, ánh sáng chiết suốt đến chỗ rồng ở, rồng thấy bóng sáng, vẫy vi dựng ngược. Rồng từng thấy ba đức Phật, là Phật Câu-lũ-tần, Phật Câu-na-hàm Mâu-ni, và Phật Ca-diếp. Ba đức Phật đắc đạo đều ngồi tại đó, ánh sáng chiếu rọi chỗ rồng ở. Nay rồng thấy ánh sáng, liền nghĩ: "Ánh sáng này giống như ánh sáng ba đức Phật trước. Thế gian lại còn có Phật sao?". Rồng rất hoan hỉ, ra khỏi sông, ngoảnh nhìn hai bên phải trái, thấy Phật ngồi dưới gốc cây, thân có ba mươi hai tướng, sắc vàng tía, ánh sáng rực rỡ, hơn cả trời trăng. Tướng tốt đoan chánh như cây có hoa. Rồng đến trước Phật, đầu mặt lạy xuống đất, rồi đi vòng quanh đức Phật bảy vòng, thân rồng cách Phật bốn mươi dặm, lấy bảy đầu che trên đức Phật, rồi rồng vui vẻ làm mưa gió bảy ngày, bảy đêm. Đức Phật ngồi ngay không động không lay, không thở, không hít, bảy ngày không ăn, thì được thành Phật. Lòng vui, không còn tưởng.

Rồng rất vui mừng, cũng bảy ngày không ăn, mà không có niệm đói khát. Hết bảy ngày, mưa gió tạnh. Đức Phật từ thiền định dậy, rồng hóa làm Phạm chí tuổi trẻ, áo mới, đến quỳ gối, chắp tay, cúi đầu lạy hỏi: "Ngài được không lạnh, không nóng, không đói, không khát, công phước chứa nhóm, mọi độc không hại, ở đời làm Phật, ba cõi đặc tôn, há không thích sao?" Đức Phật bảo rồng: "Kinh điển các đức Phật quá khứ nói: Chúng sinh lìa ba đường ác được làm người là thích. Điều xưa từng nghe, nay đều hiểu được là thích. Ở đời có lòng từ không hại chúng sinh là thích, thiên ma độc dữ đều diệt hết là thích. Đạm bạc vô dục không ham giàu sang là thích. Ở đời đắc đạo, làm thầy trời người, lòng được định không, vô nguyện, vô tướng. Các dục vì có thân, khi thần hồn trở về không, thì tịch tịnh mãi mãi, cùng với sự khổ, vĩnh viễn đoạn diệt. Đó là niềm thích vô thượng".

Rồng cúi đầu thưa: "Từ đây về sau, con tự quy y Phật, tự quy y pháp". Phật bảo rồng: "Vừa có chúng thánh thệ làm La-hán, chịu khổ tỳ-kheo, cũng nên tự quy vị ấy". Rồng đáp: "Thưa vâng, con xin quy y chúng tỳ-kheo". Trong loài súc sanh trở về chịu Phật giáo hóa trước tiên thì rồng đứng đầu.

Thiền vượt bờ của Bồ-tát một lòng như vậy.

KINH SỐ 80

Đức Phật đi đường gặp lối nhỏ, bên lối nhỏ có cây. Đức Phật ngồi dưới gốc cây cùng với 1.250 vị tỳ-kheo, một lòng nhập định.

Có năm trăm cỗ xe đi qua, khi đức Phật rất khát. Bèn bảo A-nan: "Con đi lấy nước, ta đang muốn uống". A-nan thưa: "Vừa có năm trăm cỗ xe đi qua, nên nước rất đục không thể uống được". Đức Phật lại bảo: "Ta khát rất nhiều, con mau đi lấy nước lại". Nói đến ba lần, A-nan thưa: "Có khe tên Cưu-đối, nước trong lại ngọt, tắm được uống được". Đức Phật và A-nan nói chuyện đó chưa xong, thì có một người tên Bào-kế, thờ đạo sỹ làm thầy. Đạo sỹ tên La-già-lam. Bào-kế thấy Phật oai linh rực rỡ, thân màu vàng tía, tướng đẹp lạ lùng, thánh xưa hiếm có, nên lòng vui dào dạt, vòng tay tiến đến, cúi đầu thưa: "Vừa có năm trăm cỗ xe đi ngang qua đây, đức Thế Tôn có nghe thấy không?" Đáp: "Ta chẳng thấy, chẳng nghe gì". Bào-kế nói: "Đức Thế Tôn ngủ à?" Đáp: "Ta ngồi thiền được định nhất tâm". Bào Kế ca ngợi: "Đức Như Lai Vô Sở Trước Chính Chân Giác, được định sâu huyền đến thế sao? Ban nảy, xe làm chấn động cả nước, bụi bặm dơ mình, mà chí đạo không đổi, không nghe, không thấy. Càn khôn có thể lay động, mà chí ấy khó xiêu. Khi thầy con còn sống, cũng dưới gốc cây bên đường mà được thiền. Bấy giờ cũng có năm trăm cỗ xe đi ngang trước mặt. Có người hỏi: "Ngài có nghe thấy không?" Thầy con đáp: "Không nghe, không thấy". Người kia hỏi: "Vào lúc đó, Ngài nằm thiếp đi sao?". Đáp: "Ta được định một lòng thanh tịnh, nên không nghe". Người ấy nói: "Bậc La-hán chí đạo sâu xa, mới được như thế sao? Xe đi qua trước mặt, thân lấm bụi mà không biết. Người ấy thấy chí thầy con u huyền, suốt đời thờ làm thầy". Bào-kế nói: "Chí Phật tịch tịnh không lay, cũng như thầy con thuở trước. Bắt đầu từ hôm nay đến trọn đời, con xin giữ năm giới của Phật, làm cư sĩ thân tín, không giám theo các ác". Phật bảo Bào-kế: "Tiếng năm trăm cỗ xe của ai như tiếng vang sấm nổ?" Bào-kế đáp: "Tiếng 1000 cỗ xe, nó không bằng tiếng sấm nhỏ của cơn mưa, huống gì là sấm sét đùng đùng hay sao?" Đức Thế Tôn nói: "Xưa ta ở huyện A-đàm, ngồi dưới lều tranh, nghĩ về gốc sinh tử. Bỗng có trận cuồng phong mưa bão sấm chớp ầm ầm, giết mất bốn con trâu đực và hai anh em người cày ruộng. Dân chúng huyện đó, người xem rất đông. Lúc ấy, ta đang kinh hành, có một người đến chỗ ta hỏi: "Họ đến xem cái gì?" Người kia kể chuyện như đã xảy ra. Người đó hỏi: "Đức Phật lúc ấy đi đâu?" Ta đáp: "Ta ngồi một mình ở nhà". Người ấy hỏi: "Khi đó đức Phật ngủ à?" Ta đáp: "Không". Người ấy hỏi: "Đâu có chuyện thức mà không nghe ư? Chí đạo của Ngài rất sâu, từ nay về sau con nguyện thờ đức Thế Tôn làm thầy, xin giữ năm giới thanh tịnh, làm cư sĩ thân tín trọn đời giữ lẽ chân". Bào-kế nghe rồi, lòng mở nút gỡ, vui vẻ vô cùng nhìn lại bảo tùy tùng: "Trong kho vàng lụa dệt thành y có 1000 bộ, chọn bộ nào đẹp nhất đem đến đây, ta muốn dâng lên Đức Phật." Người hầu vâng lệnh, về nhà lấy đem đến. Bào-kế tự tay lấy y, đắp lên thân đức Phật, rồi lùi lại cúi đầu thưa: "Từ nay xin đức Thế Tôn bớt chút oai linh vĩ đại, đến chỗ những thanh tín sĩ làng con và xin hạ cố đến nhà con. Họ hàng lớn nhỏ mỗi người tự thân cúng dường đức Phật. Đem hết tuổi thọ của trời đất và lòng chí kính để phụng dưỡng trời, rồng, thần quỉ và các loại bò bay máy cựa cũng không bằng cúng dường một bữa cho sa-môn, huống chi cúng dường cho đức Phật Vô Thượng Chính Chân sao? Xin rủ lòng từ bi rộng lớn, ban cho con phước báu vô bờ ấy". Đức Thế Tôn nói: "Tốt lắm."

Thiền vượt bờ của Bồ-tát một lòng như vậy.

KINH SỐ 81

Đức Thế Tôn tự nói: "Khi còn làm Bồ-tát tên là Thường Bi. Bồ-tát Thường Bi thường vừa đi vừa rơi lệ. Thời bấy giờ không có Phật, kinh điển mất hết, không thấy chúng sa-môn, hiền thánh, mà Bồ-tát thường mong thấy Phật và nghe kinh ý màu. Đời lúc ấy nhơ bẩn, bỏ chính theo tà, ưa dối ham lợi, như thiêu thân thích lửa. Sáu độ bốn bậc là nhà yên mãi, mà đời lại bỏ pháp ấy của Phật, chỉ thích đến nguy họa kia, để tự đập nát mình. Vì vậy Bồ-tát mới buồn bã, vừa đi vừa khóc.

Thuở xưa, có Phật tên là Ảnh Pháp Vô Uế Như lai Vương, diệt độ đã lâu, nên kinh pháp mất hết. Bồ-tát Thường Bi nằm mộng thấy Phật vì mình mà thuyết pháp: "Cẩn thận đừng cống cao, học hạnh kẻ sĩ, bỏ lòng dơ ân ái, không lấm bụi bặm sáu tình, không để lại các ái nhỏ như tơ tóc trong lòng người. Các niệm lắng diệt, ấy là vô vi." Bồ-tát theo Phật nghe pháp, như người đói được thức ăn ngon, mừng vui vô lượng, lòng dơ đã trừ, vào định thanh tịnh. Liền bỏ nhà cửa vợ con. Vào núi sâu ở chỗ vắng lặng, lấy hoa trái nước rừng tự nuôi thân. Ở núi giơ tay đấm ngực kêu than: "Con sinh oan sao mà không gặp thời Phật, không nghe kinh Phật, mười phương hiện tại chí chân đời tôn, nhìn thấy nghe suốt, đều biết hết thảy, biến hiện phảng phất, ánh sáng không đâu không tới. Xin hiện tôn linh, khiến con thấy Phật, được nghe ý thú tột đỉnh của đạo lớn pháp to".

Tiếng than vừa dứt, thiên thần hiện xuống nói: "Kẻ sĩ sáng suốt là ngươi, đừng kêu than nữa, đức Phật có giáo pháp vĩ đại gọi là ánh sáng của trí tuệ vượt bậc. Các đức Phật quá khứ, hiện tại và vị lai đều do đó mà thành. Ngươi phải tìm để học tập văn ấy, nhớ hiểu ý nghĩa nó, vâng giữ hành trì. Ngươi tất được chứng bốn vô úy, mười lực, mười tám pháp bất cộng, thân màu vàng tía, cổ phát hào quang vô hạn, kinh giáo mười phương, ngươi sẽ làm minh chủ, bậc quí trong các thánh, làm thầy trời người, Bích Chi Phật và La-hán là chỗ không có".

Bồ-tát Thường Bi ngẩng nhìn, đáp: "Tôi sẽ nghe pháp quí này từ ai, phải dùng phương tiện gì và phải đi đến quốc độ nào? Vị thầy ấy họ tên là chi?"

Vị trời ấy đáp: "Ngươi từ đây đi thẳng về phía Đông, đừng nhớ sắc thọ tưởng hành thức, đừng nhớ khổ vui thiện ác, mắt tai mũi miệng thân tâm, ta, ngươi và người đời trước đổi thay, việc đời sau tới, đừng nhớ đất, nước, lửa, gió, không, xanh vàng đen trắng cho đến các màu, tham dâm, sân nhuế, ngu si tật đố, trai gái họ hàng, phải trái trước sau, cao thấp, mau chậm, đừng nhớ có Phật, không Phật, có kinh đạo, không kinh đạo, có hiền thánh, không hiền thánh, làm trống ý ngươi, dứt các ước nguyện, ngươi giữ lòng không trái lời ta, thì thấy ngay sách thánh trí tuệ vượt bậc".

Bồ-tát Thường Bi ngẩng đầu thưa: "Vâng, xin trọn đời giữ".

Vị trời lại nói: "Hãy siêng năng nhớ lấy". Nói xong bổng nhiên không thấy.

Bồ-tát nhận lời dạy, lòng ngay, ý sạch, đi về Phương Đông tìm. Đi được mấy ngày, thì dừng chân tự nghĩ sâu: "Ta trước phước mỏng, sinh không gặp Phật, đời không sa-môn, vua tôi mù tối, không biết có Phật, trí tuệ vượt bậc là thầy trừ tối. Cách đây mấy dặm, lúc chưa thấy được trong lòng buồn lắm, vừa đi vừa khóc, tinh thần đến vậy, cảm động chư Phật. Phật từ trên bay đến trước mặt, thân màu vàng tía, tướng tốt hơn thánh, mặt như trăng tròn, cổ có hào quang như trời. Chư thiên theo hầu, màn báu, lọng hoa, đánh nhạc rải hoa, chấp tay cúi đầu. Đức Phật ca ngợi Bồ-tát: "Lành thay! Lành thay! Ngươi đi mau khỏe, ở đời ít có".

Bồ-tát thấy Phật, vừa vui vừa buồn, cúi đầu thưa: "Xin Phật thương con, cắt dây trói con, mở nút buộc con, mở mắt mù con, chữa lành bệnh con, vì con giảng kinh".

Đức Phật bảo: "Ba cõi đều không, hễ có ắt không, vạn vật như huyễn, vừa sinh liền diệt, cũng như bọt nước, thấy đời như vậy, người hãy nghĩ đi, ta vì người giảng kinh, hãy đoan tâm nghe rõ, cẩn thận đừng quên. Từ đây về Đông hai vạn dặm, có nước tên Kiền-đà-việt, thành của các Bồ-tát. Cả nước đều là thượng sỹ không có người thường. Muốn tả công đức các Bồ-tát, dẫu kiếp số hết, công đức vẫn còn. Có Bồ-tát đức cao trí tôn tên là Pháp Lai, ở trong các thánh ngài như trăng giữa sao, nhớ các kinh điển, trí tuệ vô hạn, diễn thuyết kinh Trí tuệ vượt bậc, dạy người kỹ càng. Các Bồ-tát có người nhận kinh, có người đọc, người chép, người san định nguyên bản kinh. Người đến sẽ thấy họ ắt làm thầy người, khuyên người tìm Phật. Người mau đi đến, họ sẽ vì người giảng đức lớn trong ngoài của trí tuệ vượt bậc".

Bồ-tát Thường Bi nghe Phật ca ngợi danh đức vị Bồ-tát kia, lòng được pháp hỉ, đắc định hiện tại, mọi tưởng đều lặng, thấy hết chư Phật vì mình giảng công đức của trí tuệ vượt bậc, ca ngợi mình có công tinh tấn tìm Phật, nên đều nói: "Lành thay! Chí đi tìm Phật! Người đã gặp rồi. Ta ở kiếp xưa, khi mới phát tâm, cũng đều như vậy. Chư Phật quá khứ, vị lai, hiện tại, đều đi tìm như người cả. Người ắt thành Phật cứu tất cả chúng sinh". Bồ-tát Thường Bi từ thiền định dậy, ngoái nhìn phải trái, thì lại không thấy chư Phật nữa, lòng liền lại buồn, rơi lệ và nói: "Ánh thiêng chư Phật từ đâu mà đến, nay lại bỏ đi như vậy?"

Thiền vượt bờ của Bồ-tát, một lòng như vậy.

KINH SỐ 82

Xưa có hai vị Bồ-tát trí hạnh thanh cao, trong lặng vô dục, ngoài như vầng trời, bỏ lũ dơ bẩn, ở nơi núi đầm, đập đá làm nhà, ở yên chí tịnh, lấy vỏ làm áo, cỏ làm chiếu, ăn trái rừng, uống nước suối, thanh tịnh vô vi, chí như hư không, gồm đủ bốn thiền, chứng trí năm thông. Một là có thể trông suốt, không xa nào là không thấy. Hai là có thể nghe thông, không có tiếng nhỏ nào không nghe. Ba là có thể bay lượn ra vào không ngăn trở. Bốn là có thể biết rõ những gì trong lòng chúng sinh khắp mười phương đang nghĩ. Năm là có thể biết những thay đổi cuộc đời mình từ vô số kiếp trước đến nay. Phạm Thiên, Đế Thích, tiên thánh, rồng, quỷ, không ai là không cúi đầu.

Ở trong núi đầm hơn 60 năm, thường nhớ chúng sinh trôi nổi ngu tối, không biết làm ác, sau có họa nặng, bớt tình bỏ dục, kính phụng Ba ngôi báu, phúc đến đáp lại ắt được giàu sang. Có hai phạm chí, một tên Đề-kỳ-la, một tên Na-lại. Đề-kỳ đêm dậy đọc kinh, quá mệt nằm ngủ. Khi ấy Na-lại cũng tụng kinh, nhỡ đạp nhầm đầu của Đề-kỳ-la.

Đề-kỳ liền thức dậy nói: "Ai đạp đầu ta, sáng mai khi mặt trời mọc lên một sào, ta đập bể đầu người ấy làm bảy mảnh, được không?"

Na-lại lại nói: "Tôi lỡ đạp trúng đầu ông sao ông thề nặng vậy? Phàm thứ không biết đi, còn có khi chạm nhau, huống khi con người cùng ở chung với nhau, trọn đời không lầm lỡ sao? Lời ông thường đúng. Ngày mai mặt trời mọc, đầu tôi tất vỡ làm bảy miếng. Vậy tôi phải ngăn mặt trời không cho mọc".

Mặt trời bèn không mọc trong năm bảy ngày. Cả nước u tối, đèn đuốc liên tục, các quan không đi làm việc, vua dân hoảng hốt, họp các quan lại, mời đạo sĩ, vua nói: "Mặt trời không mọc lỗi ấy do đâu?" Trong các đạo sĩ, người chứng năm thông nói: "Đạo sĩ trong núi, hai người có chút tranh cãi, nên ngăn không cho mặt trời mọc".

Vua hỏi: "Tranh cãi vì cớ gì?" Đạo sĩ thuật rõ đầu đuôi cho vua biết.

Vua nói: "Vậy phải làm sao?"

Đạo sĩ đáp: "Vua dẫn quan dân không kể lớn nhỏ, đến chỗ hai vị cuối đầu xin hòa giải, họ ắt từ hòa".

Vua liền xuống chiếu theo lời đạo sĩ nói. Đến chỗ núi đầm, họ cuối đầu thưa: "Nước giàu dân yên, nhờ ơn hai vị. Mà nay hai vị bất hòa, cả nước mất chỗ trông chờ, lỗi ấy ở ta, dân không có lỗi. Vậy xin hai vị tha cho".

Na-lại nói: "Vua nên hiểu ý vị kia, nếu vị kia ý đã mở, tôi sẽ thả mặt trời ra".

Vua đến chỗ Đề-kỳ-la nói lại ý của Na-lại, vua liền nói: "Khiến vị kia lấy bùn trét lên đầu rồi thả mặt trời ra, đầu bùn vỡ làm bảy mảnh, mà Na-lại không bị gì cả". Vua tôi dân chúng, không ai là không vui mừng. Hai đạo sĩ vì vua nói rộng việc trị nước, phải đem lòng từ tứ đẳng không ngăn, khuyên giữ năm giới, vâng làm mười lành, vua và thần dân hết thảy thọ giới. Vua về kinh đô xuống chiếu: "Người không kể tôn ty, phải mang kinh năm giới, mười lành, dùng làm chính sách của nước".

Từ đó về sau, ơn vua thấm đến cỏ cây, trung thần vừa thành thật, vừa trong sạch, khiêm nhường, cha đúng phép, mẹ đúng nghi, vợ chồng đều chuộng giữ đạo trinh tín, nhà có con hiếu. Đức Thế Tôn nói: "Hai vị Bồ-tát thấy vua không biết Ba ngôi báu, quan dân mờ tối, tà kiến ngăn che, như chỗ tối bịt mắt mà đi thương bọn họ chết không thấy kinh Phật nên biến hóa như thế, muốn họ thấy được ánh sáng".

Đức Phật bảo các tỳ-kheo: "Na-lại là thân ta, Đề-kỳ-la là Di-lặc".

Thiền vượt bờ của Bồ-tát, một lòng như vậy.

QUYỂN TÁM

CHƯƠNG VI
TRÍ TUỆ VƯỢT BỜ

KINH SỐ 83

Nghe như vầy, một thời Đức Phật ở nước Xá-vệ, vườn ông Cấp Cô Độc, cây thái tử Kỳ-đà, với 1.250 vị tỳ-kheo và một vạn vị Bồ-tát cùng ngồi. Đệ tử thứ nhất là Thu-lộ tử, đến trước Phật cúi đầu quỳ gối bạch: "Xa-nặc kiếp xưa có công đức gì, mà khi Bồ-tát ở nhà sẽ là Phi hành hoàng đế, lại khuyên bỏ nước, vào núi học đạo cho đến làm Phật, cứu vớt chúng sinh, công huân vời vợi, tới chỗ diệt độ. Nguyện xin Thế Tôn nói rõ nguồn gốc".

Đức Phật ca ngợi: "Lành thay! Lành thay! Câu hỏi của Thu-lộ tử rất hay. Xa-nặc nhiều kiếp công đức vô lượng, các ngươi lắng nghe, ta sắp nói đó".

Đáp: "Thưa vâng!"

Đức Phật nói: "Ta xưa là Bồ-tát ở nước Ni-ha-biến. Vua nước ấy nghe người hoặc tu đạo mà lên trời, hoặc thờ thần mà lên trời. Vua từ nhỏ đến giờ, thường mong lên trời, mà chưa biết cách. Nước ấy có hơn bốn vạn phạm chí.

Vua gọi đến bảo: "Ta muốn lên trời phải làm cách nào?"

Người già nhất đáp: "Lành thay câu hỏi! Vua muốn đem thân này lên trời sao? Có đem hồn đi không?"

Vua nói: Ta muốn ngồi như vầy, mà được lên trời".

Đạo sĩ nói: "Phải làm lễ lớn mới được."

Vua mừng vô cùng, truyền lấy hai ngàn cân vàng bạc ban cho. Phạm chí được báu trở về cùng nhau vui chơi. Báu hết liền bàn: "Bảo vua chọn đồng nam, đồng nữ sắc đẹp hơn người, mỗi thứ một trăm, trước đãi chúng ta, rồi giết người vật, lấy xương thịt chúng làm bệ lên trời". Bàn rồi đem tâu.

Vua nói: "Tốt lắm".

Vua ra lệnh cho quan ở ngoài mau sắm đủ như thế. Họ bắt hết giam vào ngục. Người khóc đầy đường. Người trong nước đều nói: "Làm vua mà bỏ lời dạy chân chính của Phật lại sùng phụng yêu tà, đó là nguyên nhân mất nước."

Phạm chí lại nói: "Nếu giết những mạng này, mà vua không được lên trời, chúng ta bị phanh thây nơi chợ kinh, đó là chuyện chắc". Lại bàn mưu: "Trong núi Hương có kỹ nữ vua trời, tên Tợ Nhân Hình thần, mà thần thánh khó bắt, chúng ta bảo vua đi tìm, nếu như không tìm được, thì mọi việc đều xong, chúng ta mới khỏi tội".

Lại đến chỗ vua thưa: "Trong núi Hương có gái Thiên nhạc, nếu lấy máu nó hợp với người và súc vật để làm cái bệ, thì ngài mới lên được trời."

Vua lại vui mừng nói: "Sao không nói sớm, nay là bốn tháng rồi mới nói vậy?" Bèn đáp: "Đó là phép thuật từ đầu đến cuối của tôi. Vua ra lệnh dân chúng trong nước họp lại, nhanh chóng thưởng ban rất hậu, rượu nhạc đầy đủ, ra lệnh: "Ai có thể tìm được thần nữ?"

Dân có người biết nói: "Trong núi thứ bảy có hai đạo sĩ, một tên Xà-lê, một tên Ưu-bôn, biết chỗ của thần nữ".

Vua nói: "Hãy gọi lại đây". Sứ giả vâng mệnh, vài ngày sau liền đem đạo sĩ về. Vua vui vẻ bày tiệc, rượu nhạc bảy ngày, bảo: "Các ngươi vì ta bắt được thần nữ về đây, ta lên trời sẽ đem nước cho các ngươi".

Bọn ấy đáp: "Chúng tôi tất nhiên cố gắng". Xong tiệc lui về, họ đi tìm hơn hai tháng, trải qua bảy lớp núi mới đến Hương Sơn, thấy hồ nước lớn ngang rộng ba mươi dặm, bên hồ đất bằng, có thành báu lớn, ngang rộng lên cao mỗi bề tám mươi dặm, cây báu vây thành, sáng lòa cả nước. Trong hồ có hoa sen, hoa có nghìn cánh, cánh có năm màu, sáng rỡ lấp lánh, các loài chim lạ, líu lo kêu hót. Cửa thành bảy lớp, lầu các cung điện, san sát chen nhau, tràng phan lộng lẫy, chuông rung năm âm, vua trời ở trong cùng ca nữ vui chơi. Sau bảy ngày, Đế Thích ra ngoài dạo, tắm rửa trong hồ, vui thú đã xong, phải về lên trời. Dưới cây bên hồ có phạm chí thánh, trong ngoài không dơ, chứng trí năm thông. Hai đạo sĩ bước đến cúi đầu thưa: "Nhạc này tuyệt diệu, làm vui ai thế?"

Phạm chí đáp: "Đầu Ma vương nữ và hơn 1000 người khác du chơi ở đây, họ vừa mới đến, các ngươi mau lui". Hai đạo sĩ nghe lời, lui ẩn bàn nhau: "Vị Phạm chí này đạo đức thiêng linh, chúng ta phải dùng cách nào, đến gần thiên nữ? Chỉ còn cách dùng vật độc, kết cỏ rồi quăng vào hồ, dùng vật độc để chú ếm. Đế Thích trở về, chư thiên cũng vậy, chỉ có thiên nữ không thể bay lên. Hai đạo sĩ nhảy vào hồ, cởi áo ngoài của mình để trói nàng lại.

Thiên nữ nói: "Các ngươi định làm gì ta?" Hai đạo sĩ trả lời như trên. Thiên nữ bẻ trúc để tính đường đi, đi được bảy ngày, thì mới về tới nước vua. Đến cung tự nhiên thấy sợ. Vua vui mừng gặp thiên nữ, vì vậy mở tiệc ủy lạo các đạo sĩ, nói: "Ta được lên trời thì ta sẽ đem nước này biếu cho các ngươi".

Con đầu của vua là Nan–la–thi, làm vua ở nước khác, có thái tử tên Tu-la, vợ trước nhân từ hòa nhã, thông minh rõ cả, thấy việc chưa xảy ra của chúng sinh ở đời, không chỗ khuất nào mà không thấy, không chỗ nhỏ nào mà không hiểu, cao hạnh sáu độ không rời khỏi lòng, tự thề thành đức Như Lai Vô Sở Trước Chính Chân Giác Đạo Pháp Ngự Thiên Nhân Sư Thiện Thệ Thế Gian, tới chỗ vốn không.

Vua nói: "Ta sắp lên trời, gọi hoàng tôn đến cho ta từ giả". Hoàng tôn đến cúi đầu lạy, nhận lời từ giả rồi, lui lại ghế ngồi.

Vua hỏi: "Cha mẹ con và chúng dân yên ổn chứ?"

Hoàng tôn đáp: "Nhờ ơn vua yên ổn cả". Hoàng tôn lại nói: "Nếu ta không xin thiên nữ làm vợ, thì vua ắt giết đi". Có người nghe được đem tâu, vua nói: "Ta phải lấy máu thiên nữ làm bệ lên trời". Người cháu liền tuyệt thực, về nằm chẳng vui. Vua sợ cháu chết, liền đem cho làm vợ. Trong ngoài vui mừng, tai họa dứt hết. Bốn tháng sau, phạm chí lại tâu: "Phải đào hố để giết súc sinh, lấp hố, lấy máu thần nữ bôi lên mặt hố rồi chọn ngày tốt để làm lễ tế trời".

Vua nói: "Tốt lắm!" Liền ra lệnh những người già cả trong nước cùng quan dân phải làm lễ đó. Hoàng tôn nghe vậy, tái tê chẳng vui, vặn hỏi Phạm chí: "Cách tế lễ như này xuất phát từ kinh thánh nào? Phạm chí đáp: "Phàm làm lễ tế như vậy, sẽ được lên trời". Hoàng tôn lại vặn: "Hễ giết là hại mạng chúng sinh. Hại mạng chúng sinh là đứng đầu trong các tội nghịch ác, tai họa không cùng. Hồn linh đổi thay oán thù lẫn nhau, gươm độc giết nhau, đời đời không dứt, chết vào núi Thái, thiêu đốt mổ cắt. Chịu các độc ấy đủ rồi, lại ra hoặc làm súc sinh, chết liền bị dao chém. Nếu sau làm người, mang họa phân thây, đều do giết hại. Há có chuyện làm bạo ngược mà lên trời sao?"

Phạm chí đáp: "Ngươi tuổi mới lớn, trí nghĩ tới đâu mà vặn hỏi chúng ta?"

Hoàng tôn nói: "Ta ở kiếp trước sinh nhà phạm chí, năm trăm đời liền, xem sách đạo ngươi, thanh chân làm đầu, các ngươi xảo dối, nào hợp ý kinh". Phạm chí nói: "Ngươi biết đạo ta, sao chẳng nói đi". Hoàng tôn nói: "Nguyên tắc lớn của Phạm chí, là những thánh chỉ rất trong sạch, mà các ngươi thì nhơ bẩn, tàn khốc tham ăn, dối đem cúng bậy, giết hại người vật, uống rượu dâm loạn, dối trời khổ dân, khiến dân bỏ Phật, trái pháp xa hiền, không bà con mà đem hết của cúng cho quỉ để cha mẹ đói rét, há hợp với thánh ý cao hạnh của sa môn sao?" Các phạm chí xấu hổ, cúi đầu mà lui.

Hoàng tôn liền vì vua ông trình bày lời tin chí thành của bậc Vô Thượng Chính Chân Tối Chính Giác: "Hễ muốn lên trời, phải qui y Tam bảo, hiểu bốn vô thường, dứt hết xan tham, nuôi chí thanh tịnh, liều mình cứu người, ơn khắp chúng sinh, đó là một. Thương sót sinh mạng, quên mình cứu người, lòng hằng biết đủ, không phải của mình không lấy, giữ trinh không dâm, tín không lừa dối, rượu là độc dữ, khô nát đạo hiếu, tuân giữ mười lành, lấy chính dẫn bà con, đó là hai. Nhẫn nhục chúng sinh, thương xót cuồng say, độc đến buồn đi, cứu mà không hại, đem Ba ngôi báu mà dẫn dụ, hiểu rồi giúp vui, thương nuôi che đều, ơn sanh đất trời, đó là ba. Siêng năng mài trí, nhìn lên hạnh cao, đó là bốn. Bỏ tà trừ dơ, trí lặng như không, đó là năm. Học rộng không gì ngăn che, cầu nhất thiết trí, đó là sáu. Giữ đức lớn này, trước sau không lỗi, cầu làm vua pháp ba cõi, thì có thể được lên trời, khó gì. Còn trái với lời dạy từ bi của Phật, chuộng việc tàn khốc, giết mạng chúng sinh, nhạc dâm tế tà, sống bị trời bỏ, chết vào ba đường, giết hại lẫn nhau, mắc họa vô cùng. Đem ác dữ ấy mà mong lên trời, thì như người làm trái mệnh vua, mà mong được ngôi cao vậy".

Vua nói: "Hay thay lời tin ấy". Bèn mở ngục đại xá, đuổi hết lũ yêu, đem báu cả nước sai cháu làm phước. Hoàng tôn được báu chia cho dân nghèo, bố thí bảy ngày, không ai thiếu thốn mà không được đầy đủ. Sau khi bố thí, khuyên dân giữ giới, cả nước nhờ ơn, không ai mà không vâng theo. Trời rồng thần quỷ thảy đều khen hay, làm mưa các báu, lụa là, lúa đậu. Lân quốc mến đức, theo về như muôn sông chảy về biển cả. Hoàng tôn đem vợ, đến giả từ cha mẹ rồi về. Về nước, bèn đóng cửa, bỏ việc, cùng nhau vui chơi.

Quần thần tâu lên: "Không bỏ vợ, việc nước sẽ nát".

Vua cha nói: "Ông nội cưới cho, làm sao dám bỏ". Bèn triệu thái tử đến nhốt. Vợ nghe vậy xấu hổ bèn bay về chỗ cũ trong núi thứ bảy. Thấy Ưu-bôn và các người khác bà dặn: "Chồng ta có đến, hãy vì ta đưa đi". Rồi để lại chiếc nhẫn vàng làm tin. Vua cha nghe thần nữ đi rồi, mới cho con về nước.

Về không thấy vợ. Thái tử buồn bã rơi lệ. Thần giữ cung nói: "Ngươi đừng buồn, ta chỉ đường cho ngươi. Vợ ngươi hiện ở núi thứ bảy, mau kiếm có thể gặp". Hoàng tôn nghe vậy liền mặc áo châu, đeo kiếm cầm cung đi. Áo sáng lấp lánh bốn mươi dặm. Hôm sau đến núi thứ bảy, thấy vợ bẻ cành cây quăng xuống đất làm dấu. Trước gặp hai đạo sĩ, thái tử hỏi: "Vợ ta có đi qua đây không?"

Đạo sĩ đáp: "Có".

Rồi lấy nhẫn trao cho, cùng đi theo giúp, lấy cây bắt cầu đi qua sông nhỏ, đến núi thứ tám, thấy phạm chí được bốn thiền, liền gieo năm vóc sát đất cúi đầu làm lễ hỏi: "Ngài thấy vợ tôi đi qua đây không?" Phạm chí đáp: "Có đi qua đây. Hãy ngồi chốc lát, ta chỉ chỗ cho."

Bấy giờ vua trời Đế Thích hóa làm con vượn oai linh chấn động cả núi. Hoàng tôn rất sợ.

Phạm chí nói: "Ngài đừng sợ, nó đến cúng dường".

Vượn thấy ba vị đạo sĩ, ngờ vực đứng lại không đến.

Phạm chí nói: "Đến đây".

Vượn liền đi đến, lấy quả cúng dường. Phạm chí nhận rồi, bốn người cùng ăn, gọi vượn bảo: "Đem ba người này đến chỗ Tợ Nhân Hình Thần".

Vượn hỏi: "Đây là người nào mà khiến lên trời vậy?" Phạm chí nói: "Thái tử của vương quốc là bậc đứng đầu bậc Khai sĩ, sẽ là Như Lai Vô Sở Trước Chính Chân Đạo Tối Chính Giác Đạo Pháp Ngự Thiên Nhân Sư. Chúng sinh sẽ nhờ ân mà được về vốn không". Vượn ca ngợi: "Lành thay! Bậc khai sĩ khi thành Phật, tôi xin làm ngựa". Ưu-bôn hai người, một nguyện làm nô, một nguyện làm La-hán.

Vị khai sĩ nói: "Rất tốt!" Liền cùng nhau trời. Trên đường đi có năm trăm Duyên giác, đều đến cúi lạy, bảo vượn về lấy hoa rải trên các đức Phật rồi nguyện: "Mong tôi mau thành chính giác, dẫn dắt chúng sinh, diệt sinh tử hồn, thần về vốn không". Ba người lại nguyện như trước đều xin thành Phật, cúi lạy mà đi.

Đến ngoài cửa thành của Tợ Nhân Hình Thần, vượn cuối đầu chào rồi về. Ba người đều ngồi. Bấy giờ có người áo xanh đi ra múc nước, Khai sĩ cởi nhẫn bỏ vào trong nước, Thiên nữ thấy nhẫn, liền dừng không tắm, mới thưa cha mẹ: "Chồng con đi tìm, nay đã đến đây". Người cha tên Đầu-ma, vui vẻ liền ra gặp nhau. Khai sĩ cuối đầu theo lễ người rể, còn hai đạo sĩ cúi lạy rồi lui. Vua mời vào trong, tay dắt con gái trao cho, cùng hơn nghìn thị nữ, nhạc trời hòa vui. Ở lại bảy năm, lòng nhớ cha mẹ sinh dưỡng nghẹn ngào nói lời từ giã về nước. Vua trời nói: "Mọi thứ nước này, nay đem cho con, mà con bỏ đi là vì sao?" Khai sĩ nói như trước. Vua nói: "Hãy ở lại bảy ngày nữa, để tận hưởng lạc thú". Sau bảy ngày có đại thần vương đến chỗ vua trời chúc mừng. Vương nữ đã về lại có rể thánh. Vua trời nói: "Con gái tôi hèn mọn được người chồng thánh hùng, nay nhớ về nuôi cha mẹ. Vậy phiền ngài tiễn về giùm".

Quỉ vương nói: "Thưa vâng".

Liền lấy báu trời làm cung điện, đài bảy tầng, các báu nhạc trời, ở đời ít thấy. Quỉ vương tay nâng, đưa về nước cũ, rồi cúi đầu chào lui. Khai sĩ gặp mẹ, lời thành thăm hỏi đầy đủ. Vua ông vui vẻ truyền ngôi. Thiên nữ, quỷ, rồng không ai là không khen ngợi. Thái tử đại xá các tội, cho đem hết của nước bố thí, dân chúng bốn phương, cho đến chúng sinh đều giúp người nghèo thiếu, tùy theo ý muốn. Chúng sinh mừng vui, không ai mà không ca ngợi, khen Phật dạy nhân, ơn quá trời đất. Tám phương chuộng đức, đều kéo về nước, như trẻ thơ dựa vào mẹ hiền. Vua ông mệnh chung, liền sinh lên trời.

Đức Phật bảo Thu-lộ tử: "Hoàng tôn đó là thân ta, Phạm chí chứng bốn thiền là Thu-lộ tử, Ưu-bôn là Mục-liên, Xà-lê nay là Xa-nặc, Thiên Đế Thích là Kiền Đức, vua cha là Ca-diếp, vua ông nay là Bạch Tịnh, Xá-diệu là mẹ ta, vợ là Câu-di. Bồ-tát nhiều đời dùng từ tứ đẳng rộng lớn cùng sáu hạnh vượt bậc, cứu vớt chúng sinh và bốn hàng đệ tử trời rồng thần quỉ và Chất lượng thần đều hoan hỉ làm lễ mà lui.

KINH SỐ 84: VUA NƯỚC GIÀ-LA

Xưa vua nước Già-la, hoàng hậu không con, vua rất buồn rầu, ra lệnh: "Bà về nhà mẹ, tìm phép có con, về đây ta không làm tội". Hoàng hậu khóc lóc giã từ, thề sẽ quyên sinh, nhảy xuống núi sâu, rớt vào rừng rậm. Trời Đế Thích cảm động nói: "Hoàng hậu vua nước này là chị ta đời trước, nay vì không con, mà bỏ mình nơi núi hiểm". Đế Thích buồn thương, bỗng nhiên hiện xuống, lấy dĩa quả đầy, đưa cho Hoàng hậu nói: "Này chị, chị ăn quả này, ắt có con Thánh nối dòng, sẽ là anh hùng ở đời. Nếu vua có nghi, thì lấy dĩa này cho xem. Dĩa thần thiên hoàng này là minh chứng tốt nhất". Hoàng hậu ngẩng đầu lên trời ăn quả. Bỗng nhiên không còn thấy Đế Thích đâu nữa. Bà cảm thấy thân nặng, về cung gặp vua, đem tâu đầy đủ. Đủ ngày sinh một hoàng nam, tướng mạo rất xấu, ở đời hiếm thấy. Tuổi còn bé mà thông minh biết rộng, mưu trí khôn lường, sức hay vật voi, chạy bắt ó bay, tiếng nói ngân vang như sử tử rống. Tiếng đồn gần xa, tám phương khen ngợi. Vua cưới con gái nước bên tên là Nguyệt Quang, xinh đẹp đoan chính, đầy đủ nết tốt ở đời. Lại có bảy cô em gái lại cũng đẹp đẽ. Hoàng hậu sợ Nguyệt Quang không ưa tướng mạo của thái tử nên nói dối: "Tục xưa nước ta vợ chồng không gặp nhau ban ngày. Lễ là điều trọng, phi đừng thất phép". Hoàng phi đáp: "Thưa vâng con không dám bỏ lời dạy quý báu". Từ đó về sau thái tử ra vào, chưa từng thấy mặt. Thái tử nghĩ sâu: "Nước mình thù địch với bảy nước, nếu dùng sức mà tranh thì không ổn, dân chúng kêu ca, ta phải quyền biến để đất nước được yên". Lòng tự suy nghĩ: "Thân ta xấu quá, vợ thấy chắc trốn, trốn chạy thì thiên hạ ổn, dân chúng yên lành".

Bèn hớn hở thưa hoàng hậu xin gặp vợ 1 lần để ngắm dung nhan. Hoàng hậu nói: "Con diện mạo xấu xí, vợ con mặt hoa mày đẹp sánh ngang thiên nữ. Nếu biết chắc nó bỏ trốn, con phải trọn đời cô độc. Thái tử lại xin, hoàng hậu thương con, thuận theo ý nguyện, đem hoàng phi ra xem ngựa. Thái tử giả làm người chắn, hoàng phi nhìn thấy hỏi: "Kẻ chăn nào mà xấu thế?" Hoàng hậu nói: "Đấy là người chăn của tiên vương đó". Sau đem đi xem voi, hoàng phi lại thấy, mới nghĩ: "Chỗ ta dạo chơi mà thấy người này hoài chắc là thái tử ư?" Hoàng phi nói: "Xin cho con thấy mặt thái tử". Hoàng hậu liền quyền biến, bảo anh em đi du hành trong nước. Thái tử cùng quan liêu và tùy tùng thị vệ, hoàng hậu và hoàng phi nhìn thấy, lòng hơi vui chút. Sau lại vào vườn thượng uyển, thái tử lên cây hái trái ném vào lưng hoàng phi. Hoàng phi nói: "Đây nhất định là thái tử". Đêm đến hoàng phi rình lúc thái tử ngủ, lặng lẽ lấy đèn soi, thấy tướng mạo thái tử, hoảng sợ chạy về. Hoàng hậu giận hỏi: "Sao để vợ con về?" Thái tử đáp: "Vợ con trốn đi, đó là nền tảng thiên hạ thái bình, dân chúng trọn đạo nuôi nấng cha mẹ mình".

Rồi vào vái từ vua và hoàng hậu đi tìm. Đến nước hoàng phi, thái tử giả làm thợ gốm, làm đồ gốm thuê. Đồ gốm đẹp nhất nước, chủ lò thấy đẹp lấy đem dâng vua. Vua được đồ đẹp vui vẻ đem cho cô út. Cô đem cho các chị xem. Nguyệt Quang biết chồng mình làm, quăng xuống đất cho vỡ đi. Thái tử lại vào thành đi nhuộm vải thuê, kết một xấp vải nhuộm thành các thứ đẹp lạ, đầy đủ kỹ thuật, ở đời ít thấy. Chủ nhuộm mừng, lấy làm lạ đem dâng vua. Vua lại đẹp lòng đem cho tám người con gái xem. Nguyệt Quang biết, bỏ đi không nhìn. Thái tử làm thuê cho quan đại thần nuôi ngựa, ngựa mập lại dễ bảo. Quan hỏi: "Ngươi còn thuật lạ gì chăng?" Thái tử đáp: "Các món vua ăn tôi biết làm cả". Quan bảo làm món ăn để dâng vua. Vua hỏi: "Ai làm món này". Quan thật tình đáp. Vua ra lệnh cho làm thái quan, coi sóc các món vua ăn.

Thái tử đem canh vào cung dâng cho tám người con gái của vua. Muốn dùng quyền biến thái tử giả vờ đánh đổ vào người, các cô kinh sợ. Nguyệt Quang chẳng nhìn. Trời Đế Thích hoan hỉ khen: "Bồ-tát lo cứu chúng sanh đến như thế sao? Ta phải quyền biến giúp đỡ". Bèn khiêu khích bảy nước thù địch, lại họp ở kinh đô hoàng phi nói: "Chính ngươi dứt được tai họa cho triệu dân". Rồi hóa làm tờ thư chính tay phụ vương Nguyệt Quang viết đem Nguyệt Quang gả cho bảy nước. Bảy nước sắm lễ đến kinh đô để rước dâu. Họ cùng hội lại hỏi han vì sao đến đây. Mỗi nước nói: "Đem sính lễ đến cưới cô gái tên Nguyệt Quang". Cãi nhau rối rít, mỗi nước đều lấy thư tay vua đưa ra, rồi cất tiếng oán hận nói: "Phải diệt cả họ ngươi, việc không thể lầm được". Liền khiến sứ giả trả lại thư, nói: "Ngươi đem một người con gái mà giỡn với bảy nước ta, các nước oán hận hưng binh, nước mất ngay hôm nay đây". Vua cha sợ hãi nói: "Họa này lớn quá, chắc do nghiệp trước gây ra". Bèn gọi Nguyệt Quang nói: "Con làm vợ người, chồng dẫu khôn ngu, lành dữ xấu đẹp, cũng do nghiệp trước, ai có thể bỏ đi mà không trinh nhất tận hiếu vâng thờ, chồng bỏ về nước, để họa đến thế này? Nay ta phải phân thây con ra bảy phần để tạ tội với vua bảy nước". Nguyệt Quang khóc: "Xin tha mạng con chốc lát để con tìm người trí sĩ có tài dẹp được nạn bảy nước". Vua liền trao giải nói: "Ai hay trừ được họa này, thì sẽ gả Nguyệt Quang và nuôi bằng phúc lớn". Thái tử nói: "Mau làm đài cao, ta sẽ trừ giặc". Đài đã làm xong, thái tử giả bệnh, bước một chân nghiêng xuống đất, cần Nguyệt Quang đến cõng thì mới trừ quân địch, Nguyệt Quang hoảng hốt, sợ thấy phanh thây, phải đỡ lên đài, chỉ biết đứng sững. Thái tử lớn tiếng gọi vua bảy nước. Tiếng nói xa như sử tử rống, đem lời Phật dạy dẫn dụ: "Làm trời chăn dân, phải dùng đạo nhân, mà nay nổi giận, giận lớn thì họa to, họa to tức mất thân, hễ mất thân thì mất nước, đều do danh sắc cả".

Quân hùng bảy nước không ai mà không ngất xỉu, phút chốc sống lại, muốn trở về nước. Thái tử tâu vua: "Việc hôn nhân không ai như các vua này, sao không đem bảy người con gái gả cho con của bảy vua, có con rể che chở thì vua an lành, thần dân vui vẻ, cha mẹ được nuôi dưỡng". Vua nói: "Tốt lắm! Đây là niềm vui lớn". Bèn gọi bảy vua đến đem bảy cô con gái gả cho. Tám chàng rể dâng lễ nhiều. Vua tôi hớn hở. Đến lúc đó vua và thần dân mới biết thái tử là chồng cũ của Nguyệt Quang. Liền tuyển chọn quan hiền, vũ sĩ theo hầu, mọi người đều trở về nước. Chín nước đều hòa bình yên ổn, dân chúng múa hát, tất cả đều ca ngợi: "Trời giáng xuống làm cha ta. Phàm thánh nhân quyền biến thì chẳng phải người phàm biết được. Đức nhóm công thành, bấy giờ mới rõ ràng không chê bai".

Về nước mấy năm, đại vương băng hà. Thái tử thay cha lên ngôi, đại xá các tội, đem năm giới, sáu độ, tám trai, mười lành giáo hóa dân chúng, tai nghiệp đều dứt, nước giàu dân yên, nền đạo hóa lưu hành, mọi người đều phụng thờ Ba báu, đức lớn phước về, các bệnh tiêu diệt, tướng mạo thái tử rực rỡ đẹp hơn cả hoa đào. Sở dĩ như thế là vì thuở xưa vợ chồng Bồ-tát đều đi cày, khi sai vợ về lấy cơm, trông thấy vợ trở lại cùng đi với Phật Bích Chi, khuất sau sườn núi, lâu mà không đến. Lòng sinh nghi nổi giận, cầm cây muốn đi đến đánh. Đến thấy vợ mình cầm cơm cúng dường sa-môn, rồi lui lại chấp tay đứng. Sa-môn ăn xong quăng bát lên trời ánh sáng chói lòa rồi bay đi mất. Lòng chồng vừa hối hận, vừa hổ thẹn nghĩ: "Vợ mình có đức mới gặp đấng ấy. Mình ngu quá chắc sẽ bị họa". Liền gọi vợ bảo: "Phúc nàng cúng dường, ta xin chung với. Cơm cúng ăn xin nàng chớ giận". Đến lúc mạng chung, cả hai sinh vào nhà vua, người vợ có lòng thuần từ bố thí nên sinh ra đã đoan chính. Người chồng trước sân si, nhưng sau có lòng từ, nên trước xấu mà sau đẹp.

Đức Phật bảo các tỳ-kheo: "Hễ người tạo nghiệp, trước cho mà sau lấy, thì đời sau mới sinh ra giàu có, nhưng lớn lên thì nghèo khó. Trước lấy mà sau cho, thì đời sau thọ báo trước nghèo hèn, sau lớn lên giàu sang. Thái tử là thân ta, người vợ là Câu-di, phụ vương là Bạch Tịnh, người mẹ nay là Xá-diệu mẹ ta, còn trời Đế Thích là Di-lặc. Bậc khai sĩ đời thường thương nhớ chúng sinh, cứu vớt khỏi lầm than".

Trí vượt bờ của Bồ-tát sáng suốt như vậy.

KINH SỐ 85:
BỒ-TÁT DÙNG TRÍ TUỆ XA VỢ QUÍ

Xưa có Bồ-tát khi làm người phàm, tuổi vừa mười sáu, bẩm tính thông minh, học rộng xa thấy, không kinh nào là không hiểu, luyện kỹ năng sâu đạo thuật các kinh, xem kinh nào đúng nhất, đạo nào yên nhất, nghĩ rồi bùi ngùi: "Chỉ có kinh Phật là đúng nhất, đạo vô vi là yên nhất". Lại nghĩ: "Ta giữ đều đúng và ở chỗ yên". Cha mẹ muốn cưới vợ cho, Bồ-tát buồn bã nói: "Yêu họa dữ nhất không gì lớn hơn sắc đẹp. Nếu yêu quỉ đến, thì đạo đức mất. Ta không chạy trốn chắc bị sói nuốt". Thế rồi trốn đến nước khác, đem sức làm thuê để tự nuôi thân.

Bấy giờ có ông chủ điền, già mà không con, ra đồng nhặt được đứa bé gái, nhan sắc tuyệt vời, hớn hở đem về nuôi làm con, rồi tìm con trai để gả, khắp nước mà không tìm được. Ông thuê Bồ-tát đã được năm năm, thấy có nết hạnh từ nhỏ đến lớn, trong lòng vui vẻ nói: "Này đồng tử, nhà ta có đủ, ta đem con gái gả cho con, làm người nối dõi của ta nhé".

Người con gái có đức thần, mê hoặc lòng Bồ-tát. Cưới vợ không lâu, Bồ-tát tự hiểu: "Ta thấy chư Phật dạy rõ, cho sắc là lửa, người là con thiêu thân. Thiêu thân tham lửa, thân bị thiêu. Nay ông này lấy lửa sắc mà đốt thân ta, lấy mồi của câu miệng ta, nhà nhơ này chôn đức ta". Đêm đến, lặng lẽ trốn đi. Đi hơn trăm dặm, vào nghỉ đêm ở đình trống. Người giữ đình hỏi: "Ông là người nào?" Bồ-tát trả lời: "Tôi xin ngủ nhờ". Người giữ đình đem vào. Thấy giường gối tuyệt diệu, trân báu lòa mắt, có người đàn bà nhan sắc như vợ mình, mê hoặc Bồ-tát, khiến cùng nhau ăn ở được năm năm. Bồ-tát sáng lòng nghĩ: "Dâm là sâu độc, làm tàn thân nguy mạng. Ta cố chạy trốn, nay xui lại gặp". Rồi lặng lẽ trốn nhanh.

Lại gặp cung điện châu báu và đàn bà như trước lại mê hoặc lòng, cùng ăn ở được 10 năm. Bồ-tát lại sáng lòng nghĩ: "Họa ta nặng quá, chạy mà không thoát". Rồi tự thề sâu: "Suốt đời không ngủ nhờ nữa". Rồi lại trốn đi. Xa xa thấy một căn nhà lớn, bèn tránh đi ra đồng. Người giữ cửa hỏi: "Người nào đi đêm thế?" Bồ-tát đáp: "Ta đi đến xóm trước".

Người giữ cổng nói: "Có lệnh cấm không cho đi". Người trong nhà kêu vào. Bồ-tát lại thấy như trước. Người đàn bà nói: "Từ vô số kiếp đã thề làm vợ chồng, chàng đi sao yên". Bồ-tát nghĩ: "Gốc dục khó nhổ đến thế này sao?" Liền khởi niệm bốn vô thường, nói: "Ta muốn dùng định vô thường, khổ, không, vô ngã mà diệt các dơ ba cõi thì dơ ngươi sao lại không trừ được". Dấy bốn niệm này, thì vợ quỉ liền diệt, trong lòng rực sáng, bèn thấy chư Phật ở trước mặt mình, giải thích định không, bất nguyện, vô tưởng, trao giới sa-môn, làm thầy vô thắng.

Trí tuệ vượt bờ của Bồ-tát, trí sáng như vậy.

KINH SỐ 86: NHO ĐỒNG THỌ KÝ

Xưa Bồ-tát sinh ở nước Bát-ma, khi làm Phạm chí tên là Nho Đồng, xin thầy học hỏi, ngửa xem thiên văn, những sách sấm ký đồ trận, nghe thấy liền hiểu, giữ chân chuộng hiếu, nho sĩ trong nước đều khen.

Thầy hỏi: "Ngươi đạo đầy nghề đủ, sao không lập chí ra đi dạy người mới học?"

Phạm chí đáp: "Tôi vốn nghèo thiếu, không có của gì đền ơn thầy, nên không dám đi, vả lại mẹ bệnh rất nặng, không có thuốc chữa, xin đi làm thuê mua thuốc dâng mẹ".

Thầy nói: "Tốt lắm."

Bèn cúi đầu đi, chu du nước bên, thấy 500 Phạm chí hội ở giảng đường, bày một tòa cao, đặt một người con gái đẹp và năm trăm đồng bạc nói: "Ai lên ngồi trên tòa cao để các nho sĩ vặn hỏi, nếu thấy rộng đạo sâu, sẽ dâng cô gái và tiền." Bồ-tát đến xem thấy họ trí cạn, vặn hỏi tất hết lời. Bèn bảo các nho sĩ: "Tôi cũng con Phạm chí, có thể dự bàn được không?" Họ đều nói: "Được". Phạm chí liền lên tòa cao, các nho sĩ hỏi đạo cạn thì đáp đạo sâu, hỏi nghĩa hẹp thì giải nghĩa rộng.

Các nho nói: "Người này đạo cao trí xa, có thể làm thầy". Họ đều cúi đầu hàng phục. Bồ-tát từ giã mà lui.

Các nho đều nói: "Người này tuy cao trí, nhưng là kẻ sĩ nước khác, không nên lấy con gái nước ta, hãy lấy thêm tiền để tặng cho".

Bồ-tát đáp: "Người đạo cao thì đức sâu, tôi muốn đạo vô dục, muốn ấy mới quí. Đem đạo truyền cho thần, đem đức truyền cho thánh, thần thánh truyền nhau thì nền giáo hóa vĩ đại mới không hư, như vậy mới là kẻ nói dòng tốt. Các ngươi muốn lấp nguồn đạo, chặt gốc đức, như vậy có thể gọi là kẻ vô hậu". Nói xong liền lui. Các nho sĩ bẽn lẽn có vẻ xấu hổ.

Người con gái nói: "Bậc cao sĩ kia đáng là chồng ta".

Bèn vén áo lội bộ tìm dấu, trải qua các nước, chân đau sức mệt, ngất xỉu bên đường. Đến nước Bát-ma, vua tên Chế Thắng, đi xem nước, xét ở biên giới, thấy người con gái mệt xỉu, liền hỏi: "Cô là ai mà nằm bên đường vậy?" Người con gái thuật rõ duyên do. Vua khen chí cô và rất thương xót. Vua ra lệnh cô gái: "Theo ta về cung, ta sẽ nhận làm con gái".

Cô gái nói: "Thức ăn họ khác, có thể ở không mà ăn sao? Xin cho giữ một chức gì thì sẽ theo đại vương".

Vua nói: "Cô hái hoa đẹp, dâng ta trang sức". Cô gái xin vâng, theo vua về cung, ngày hái hoa đẹp để dâng vua dùng.

Nho Đồng về nước thấy người xúm xít san gò lấp hố, quét dọn sạch sẽ, bèn hỏi người đi đường: "Dân chúng hớn hở, chắc có gì vui?" Họ đáp: "Đức Định Quang Như Lai Vô Sở Trước Chính Chân Đạo Tối Chính Giác Đạo Pháp Ngự Thiên Nhân Sư sắp đến đây giáo hóa, nên mọi người hớn hở". Nho Đồng lòng vui, lặng lẽ nhập định, tâm sạch không dơ, thấy Phật sắp đến. Đường gặp cô gái khi trước, hái hoa cắm bình, bèn theo xin hoa, được hoa năm cành. Vua, Hoàng hậu, thứ dân đều tự mình sửa đường, Bồ-tát xin một đoạn nhỏ, tự mình sửa sang.

Dân nói: "Còn một khe nhỏ, nước chảy xiết, đá đất không chịu".

Bồ-tát nói: "Ta dùng sức thiền, hạ sao nhỏ kia, lấp nó được không?" Lại nghĩ: "Nghi thức cúng dường, dùng sức bốn đại, khổ mình mới tốt". Liền để yên ngôi sao mà kéo đá, đem sức mình lấp khe.

Sức thiền dừng lại, còn chút rãnh bùn thì Phật đã đến. Bèn cởi áo da nai phủ lên đất bùn, lấy năm cành hoa, rải lên đức Phật, hoa trùm trên không, như tay rải hạt vào đất mọc lên. Đức Phật gọi nói: "Sau

91 kiếp, ngươi sẽ thành phật hiệu là Năng Nhân Như Lai Vô Sở Trước Chính Chân Đạo Tối Chính Giác Đạo Pháp Ngự Thiên Nhân Sư. Đời ấy điên đảo, cha con là thù, vương chính hại dân, như mưa đao kiếm, dân tuy tránh né, nhưng khó thoát nạn. Ngươi sẽ ở đó cứu vớt chúng sinh, những người độ, không thể tính số". Nho Đồng lòng vui, nhảy lên hư không cách đất bảy nhận, từ trên không rơi xuống, lấy tóc trải đất, để Phật bước qua. Đức Thế Tôn qua rồi, bảo các tỳ-kheo: "Đừng đạp lên đất đó. Sở dĩ như thế, vì đó là nơi thọ ký, tôn kính vô thượng. Kẻ sĩ có trí dựng chùa ở đó, giống như thọ ký". Chư thiên hết thảy đồng thanh mà nói: "Chúng tôi sẽ làm chùa".

Bấy giờ có con trưởng giả tên là Hiền Càn, lấy ít củi nhỏ xếp lên chỗ đất ấy, nói: "Chùa ta đã dựng". Chư thiên ngoái nhìn bảo nhau: "Cậu bé phàm phu mà lại có trí thượng thánh ư?" Liền chở các báu, dựng chùa trên đó rồi cúi đầu thưa: "Nguyện con thành Phật, giáo hóa như nay. Nay đã dựng chùa phúc như thế nào?"

Đức Thế Tôn nói: "Khi Nho Đồng thành Phật, ngươi sẽ được thọ ký".

Đức Phật bảo Thu-lộ tử: "Nho Đồng đó là thân ta, cô gái bán hoa đó là Cừu-di, con ông trưởng giả nay là Phi-la-dư đang ngồi trong giảng đường". Phi-la-dư liền lễ chân Phật, Phật thọ ký cho, sau sẽ thành Phật hiệu là Khoái Kiến.

Đức Phật nói kinh rồi, bốn hàng đệ tử, trời, người, quỷ, rồng đều vui vẻ làm lễ mà lui.

Trí tuệ vượt bờ của Bồ-tát sáng suốt như vậy.

KINH SỐ 87: VUA MA-ĐIỀU

Nghe như vầy, một thời Thế Tôn tại nước Vô-di, ngồi dưới gốc cây, dung sắc rực rỡ còn hơn vàng tía, vui vẻ mỉm cười, miệng có hào quang năm màu. Bấy giờ ai thấy không ai là không vui thích, đều ca ngợi: "Thật là đúng trời trong các trời". A-nan sửa áo cúi đầu mà thưa: "Thế Tôn mỉm cười ắt muốn cứu độ chúng sinh tối tăm".

Thế Tôn nói: "Lành thay! Đúng lời ngươi nói, ta không cười suông, ấy nhằm nêu pháp. Ngươi muốn biết ý nghĩa mỉm cười không?"

A-nan đáp: "Chúng con đói khát thánh điển, thật chưa đủ no". Thế Tôn nói:

Xưa có thánh vương tên là Ma-điều, khi làm Phi Hành hoàng đế, coi bốn thiên hạ, tâm chính hạnh ngay, dân không lén oán, từ bi vui giúp lòng như Đế Thích. Bấy giờ dân chúng thọ đến tám vạn tuổi, Vua có bảy báu là bánh xe vàng tía, voi trắng biết bay, ngựa thần xanh biết, châu thần minh nguyệt, vợ thánh ngọc nữ, quan thánh chúa báu, quan thánh điển binh. Vua có 1000 người con, đoan chính nhân từ, biết việc quá khứ, đoán được tương lai, người có hiểu biết không ai không kính mộ.

Vua muốn đi xem Đông Tây Nam Bắc, ý vừa khơi niệm, xe vàng đến trước, đi đâu tùy ý, bảy báu đều thế. Bay dẫn thánh vương, trời rồng thiện thần không ai là không canh phòng, rắc các hoa báu, chúc thọ vô lượng. Vua lệnh cận thần coi việc khăn lược: "Khi nào ngươi thấy, tóc đầu ta bạc thì phải tâu ngay. Hễ tóc bạc, sắc hủy, chứng tỏ sắp chết. Khi ấy ta muốn bỏ việc dơ tục của dòng đời, mà thực hành hạnh đạm bạc thanh tịnh". Quan cận thần như mệnh, sau thấy tóc bạc, bèn liền tâu lên.

Lòng vua mừng vui triệu thái tử đến nói: "Đầu ta tóc bạc, mà tóc bạc là chứng tín của vô thường, không nên tán niệm về cuộc đời vô ích này. Nay lập con làm đế cai trị bốn thiên hạ, thần dân giao mạng cho con, con phải thương họ, làm như ta làm thì mới có thể thoát khỏi đường ác. Khi tóc bạc thì hãy bỏ nước làm sa-môn, lập thái tử, dạy lòng tứ đẳng, năm giới, mười lành làm đầu. Dạy rõ vừa xong, vua liền bỏ nước, đến lều tranh dưới gốc cây này, cạo bỏ râu tóc, mặc áo pháp làm sa-môn. Quần thần dân thương mến vật vã khóc than cảm động. Con cháu của pháp vương Ma-điều truyền nhau được 1084 đời. Chánh pháp thánh hoàng cuối đời muốn suy, vua thánh Ma-điều lại bỏ cõi trời, thần hồn giáng xuống, sinh vào nhà vua sau cùng, cũng làm Phi Hành hoàng đế, hiệu Lâm-nam, chính pháp lại hưng. Vua ra minh lệnh cho Hoàng hậu, quí nhân trong cung phải giữ tám giới và sau tháng ngày trai.

- *Một là* phải thương sót cứu mạng chúng sinh.

- *Hai là* cẩn thận, không trộm cắp, giàu phải cứu nghèo.

- *Ba là* phải giữ lòng trinh trong sạch, thủ chân.

- *Bốn là* phải giữ tín, nói lời Phật dạy.

- *Năm là* phải hết lòng hiếu, rượu không qua miệng.

- *Sáu là* không nằm giường cao trướng gấm.

- *Bảy là* chiều tối thức ăn không qua miệng

- *Tám là* hương hoa son phấn, cẩn thận đừng để gần mình.

Dâm ca tà nhạc, đừng để nhơ hạnh, tâm không nghĩ đến, miệng không nói đến, thân không làm đến. Ra lệnh các quan thánh, danh sĩ đạo hạnh, dưới đến các thứ dân, người không kể tôn ty, khiến giữ sáu trai, xem đọc tám giới, mang nó theo mình, ngày ba lần đọc, hiếu thuận cha mẹ, kính vâng người già, hết lòng tôn trọng, khiến đi nghe kinh, quan quả nhỏ yếu, trẻ đi xin ăn đều đem cấp của, tật bệnh thì thuốc men, áo quần ăn uống giúp nhau. Người nghèo thiếu không có gì, thì khiến đến cửa cung xin những gì mình thiếu. Ai không nghe lời thì bắt làm việc nặng, cứ một nhà có một hiền ở trong thì dung năm nhà, khiến năm giáo hóa một nhà. Người nào thuận trước thì được hưởng, còn quan phò tá thì chọn người hiền, không dùng quí tộc.

Từ khi pháp sáng của vua được thi hành về sau, dân bốn thiên hạ cùng hướng từ hòa, tâm giết tiêu diệt, nên thường được ủng hộ, đêm không đóng cửa, trinh khiết thanh tịnh, không phải vợ thì không ham, một không nói hai, nói dạy nhân ái, thấy không thường thật, lời không thêu dệt, thấy người phước lợi lòng vui, giúp lời, đi giảng đạo lớn, hung độc tiêu diệt, tin Phật, tin Pháp, tin Sa-môn, lời không còn nghi kết. Vua Nam ân lành thấm không đâu là không tới, tám phương trên dưới đều ca ngợi công đức. Vua trời thứ hai và Tứ thiên vương, mặt trời, mặt trăng và các vì sao rồng biển thần đất hàng ngày cùng nhau bàn giải: "Vua người thế gian, có lòng từ bốn đẳng bố thí, ân đức thấm khắp vượt hơn chư thiên".

Trời Đế Thích báo chư thiên: "Các ngươi muốn thấy vua Nam không?"

Chư thiên nói: "Bao năm mong ước, xin đúng lời dạy sáng suốt".

Đế Thích liền như khoảng duỗi cánh tay, đến điện Từ-huệ của vua Nam, thấy vua Nam, bèn nói: "Thánh vương đức lớn, chư thiên khao khát, nghĩ muốn được gặp, không ngày nào là không mong. Thánh vương có muốn thấy cõi trời Đao Lợi không? Trên đó tự nhiên không ước gì là không có".

Vua Nam nói: "Tốt! tôi cũng muốn đi chơi một chuyến". Đế Thích trở về, bảo người đánh xe tên là Ma-lâu: "Đem xe thiên mã quý báu của ta, đón vua Nam đến". Người đánh xe vâng lệnh, lấy xe trời rước vua Nam. Xe ngừng cửa cung, quần thần dân chúng không ai là không ngạc nhiên, cho đó là điềm lành của vua thánh, ca ngợi là chưa từng có, nên cùng nhau tuyên xưng, cả nước đều vui: "Vua ta thương khắp, ơn đến chúng sinh, tự tu tám giới, tháng sáu ngày trai, lại đem dạy dân, đức ấy càng nặng, nên khiến vua trời thương tín rước đi". Vua Nam lên xe, xe ngựa đều bay, bồi hồi dùng dằng, muôn dân thấy hết.

Vua bảo người đánh xe: "Hãy đem ta đến xem người ác ở hai đường địa ngục, ngạ quỷ, bị thêu nấu khảo đánh, chịu tội đời trước". Người đánh xe theo lệnh xong, bèn đưa lên trời. Đế Thích vui vẻ, xuống điện ra đón, nói: "Ngài đã nhọc lòng ngược xuôi, lo cứu chúng sinh, sự nghiệp rộng lớn bốn đẳng sáu độ của Bồ-tát, nên chư thiên mong muốn được gặp. Đế Thích đi tới, nắm tay cùng ngồi. Thân thể vua Nam biến thành thơm sạch, diện mạo đoan chính, không khác Đế Thích. Bèn trỗi nhạc hay, âm thanh vô lượng tung hoa thơm quí chẳng thấy ở đời.

Đế Thích lại nói: "Cẩn thận, chớ luyến tiếc chỗ ở thế gian, những thứ vui trên trời thánh vương có cả". Vua Nam lòng nhằm giáo hóa kẻ ngu tối, diệt lũ tà tâm, khiến biết Ba ngôi báu, nên đáp Đế Thích: "Như vật mượn người, rồi phải trả chủ, nay ngồi nơi này, chẳng phải chỗ tôi thường ở, xin tạm về thế gian, dạy dỗ con cháu, đem pháp sáng của Phật, tâm thẳng trị nước, khiến hiếu thuận nối nhau, giới đủ hạnh cao, khi bỏ thân người, sinh lên cõi trời cùng Đế Thích vui thú".

Đức Phật bảo A-nan: "Vua Nam là thân ta, con cháu truyền nhau đến 1084 đời, lập con làm vua, cha làm sa-môn". A-nan vui vẻ cúi đầu nói: "Thế Tôn thương xót chúng sinh, ơn thấm như vậy, công đức không hư, nay được quả Phật, làm bậc tôn quí trong ba cõi, chư thiên thánh không ai là không tôn kính".

Các tỳ-kheo hoan hỷ làm lễ mà lui.

KINH SỐ 88: A-LY NIỆM DI

Nghe như vầy, một thời đức Phật ở nước Xá-vệ, trong xóm Ưu-lê.

Lúc ấy các tỳ-kheo sau bữa cơm trưa, ngồi ở giảng đường, riêng cùng bàn luận, mạng người rất ngắn, thân yêu chẳng lâu, sẽ về đời sau, trời người mọi vật, không gì sinh ra mà không chết, những người ngu ám, keo kiệt không cho, không vâng kinh đạo, bảo thiện không phúc, ác họa không nặng, mặc ý lung tình, không ác nào mà không làm, trái lời Phật dạy, sau hối ích gì.

Đức Phật dùng tai trời, xa nghe các tỳ-kheo bàn chuyện vô thường vô thượng. Đức Thế Tôn liền đứng dậy, đến chỗ các tỳ-kheo ngồi xuống chỗ ngồi hỏi: "Các vị vừa bàn việc gì?" Các tỳ-kheo quỳ gối thưa: "Khi vừa ăn xong chúng con cùng nhau bàn luận, mạng người nhanh chóng không bao lâu phải về đời sau..." Như trên đã nói.

Đức Thế Tôn khen: "Lành thay! Lành thay! Rất hay. Đang khi các ông bỏ nhà học đạo, chí phải trong sạch, chỉ thiện mới nghĩ mà thôi. Tỳ-kheo đứng ngồi, phải nhớ hai việc. Một phải giảng kinh. Hai phải thiền định. Các vị muốn nghe kinh không?" Các tỳ-kheo đáp: "Thưa vâng, chúng con vui nghe".

Đức Thế Tôn liền nói: "Xưa có quốc vương tên Câu-lạp, nước ấy có cây tên Tu-ba-hoàn chu vị 560 dặm, rễ dưới bốn phía rộng 840 dặm, cao 4000 dặm, cành bủa bốn bên đến 2000 dặm. Cây có năm mặt. Mặt một vua và cung nhân cùng ăn. Mặt hai, bách quan ăn. Mặt ba, chúng dân ăn. Mặt bốn, sa-môn đạo nhân ăn. Mặt năm chim thú ăn. Cây ấy trái lớn như bình hai đấu, vị ngọt như mật, không ai giữ gìn, cũng không xâm phá. Thời ấy, con người thọ đến tám vạn bốn nghìn năm, đều có chín thứ bệnh như: Lạnh, nóng, đói, khát, đại tiểu tiện, ái dục, ăn nhiều, tuổi già, thận suy. Có chín bệnh này con gái năm trăm tuổi mới đi lấy chồng".

Bấy giờ trưởng giả tên A-li niệm di, của cải vô số. Niệm-di tự nghĩ: "Tuổi thọ rất ngắn, không gì sống mà không chết, của báu nào phải của ta, nhiều lần tai họa, chẳng bằng bố thí, cứu người nghèo thiếu. Đời sang tuy vui, nhưng nào có lâu, chẳng bằng bỏ nhà vứt dơ, giữ mình trong sạch, mặc cà-sa, làm sa-môn". Bèn đến chúng Tăng thọ giới sa-môn, hơn mấy nghìn, nghe lời dạy thánh đều hiểu vô thường, có thịnh tức suy, không có gì mà không mất, chỉ Đạo đáng quí, đều làm sa-môn, theo ông giáo hóa. Niệm-di và các đệ tử nói kinh: "Mạng người rất ngắn, nhanh chóng vô thường, phải bỏ thân này, để sang đời sau, không gì sống mà không chết, nào được lâu dài, nên phải dứt tâm keo kiết, cho người nghèo thiếu, thu nhiếp tình dục, đừng phạm các ác. Người sống ở đời mạng trôi rất nhanh. Mạng người quí như sương mai trên đầu ngọn cỏ, chốc lát liền rơi, mạng người như vậy, nào được lâu dài. Mạng người ví như trời mưa nước xuống, bọt nổi liền tiêu, mạng người trôi nhanh, quá hơn bọt nước. Mạng người ví như sấm chớp nhanh chóng, chốc lát liền tiêu, mạng người trôi nhanh quá hơn sấm chớp, mạng người ví như lấy gậy đập nước, gậy rút nước liền, mạng còn trôi nhanh quá hơn nó nữa. Mạng người ví như chút dầu xào trên lửa mạnh, để chốc lát thì cháy hết, mạng còn trôi nhanh hơn chút dầu ấy. Mạng người như máy dệt, cơ luồn qua chút, liền tiêu hết sạch. Mạng sống ngày đêm hao mòn như vậy, nhiều buồn lắm khổ, nào được lâu dài. Mang người như trâu lùa ra chợ giết trâu, một bước chân lên, mỗi gần chỗ chết. Người sống một ngày như trâu một bước, mạng trôi đi lại nhanh hơn đó. Mạng người như nước từ núi đổ xuống, ngày đêm trôi nhanh, không chút ngừng nghỉ. Mạng người qua đi còn mau hơn thế. Ngày đêm hướng đến chỗ chết, nhanh lẹ không dừng. Người ở thế gian lắm cần khổ, nhiều lo nghĩ. Mạng người khó được vì lí do đó, nên phải theo chính đạo, giữ giới nghe kinh, không được chê bỏ, hiểu thương, bố thí nghèo thiếu. Người sống ở đời, không ai là không chết". Niệm-di dạy đệ tử như vậy.

Lại nói: "Ta bỏ lòng tham dâm, sân nhuế, ngu si, ca múa đàn sướng, ngủ ngáy, tà vạy, mà giữ tâm thanh tịnh, xa lìa ái dục, bỏ các hạnh ác, trong rửa lòng nhơ, ngoài diệt niệm vọng, thấy thiện không mừng, gặp ác không lo, khổ lạc không hai, trong sạch hạnh mình, nhất tâm bất loạn, đắc thiền thứ tư. Ta lấy lòng từ, giao hảo người vật, khiến biết đường ác, sinh lên trên trời, thương mến xót xa, sợ đọa đường ác. Ta chứng tứ thiền và các không định, không gì không thấy, tâm ta hoan hỷ. Đem sự chứng ấy, giáo hóa vạn vật, khiến thấy pháp sâu, thiền định việc Phật, nếu ai chứng đắc, ta cũng vui giúp, dưỡng hộ muôn vật, như giữ thân mình. Làm bốn việc ấy, thì lòng chính đẳng, mắt thấy các sắc đẹp xấu, tai nghe tiếng khen lời chửi, mũi hửi thơm hôi, lưỡi nếm ngon cay đắng, thân rờ trơn dịu thô xấu, ước mong vừa ý, phiền não trái tâm, tốt không mừng vui, xấu không oán giận. Giữ sáu hạnh này đến lúc thành đạo Vô thượng Chính Chân. Các ngươi cũng nên làm sáu hạnh ấy, để đạt đạo Ứng Chân". Niệm-di là tôn sư của các thánh trong ba cõi, trí tuệ thông đạt, không chỗ mờ tối nào là không thấu suốt. Các đệ tử tuy chưa chứng ngay đạo Ứng Chân, nhưng đến khi mất đều sinh lên trời. Người tâm vắng chí lặng, chuộng việc thiền định, đều sinh Phạm thiên. Bậc kế sinh lên trời Hóa ứng thinh. Bậc kế sinh lên trời Bất kiêu lạc. Bậc kế sinh lên trời Đâu suất. Bậc kế sinh lên Diệm thiên. Bậc kế sinh trời Đao lợi. Bậc kế sinh trời Đệ Nhất. Bậc kế sinh vào nhà vương hầu ở thế gian. Hạnh cao được cao, hạnh thấp được thấp, nghèo giàu sang hèn, sống lâu chết yểu, đều do kiếp trước. Ai giữ giới của Niệm-di thì không khốn khổ.

Niệm-di đó là thân ta, các sa-môn siêng năng tinh tấn có thể thoát khổ sinh, già, bệnh, chết, ưu não đắc đạo lớn diệt độ ứng chân, ai không làm được hết thì đắc đạo Bất hoàn, Thất lai, Dự lưu. Người trí nghĩ sâu: "Mạng người vô thường, nhanh chóng không lâu. Sống một trăm tuổi thì có người được, người không. Trong một trăm năm, phàm có ba trăm mùa xuân, hạ, đông. Mỗi mùa có một trăm. Lại trong 1200 tháng, các tiết xuân, hạ, đông mỗi thứ 400 tháng. Trong ba vạn sáu nghìn ngày, xuân một vạn hai nghìn ngày, hạ nóng, đông lạnh, mỗi thứ một vạn hai nghìn ngày. Trong một trăm vạn, mỗi ngày hai bữa, thì có bảy vạn hai nghìn bữa, ngày xuân, hạ, đông mỗi thứ có hai vạn bốn nghìn bữa, tính trừ lúc còn nhỏ, chỉ bú mớm, chưa ăn được, buồn rầu không ăn, hoặc tật bệnh, hoặc sân giận, hoặc ngồi thiền, hoặc trai giới, hoặc nghèo khốn thiếu ăn, đều ở trong bảy vạn hai nghìn bữa. Trong một trăm năm, đêm ngủ trừ năm mươi năm, khi còn bé trừ mười năm, khi kinh doanh lo nghĩ việc nhà, việc khác trừ hai mươi năm, thì con người thọ 100 tuổi thì vui có mười năm.

Đức Phật bảo các tỳ-kheo: "Ta đã nói về mạng người, nói năm, nói tháng, nói ngày, về bữa ăn, về tuổi thọ. Cái ta phải vì các tỳ-kheo nói, thì đã nói rồi, cái lòng ta mong cầu đều đã thành tựu. Còn tỳ-kheo các ngươi, chí nguyện sở cầu cũng sẽ thành, ở núi đầm, cũng như chỗ tôn miếu, phải giảng kinh, nhớ đạo, không được lười biếng. Kẻ sĩ quyết tâm, sau không hối hận."

Đức Phật nói kinh xong, các tỳ-kheo không ai là không hoan hỉ, làm lễ Phật mà lui ra.

KINH SỐ 89: VUA KÍNH DIỆN

Nghe như vầy, một thời đức Phật ở nước Xá-vệ, vườn Cấp Cô Độc, cây của Kỳ-đà. Đến giờ ăn, chúng tỳ-kheo bưng bình bát, vào thành khất thực, mà trời chưa đứng bóng, lòng đều nghĩ nói: "Vào thành sớm quá, chúng ta có thể đến giảng đường của Phạm chí đạo khác ngồi chơi chốt lát". Mọi người đều nói: "Được!" Liền cùng đến kia với các Phạm chí thăm hỏi, rồi đến chỗ ngồi. Bấy giờ các Phạm chí cùng nhau cãi kinh, nổi giận không giải, chuyển sang chê oán nhau, nói "Tôi biết pháp này, ông biết pháp nào? Điều tôi biết hợp với đạo, còn chỗ ông biết không hợp đạo. Đạo pháp tôi có thể làm, đạo pháp ông khó có thể gần gũi, điều đáng nói trước, thì đem nói sau, điều đáng nói sau, lại đem nói trước. Nhiều pháp nói sai, như gánh nặng không thể đỡ nổi. Tôi vì ông giảng nghĩa, mà ông không thể hiểu, ông không biết, ông thật không có chi mà ông lại ép là sao? Trả lời thì dùng lưỡi kích bác, thành ra hại nhau, bị một lời độc thì đáp lại bằng ba".

Các tỳ-kheo nghe chúng nói lời dữ như vậy, cũng không ưa lời chúng, nhưng không chứng minh được chúng phải. Mỗi người đứng dậy, đi vào Xá-vệ khất thực. Ăn xong cất bát, trở lại vườn cây Kỳ-đà làm lễ đức Phật, tất cả ngồi xuống một bên, đúng việc thưa lại, nhớ bọn phạm chí ấy học tự làm khổ, bao giờ mới hiểu? Đức Phật bảo các tỳ-kheo: "Bọn đạo khát ấy chẳng phải ngu tối một đời".

"Này các tỳ-kheo! Xa xưa trong quá khứ, cõi Diêm-phù-đề này có một vị vua tên là Kính Diện, thường đọc kinh yếu của Phật, trí như hằng sa, thần dân phần đông không đọc mà ưa sách nhảm, tin vết sáng của đom đóm, mà nghi trời trăng xa tỏ. Bèn đem người mù để dẫn dụ, muốn họ bỏ con đường lầy lội, mà dạo chơi biển lớn. Liền lệnh sứ giả đi khắp cả nước, bắt hết người mù bẩm sinh đem về cửa cung. Quan nhận lệnh đi, đem hết người mù trong nước về cung, rồi tâu: "Đã bắt được những người mù, hiện đang dưới điện".

Vua phán: "Đem họ đi xem voi". Quan vâng lệnh vua, dẫn những người mù ấy đến chỗ voi, cầm tay cho xem, Trong đó có kẻ cầm nhầm chân voi, người rờ nhầm đuôi, kẻ rờ đôi guốc, người rờ nhầm bụng, rờ hông, rờ lưng, rờ tai, rờ đầu, rờ ngà, rờ mũi. Những người mù ở chuồng voi cãi nhau om sòm. Ai cũng cho mình đúng, còn kia sai. Sứ giả dẫn về đem đến chỗ vua.

Vua hỏi: "Các ngươi thấy voi chưa?"

Họ đáp: "Chúng tôi đều thấy".

Vua hỏi: "Voi giống cái gì?" Người rờ chân đáp: "Tâu minh vương nó giống thùng sơn." Người rờ đuôi nói: "Nó giống cái chổi". Người rờ đôi guốc nói: "Nó giống cái gậy". Người rờ bụng nói: "Nó giống cái trống". Người rờ hông nói: "Nó giống bức vách". Người rờ lưng nói: "Nó giống ghế cao." Người rờ tai nói: "Nó giống cái nia." Người rờ đầu nói: "Nó giống cái gáo." Người rờ ngà nói: "Nó giống cái sừng." Người rờ mũi thưa: "Tâu Minh Vương, nó giống dây kéo lớn". Lại ở trước mặt vua cãi nhau, ai cũng nói: "Tâu Đại vương, con voi thật đúng như lời tôi nói".

Vua Kính Diện cười rồi bảo: "Mù ôi! Mù ôi! Ngươi cũng giống như kẻ không hiểu kinh Phật vậy".

Bèn nói bài kệ:

> *Nay vì bọn đui mù*
> *Cãi suông tự cho đúng*
> *Thấy một bảo kia sai*
> *Ngồi một voi cùng oán*

Lại nói: "Hễ chuyên ưa sách nhảm thì không thấy kinh Phật mênh mông, không gì hơn, chân chính ngất trời không gì che được. Họ giống kẻ mù". Từ đó trên dưới đều đọc kinh Phật.

Đức Phật bảo các tỳ-kheo vua Kính Diện tức là thân ta, còn những người mù là các phạm chí ở giảng đường. Lúc đó bọn họ vô trí mù nên cãi nhau, nay cãi nhau cũng vì mờ tối, ngồi cãi vô ích". Bấy giờ, đức Phật kiểm đủ sách ấy, khiến các đệ tử giải thích, vì đời sau làm rõ ràng, để kinh đạo ta ở đời lâu dài. Bèn nói kinh đủ nghĩa này.

> Mình mù nói họ chẳng bằng ta
> Ngày một vướng si mấy thuở rõ
> Tự mình vô đạo bảo kia là
> Đảo lọan không tu bao giờ tỏ
> Hạnh quí thường làm tự biết hay
> Thấy nghe riêng giữ hạnh khôn tày
> Đã đọa năm nhà đời cột chặt
> Dệt thêu há tự thắng người ngay
> Ôm ngu đứng ngóng tới quê lành
> Học quấy mà mong độ được mình
> Chân lý thấy nghe rồi nhận nghĩ
> Tuy là trì giới chớ bảo minh
> Thấy việc thế gian chớ thuận làm
> Chỉ duy niệm tuệ mới nên ham
> Với lòng bốn đẳng nên trì kính
> Chớ nghĩ mình không kịp mới kham
> Dứt thế đời sau nghiệp chẳng sinh
> Bỏ luôn vọng tưởng đi riêng mình
> Chớ tự biết rằng vì đã sáng
> Thấy nghe dẫu được hành quán tinh
> Trong hai phương diện chẳng mong gì
> Thai hoặc không thai phải viễn ly
> Hai chỗ cũng không nơi để trụ
> Gôm thâu pháp quán chứng vô vi
> Chỗ thấy nghe kia ý thọ hành
> Niệm tà không tưởng chút mong manh
> Tuệ quan pháp ý cùng kiến ý
> Từ đấy buông rơi đời vắng tanh
> Tự không có ấy chỗ so đâu
> Lẽ thật tìm mong vốn pháp mầu

Chỉ giữ giới thôi chưa tuệ chí
Vượt bờ chẳng lại rốt qua mau

KINH SỐ 90: VUA SÁT VI

Xưa Bồ-tát làm đại quốc vương tên là Sát vi, chí trong hạnh sạch, chỉ nương Ba báu, xem đọc kinh Phật, lắng lòng hiểu nghĩa, thấy rõ nguồn gốc con người, vốn tự vô sinh. Nguyên khí mạnh là đất, nhuyễn là nước, nóng là lửa, động là gió, bốn thứ hòa hợp, thần thức sinh ra, bậc thượng trí mới hiểu, dừng dục trống lòng, thần thức trở về vốn không. Vì vậy bèn thề: "Phải giác ngộ cho bọn không biết rằng thần thức dựa bốn thứ ấy mà nên, lòng nhân lớn làm trời, lòng nhân nhỏ làm người, các hạnh dơ xấu, thì làm loài bò bay máy cựa, do nghiệp thọ thân, dáng hình muôn mối. Thần thức và nguyên khí nhỏ nhiệm khó thấy, không mảy may dáng hình, thì ai có thể bắt được, nhưng bỏ thân cũ, nhận thân mới, trước sau vô cùng". Vua đem việc hồn linh hóa làm thân vô thường, luân chuyển năm đường, triền miên chẳng dứt để giải thích cho quần thần hiểu, mà họ tối tăm không hiểu, vẫn còn nghi thưa: "Thân chết, hồn sống, lại thọ thân khác, chúng thần phần nhiều ít biết kiếp trước". Vua nói: "Bàn chưa hết mối, sao hay biết việc nhiều kiếp? Nhìn không thấy tăm hơi, thì ai có thể thấy hồn linh biến hóa?"

Vào một ngày rỗi vua mặc áo xấu, tự ra ngoài bằng ngõ riêng gặp một ông già sửa giày, hỏi đùa: "Người nước này, ai sướng nhất?"

Ông đáp: "Chỉ vua là sướng".

Vua hỏi: "Vì sao sướng?"

Ông đáp: "Bá quan cung phụng, triệu dân dâng hiến, muốn gì được nấy, thế không sướng sao?" Vua nói: "Để xem đúng như lời ngươi nói không". Liền đem rượu bồ đào cho ông uống, say không biết chi, rồi khiêng vào cung, gọi hoàng hậu bảo: "Ông lão sửa giày này bảo làm vua sướng, nay ta muốn đùa. Hãy lấy vương phục mặc vào, bảo nghe việc nước, các người đừng sợ".

Hoàng hậu đáp: "Thưa vâng".

Ngày ông tỉnh rượu, thị nữ giả vờ nói: "Đại vương uống say quá, mọi việc ối đọng, nên phải đi xem xét lại, sắp ra ngự triều". Bá quan giục ông làm việc. Ông ngơ ngơ ngác ngác, chẳng biết chuyện gì. Quốc sử ghi lỗi, công thần kêu rêu. Ngồi ngai cả ngày, thân thể mệt mỏi, ăn chẳng biết ngon, ngày đã gầy sút. Cung nữ vờ nói: "Sắc diện đại vương có hơi gầy, vì sao vậy?" Ông đáp: "Ta mộng được làm ông già sửa giày, kiếm ăn khổ thân rất là khó tả, vì vậy ta ốm." Mọi người không ai là không lén cười.

Đêm ấy ông ngủ không được, cứ trằn trọc, rồi nghĩ: "Ta là ông già sửa giày thật hay là thiên tử? Nếu là thiên tử da thịt sao xấu thế này? Nếu vốn là ông già sửa giày, thì cớ gì lại ở cung vua? Lòng ta hoang mang, hay mắt đã loạn rồi. Thân ở hai nơi không rõ ai thiệt?" Hoàng hậu vờ nói: "Đại vương không vui, xin dâng kỹ nhạc, rượu nho cho uống". Ông lão lại say, không biết gì nữa. Lại mặc cho áo quần cũ, đem để ở giường xấu, hết say tỉnh lại, thấy nhà hư, áo hèn như cũ, đau nhức toàn thân như bị đánh đập. Mấy ngày sau vua lại đến. Ông nói: "Hôm trước uống rượu, ông say không còn biết, mãi nay mới tỉnh, mộng thấy làm vua, xét đoán các quan, quốc sử ghi lỗi, quần liêu kêu ca, trong lòng sợ hãi, các khớp đau nhức, như bị roi đánh, không thể đứng dậy. Mộng còn như vậy, huống chi làm vua thiệt? Việc tôi nói hôm trước nhất định là không đúng". Vua trở về cung kể cho quần thần chuyện ấy, ai cũng cười ngất. Vua bảo quần thần: "Một thân này đang thấy nghe đây, mà nay còn không tự biết, huống chi đời khác, bỏ cũ nhận mới, trải qua các gian khổ, yêu quỉ ngăn che, đau đớn khốn khó, mà nói muốn biết chỗ hồn linh đi thọ thân, há không khó sao?" Kinh dạy: "Kẻ ngu ôm lòng ta mà muốn thấy hồn linh, cũng như đi trong đêm ba mươi, mà ngửa mặt nhìn trăng sao, suốt đời nhọc mình, chứ khi nào có thể thấy được?"

Ngay đó quần thần dân chúng cả nước mới biết hồn linh và nguyên khí hợp nhất với nhau, chết rồi lại sinh, luân chuyển không cùng, nên tin sống chết họa phúc có chỗ hướng tới. Đức Phật bảo các tỳ-kheo: "Vua bấy giờ là thân ta".

Trí tuệ rộng lớn vượt bờ của Bồ-tát là trí sáng như vậy.

KINH SỐ 91: VUA PHẠM-MA

Nghe như vầy, một thời Đức Phật ở nước Xá-vệ, vườn Cấp Cô Độc, cây của thái tử Kỳ-đà.

Đức Phật bảo các tỳ-kheo: "Các ông tu đức, vâng làm các lành, ắt được phúc lớn. Thí như nông phu, trước có ruộng tốt, cày bừa chín chắn, mưa thấm vừa đủ, gieo hạt đúng mùa, lúc mọc gặp tiết, làm sạch cỏ rác, lại không bị sâu hại, thì sợ gì không thu".

Xưa ta kiếp trước khi chưa thành Phật, lòng rộng yêu khắp, thương cứu chúng sinh, cũng như mẹ hiền mà nuôi con đỏ. Như vậy bảy năm lòng nhân công đức tỏ rõ, mệnh chung, hồn linh sinh lên làm vua Phạm Thiên, hiệu là Phạm-ma. Ở ngôi trời ấy, trải qua bảy lần trời đất thành hoại. Khi kiếp muốn hoại, ta lại sinh lên cõi trời Ước Tịnh thứ mười lăm. Sau đó mới lại về Phạm thiên thanh tịnh không dục. Ở đó tự do, sau xuống vua trời Đao Lợi, làm vua ba mươi sáu phen, cung điện bảy báu, ăn uống áo quần, âm nhạc tự nhiên mà có. Sau đó trở lại thế gian làm Phi Hành hoàng đế, bảy báu đi theo. Một là bánh xe quay vàng tía. Hai là châu thần minh nguyệt. Ba là voi trắng biết bay. Bốn là ngựa biếc bờm đỏ. Năm là vợ ngọc nữ. Sáu là quan coi các báu. Bảy là quan thánh giúp đỡ mọi thứ có tám vạn bốn nghìn. Vua có 1000 người con đều đoan chính, trong trẻo, nhân từ vũ dũng, một người địch nghìn người.

Bấy giờ vua lấy ngũ giới trị nước nên không oan uổng cho nhân dân. Một là nhân từ không giết, ân khắp quần sinh. Hai là trong sạch nhường nhịn, không trộm cắp, quên mình cứu người. Ba là trinh tiết không dâm, không phạm các dục. Bốn là thành tín không dối, nói không thêu dệt. Năm là giữ hiếu không say, hạnh không nhơ uế. Lúc bấy giờ không xây nhà tù, không dùng roi vọt, mưa gió đúng thời, ngũ cốc đầy dẫy, tai nạn không khởi, đời thật thái bình, dân bốn thiên hạ đem nhau giữ đạo, tin lành được phúc, ác bị họa lớn, nên chết đều sinh lên trời, không ai vào ba đường dữ.

Đức Phật bảo các tỳ-kheo: "Xưa ta kiếp trước thực hành lòng tứ đẳng, nhờ công bảy năm lên làm Phạm Hoàng, xuống làm Đế Thích, trở lại thế gian làm Phi Hoành hoàng đế, coi bốn thiên hạ mấy trăm nghìn đời, công đức đầy đủ, các ác lắng diệt, các lành nhóm về, làm Phật ở đời, một lời một bước, ba cõi đặc tôn". Các tỳ-kheo nghe kinh, vui vẻ lễ Phật mà lui.

Trí tuệ rộng lớn vượt bờ của Bồ-tát trí sáng như vậy.

PHỤ LỤC
KHƯƠNG TĂNG HỘI

Trích: Lê Mạnh Thát, *Lịch Sử Phật Giáo Việt Nam*,
Tập 1, Chương V.

Tiểu sử Khương Tăng Hội

Cuộc đời và sự nghiệp của Khương Tăng Hội, ta hiểu biết qua hai bản tiểu sử xưa nhất, một của Tăng Hựu (446 - 511) trong *Xuất tam tạng ký* tập 13 ĐTK 2145 tờ 96a29-97a 17 và một của Huệ Hạo trong *Cao Tăng truyện* 1 ĐTK 2059 tờ 325a13-326b13. Bản của Huệ Hạo thực ra là một sao bản của bản Tăng Hựu với hai thêm thắt. Đó là việc nhét tiểu sử của Chi Khiêm ở đoạn đầu và việc ghi ảnh hưởng của Khương Tăng Hội đối với Tô Tuấn và Tôn Xước ở đoạn sau, cùng lời bình về sai sót của một số tư liệu. Việc nhét thêm tiểu sử của Chi Khiêm xuất phát từ yêu cầu phải ghi lại cuộc đời đóng góp to lớn của Khiêm đối với lịch sử truyền bá Phật giáo của Trung Quốc, nhưng vì Khiêm là một cư sĩ và *Cao Tăng truyện* vốn chỉ ghi chép về các Cao Tăng, nên không thể dành riêng ra một mục, như Tăng Hựu đã làm trong *Xuất tam tạng ký* tập 13 ĐTK 2145 tờ 97b13-c18, cho Khiêm.

Việc thêm chi tiết về Tô Tuấn và Tôn Xước chứng tỏ Huệ Hạo đã tham khảo nhiều sử liệu khác mà Tăng Hựu có thể đã bỏ qua. Trong bài tựa cho *Cao Tăng truyện* cũng như trong hai lá thư trao đổi giữa Vương Mạn Dĩnh và Huệ Hạo trong *Cao Tăng truyện* 14 ĐTK 2059 tờ 418b5 - 423a10, Huệ Hạo đã xác định mình đã tham khảo "hơn mấy chục nhà tạp lục" (sưu kiểm tạp lục số thập dư gia) cùng "sử sách các triều Tấn, Tống, Tề, Lương, Ngụy sử các nhà Tần, Triệu, Yên, Lương, tạp thiên, địa lý, văn lẻ, đoạn ghi", và hỏi thêm các bậc cổ lão tiên đạt. Cụ thể là tác phẩm của các tác gia Pháp Tế, Pháp An, Tăng Bảo, Pháp Tấn, Tăng Du, Huyền Sướng, Tăng Hựu, Lưu Nghĩa Khánh, Vương Diệm, Lưu Tuấn, Vương Diên Tú, Chu Quân Đài, Đào Uyên Minh, Vương Cân, Tiêu Cánh Lăng vương, Huy Cảnh Hưng, Trương Hiếu Tú, Lục Minh Hà, Khương Hoảng, Đàm Tôn, Dữu Trọng Ung, v.v... mà Huệ Hạo có dịp nêu rõ tên tuổi cũng như tác phẩm.

Ngoài hai bản tiểu sử vừa nêu, các kinh lục về sau, cụ thể là *Chúng kinh mục lục* của *Pháp Kinh*, *Lịch đại tam bảo ký* của Phí Trường Phòng, *Đại Đường nội điển lục* của Đạo Tuyên, *Khai Nguyên Thích giáo lục* của Trí Thăng, cũng ít nhiều có ghi chép về Khương Tăng Hội, song chủ yếu là tóm tắt các tư liệu do hai bản tiểu sử vừa nói cung cấp, do thế cũng không góp thêm điều gì mới vào việc nghiên cứu cuộc đời và sự nghiệp của Khương Tăng Hội. Cho nên, chúng chỉ được sử dụng những tài liệu tham khảo thêm khi cần thiết. Do thế, để tiến hành nghiên cứu, chúng tôi lấy hai bản kể trên làm căn bản. Và vì bản của Huệ Hạo tự thân là một bản sao của bản Tăng Hựu, có tham khảo thêm tư liệu của Tôn Xước, nên chúng tôi cho dịch lại đây bản của Huệ Hạo.

(Đoạn nào cho in thụt vào là đoạn tăng bổ của *Cao Tăng truyện*).

"Khương Tăng Hội, tổ tiên người Khương Cư, mấy đời ở Thiên Trúc, cha nhân buôn bán, dời đến Giao Chỉ. Hội năm hơn 10 tuổi, song thân đều mất, khi chịu tang xong, bèn xuất gia, siêng năng hết mực. Là con người rộng rãi nhã nhặn, có tầm hiểu biết, dốc chí hiếu học, rõ hiểu ba tạng, xem khắp sáu kinh, thiên văn đồ vĩ, phần lớn biết hết, giỏi việc ăn nói, lanh việc viết văn. Bấy giờ Tôn Quyền xưng đế Giang Tả, mà Phật giáo chưa lưu hành.

Trước đó có Ưu-bà-tắc Chi Khiêm, tự Cung Minh, một tên là Việt, vốn người Nguyệt Chi, đến chơi đất Hán. Xưa đời vua Hoàn, vua Linh nhà Hán có Chi Sấm dịch các kinh. Có Chi Lượng, tự Kỷ Minh, đến học với Sấm. Khiêm lại thọ nghiệp với Lượng, rộng xem sách vở, không gì là không nghiên cứu kỹ càng, các nghề thế gian, phần nhiều giỏi hết, học khắp sách lạ, thông tiếng sáu nước. Ông thì nhỏ con, đen gầy, mắt trắng, con người vàng, nên người thời đó nói: Mắt anh Chi vàng, thân hình tuy nhỏ, ấy túi trí khôn. Cuối đời Hán Linh đế loạn lạc, ông lánh xuống đất Ngô. Tôn Quyền nghe tiếng ông tài trí, triệu đến gặp, vui vẻ, phong làm bác sĩ, phụ đạo thái tử, cùng với người như Vi Diệu, hết sức khuông phò. Nhưng vì ông đến từ nước ngoài, nên *Ngô Chí* không ghi.

Khiêm nghĩ giáo pháp vĩ đại tuy lưu hành, nhưng kinh điển phần nhiều tiếng Phạn, chưa dịch ra hết, bèn nhờ giỏi tiếng Hán, gom các bản Phạn, dịch ra tiếng Hán. Từ năm đầu Hoàng Vũ (222) đến khoảng Kiến Hưng (252 - 253) nhà Ngô, ông dịch *Duy Ma, Đại-bát-nê-hoàn, Pháp cú, Thụy ứng bản khởi*, v.v... gần 49 bộ kinh, gom được nghĩa thánh, lời ý đẹp nhã. Lại dựa kinh *Vô Lượng Thọ* và *Trung bản khởi*, ông viết ba bài *Phạn bối Bồ đề liên cú* và chú thích kinh *Liễu bản sinh tử* đều lưu hành ở đời.

Bấy giờ đất Ngô mới nhiễm giáo pháp vĩ đại, phong hóa chưa tròn, Tăng Hội muốn khiến đạo nổi Giang Tả, dựng nên chùa nước 1 liền chống gậy đông du, vào năm Xích Ô thứ 10 (247), mới đến Kiến Nghiệp, xây cất nhà tranh, dựng tượng hành đạo. Lúc ấy nước Ngô vì mới thấy Sa-môn, trông dáng mà chưa kịp hiểu đạo, nên nghi là lập dị. Hữu ty tâu lên: "Có người Hồ nhập cảnh, tự xưng Sa-môn, mặt mày áo quần chẳng thường, việc nên kiểm xét". Quyền nói: "Xưa Hán Minh đế mộng thấy thần, hiệu gọi là Phật. Kẻ kia thờ phụng, há chẳng là di phong của đạo ấy ư?". Bèn cho gọi Hội đến hỏi: "Có gì linh nghiệm?". Hội nói: "Như Lai qua đời, thoắt hơn nghìn năm, để lại Xá-lợi, thần diệu khôn sánh. Xưa vua A-dục dựng tháp đến tám vạn bốn ngàn ngôi. Phàm việc dựng xây chùa tháp là nhằm để làm rõ phong hóa còn sót lại ấy".

Quyền cho là khoa đản, bảo Hội: "Nếu có được Xá-lợi, ta sẽ dựng tháp, nhược bằng dối trá thì nước có phép thường". Hội hẹn bảy ngày. Bèn gọi người theo mình nói: "Đạo pháp hưng phế, chính ở một việc này. Nay nếu không chí thành, sau hối sao kịp". Rồi cùng chay tịnh ở tịnh thất, lấy bình đầy để trên bàn, đốt hương lạy xin. Hạn bảy ngày hết, mà vắng vẻ không ứng. Bèn lại xin thêm bảy ngày nữa, cũng lại như thế. Quyền nói: "Đó thật là dối trá". Sắp định kết tội thì Hội xin thêm bảy ngày nữa. Quyền lại đặc biệt đồng ý. Hội bảo đồ đệ mình: "Khổng Tử có nói: "Vua Văn đã chết, văn không có đây ư!" Phép thiêng phải giáng, mà chúng ta không cảm được thì sao mượn được phép vua, nên hẹn phải thề chết".

Đến chiều ngày thứ bảy cuối cùng vẫn không thấy gì, không ai là không run sợ. Khi tới canh năm, bỗng nghe có tiếng loảng xoảng trong bình. Hội tự đến xem, quả được Xá-lợi. Sáng hôm sau đem trình cho Quyền. Cả triều tụ xem thấy tia sáng ngũ sắc rọi sáng trên miệng bình. Quyền tự tay cầm bình đổ ra mâm đồng, Xá-lợi lăn tới đâu thì mâm đồng vỡ nát. Quyền hết sức kinh ngạc, đứng lên nói: "Điềm lành hiếm có". Hội tới nói: "Oai thần Xá-lợi, há chỉ tia sáng thôi sao? Hãy đem đốt đi, lửa không làm cháy. Chày vồ Kim cương đánh không thể nát". Quyền sai làm thử. Hội lại thề: "Mây pháp mới phủ, dân đen nhờ ơn, nguyện thêm dấu thần, để rộng tỏ uy thiêng". Bèn đem đặt Xá-lợi trên đe sắt, sai lực sĩ đánh. Thế mà đe chày đều vỡ, Xá-lợi không sao Quyền rất thán phục, nhân đó dựng tháp. Vì mới có chùa Phật, nên gọi là chùa Kiến Sơ. Chỗ đất ấy gọi là xóm Phật. Do thế, đạo pháp ở Giang Tả mới thịnh.

Đến khi Tôn Hạo cầm quyền, chính sách hà khắc bạo ngược, phá bỏ dâm từ. Đến cửa chùa Phật, cũng muốn hủy phá. Hạo nói: "Nó do đâu mà nổi lên? Nếu lời dạy nó chân chính, cùng hợp với sách vở thánh hiền thì nên giữ theo thờ đạo đó. Nếu nó không thật, thì đốt phá hết." Quần thần đều nói: "Uy lực của Phật không giống các thần. Khương Hội cảm thụy, thái hoàng dựng chùa. Nay nếu khinh suất phá đi, sợ sau hối hận". Hạo sai Trương Dực đến chùa hỏi Hội. Dực vốn có tài ăn nói, hỏi vặn tung hoành. Hội truy câu tìm chữ, lời lẽ phóng ra. Từ sáng tới tối, Dực không thể bẻ được. Khi về, Hội đưa đến ngõ. Lúc ấy cạnh chùa có dâm từ, Dực hỏi: "Sự giáo hóa sâu mầu đã thịnh, sao còn để đám đó ở bên mà không bỏ đi". Hội đáp: "Tiếng sét vỡ núi, kẻ điếc không nghe, thì không phải tiếng nó nhỏ. Khi đã thông thì muôn dặm đáp lại, còn nếu ách tắc, gan mật (gần mà vẫn xa như) Sở Việt".

Dực về khen: "Hội tài ba sáng suốt, chẳng phải thần lượng được, xin bệ hạ xem xét lấy". Hạo đại hội triều thần, đem ngựa xe đón Hội. Khi Hội đã ngồi, Hạo hỏi: "Phật giáo dạy rõ thiện ác báo ứng, có phải thế không?" Hội đáp: "Hễ chúa sáng dùng hiếu từ dạy đời, thì chim đỏ bay đến và sao người già hiện ra, dùng nhân đức nuôi vật thì suối ngọt chảy và mầm tốt mọc. Lành đã có điềm, thì ác cũng thế. Cho nên, làm ác nơi kín thì quỉ bắt giết đi, làm ác nơi rõ, người bắt giết đi. Dịch nói: "Chứa lành vui còn". Thi khen: "Cầu phước không lui". Tuy là cách ngôn của sách nho, cũng là minh huấn của Phật giáo." Hạo nói: "Nếu vậy, thì Chu Khổng đã rõ, còn dùng gì đến Phật giáo?" Hội đáp: "Lời nói của Khổng bày sơ dấu gần. Còn lời dạy của Thích Ca thì đầy đủ tới chỗ u vi. Cho nên, làm ác thì có địa ngục khổ mãi, tu thiện thì có thiên đường sướng luôn. Đem điều đó ra làm rõ việc khuyến thiện ngăn ác, là không vĩ đại ư!" Hạo bấy giờ không có câu gì để bắt bẻ lời Hội.

Hạo tuy nghe chính pháp, mà tính hôn bạo, không thắng được sự hà ngược. Sau sai lính túc vệ vào hậu cung làm vườn, đào đất được một tượng vàng đứng cao mấy thước, đem trình Hạo. Hạo sai đem để chỗ bất tịnh, lấy nước dơ tưới lên, cùng quần thần cười, cho đó là vui. Trong khoảnh khắc, cả mình sưng to, chỗ kín càng đau, gào kêu tới trời. Thái sử bốc quẻ nói: "Phạm phải một vị thần lớn". Bèn cầu đảo các miếu vẫn không thuyên giảm. Thể nữ, trước có người theo đạo Phật, nhân đó hỏi: "Bệ hạ đã đến chùa Phật cầu phước chưa?" Hạo ngẩng đầu hỏi: "Phật là thần lớn ư?" Thể nữ thưa: "Phật là thần lớn". Lòng Hạo hiểu ra, nói hết ý mình. Thể nữ liền nghênh tượng đặt trên điện vua, lấy nước thơm rửa qua mấy chục lần, rồi đốt hương sám hối. Hạo cúi đầu trên gối, tự kể tội mình, khoảnh khắc bớt đau, sai sứ đến chùa, hỏi thăm nhà sư, mời Hội thuyết pháp.

Hội liền theo vào, Hạo hỏi hết nguyên do của tội phước. Hội bèn trình bày cặn kẽ, lời rất tinh yếu. Hạo vốn có tài hiểu biết, hớn hở rất vui, nhân đó xin xem giới luật của Sa-môn. Hội cho giới văn cấm bí, không thể khinh truyền, nên lấy một trăm ba mươi lăm nguyện của kinh *Bản nghiệp* chia ra làm 250 điều, đi đứng nằm ngồi, đều cầu nguyện cho chúng sinh. Hạo đọc thấy lời nguyện thương rộng khắp, càng thêm lòng lành, liền đến Hội thọ năm giới. Mười ngày bệnh lành. Hạo bèn ở chỗ Hội trú sửa sang làm đẹp thêm, ra lịnh cho tôn thất, không ai là không phụng thờ.

Hội ở triều Ngô, giảng nói chính pháp, nhưng tính Hạo hung cạn, không hiểu nghĩa mầu, nên chỉ mô tả việc gần báo ứng, để mở lòng Hạo. Hội ở chùa Kiến Sơ, dịch các kinh, đó là *A-nan niệm di, Kính diện nương,*

Sát vi vương, Phạm hoàng. Lại dịch các kinh *Tiểu phẩm, Lục độ tập, Tạp thí dụ*, cũng khéo được thể kinh, lời ý chính xác. Lại truyền một thời *Nê hoàn bối*, réo rắt trầm buồn, làm mẫu mực cho một thời đại. Lại chú thích ba kinh *An ban thủ ý*, Pháp kính và Đạo thọ, cùng viết lời tự cho các kinh ấy, lời lẽ vừa đẹp, ý chỉ vi diệu, cũng thấy ở đời.

Đến tháng 4 năm Thiên Kỷ thứ tư (280) vua Tấn Thành đế, Tô Tuấn làm loạn, đốt tháp do Hội dựng. Tư Không Hà Sung lại sửa dựng lại.

Bình Tây tướng quân Triệu Dụ, mấy đời không thờ Phật, ngạo mạn Tam bảo, đến chùa đó, gọi các sư nói: "Từ lâu nghe nói tháp này nhiều lần phóng ra ánh sáng, hư đản dị thường, nên chưa thể tin. Nếu được tự mình thấy thì chả phải bàn luận gì nữa". Mới nói xong, tháp liền phóng ra ánh sáng ngũ sắc, rọi tỏ cả chùa. Dụ ngạc nhiên rởn tóc gáy, do thế mà tin kính, nên ở phía đông chùa, lại dựng thêm một tháp nhỏ, ấy xa là do thần cảm của đấng Đại thánh, và gần là do sức của Khương Hội. Cho nên, vẽ hình tượng Hội, truyền cho đến nay. Tôn Xước làm bài tán cho bức tranh nói:

Ông Hội hiu hắt
Thật bậc linh chất
Lòng không cận lụy
Tình có dư dật
Đêm tối này dạy
Đám tội kia vớt
Lừng lững đi xa
Cao vời nổi bật

Có ký nói Tôn Hạo đập thử Xá-lợi, cho không phải việc của Quyền. Tôi xét Hạo khi sắp phá chùa, quần thần đều đáp: "Khương Hội cảm thụy, Thái hoàng lập chùa", thì biết việc cảm Xá-lợi xưa là phải ở vào thời Tôn Quyền. Cho nên, truyện ký của một số nhà đều nói: "Tôn Quyền cảm Xá-lợi ở cung Ngô". Sau đó mới thử sự thần nghiệm. Có người mới đem gán cho Hạo vậy".

Khương Tăng Hội ở Việt Nam

Bản tiểu sử trên về cuộc đời Khương Tăng Hội có thể chia làm ba phần. Phần đầu mô tả Khương Tăng Hội cho đến khi "chấn tích đông du" qua truyền giáo ở Kiến Nghiệp vào năm 247. Phần hai ghi lại những hoạt động của Hội ở Trung Quốc trong khoảng hơn 30 năm cho đến lúc viên tịch vào năm Thái Khang thứ nhất nhà Tấn (280). Phần ba là ghi lại những tác phẩm do Hội dịch và viết.

Trong phần đầu, nó cho ta biết tổ tiên Khương Tăng Hội gốc người Khương Cư, nhưng đã mấy đời đến ở Ấn Độ. Tới thời cha Hội vì buôn bán lại di cư sang nước ta và sinh sống tại Giao Chỉ. Việc người Ấn Độ đến nước ta vào hạ bán thế kỷ thứ hai đến đầu thế kỷ thứ ba sau dương lịch là một sự thực. *Tây vực truyện* của *Hậu Hán thư 88*, khi viết về nước Thiên Trúc, đã nói: "Thiên Trúc ... vào năm Diên Hy thứ hai (158) và thứ tư (160) đời Hoàn đế đã từng từ ngoài vùng Nhật Nam đến cống". *Chư di truyện* của *Lương Thư 54* và *Di mạch truyện* của *Nam sử 78* cũng viết: "Các nước biển nam đại để ở trên các đảo biển lớn phía nam và tây nam của Giao Châu... Đời Hoàn đế nhà Hậu Hán, Đại Tần Thiên Trúc đều do đường đó sai sứ đến cống".

Và không chỉ "đến cống", *Lương Thư 54* còn ghi thêm về nước Đại Tần là "người nước đó là nghề buôn bán, thường đến Phù Nam, Nhật Nam, Giao Chỉ". Việc cha Hội đến Giao Chỉ để buôn bán, phải chăng đã xảy ra trên các chuyến tàu buôn và đến cống này của Thiên Trúc và Đại Tần? Chắc chắn là phải như thế. Vậy thì, ông đã đến nước ta vào lúc nào? Ta hiện không biết rõ đích xác, nhưng hẳn đã đến sau các năm 158 - 160 nói trên và trước năm 224, năm Duy Kỳ Nạn từ Thiên Trúc đến Vũ Xương, như *Pháp cú kinh tự* trong *Xuất tam tạng ký* tập 7 tờ 50a9 và tiểu sử của Duy Kỳ Nạn trong *Cao Tăng truyện* 1 tờ 326b23 đã ghi.

Điểm đáng lưu ý là cả Tăng Hựu lẫn Huệ Hạo đều nói chỉ một mình cha Hội đến Giao Chỉ buôn bán (kỳ phụ nhân thương cổ, di vu Giao Chỉ). Vậy phải chăng khi đến Giao Chỉ buôn bán một thời gian, cha Hội mới lập gia đình và có khả năng cưới một cô gái người Việt bản xứ làm vợ và sau đó trở thành mẹ của Hội? Trả lời câu hỏi này, hiện không có những bằng chứng trực tiếp, nhưng qua một vài dấu hiệu ta có thể giả thiết một sự tình như thế đã xảy ra. Thứ nhất, cả Tăng Hựu lẫn Huệ Hạo đều nói: "Cha Hội vì buôn bán đến ở Giao Chỉ" (Kỳ phụ nhân thương cổ, di vu Giao Chỉ). Nghĩa là đến buôn bán ở Giao Chỉ, chỉ một mình cha Khương Tăng Hội.

Thứ hai, qua các tác phẩm để lại nhiều dấu vết chứng tỏ Hội đã chịu ảnh hưởng truyền thống Lạc Việt một cách sâu đậm. Một là về mặt ngôn ngữ, hiện nay *Lục độ tập kinh*, một dịch bản của Khương Tăng Hội, chứa đựng nhiều cấu trúc mang ngữ pháp tiếng Việt cổ, mà ngoài lý do Hội phải dùng một nguyên bản tiếng Việt, như sẽ thấy dưới đây, còn có yếu tố thói quen ngôn ngữ hình thành từ chính mẹ đẻ mình, mới mạnh mẽ như thế để có thể để lại dấu ấn trong tác phẩm. Hai là về mặt nội dung và tư tưởng, Khương Tăng Hội đã chứng tỏ một lòng yêu mến tha thiết truyền thống văn hóa người Việt đến nỗi truyền thuyết Trăm trứng, một truyền thuyết đặc biệt Việt Nam nói về nguồn gốc của dân tộc Việt, vẫn không bị Hội cải biên khi dịch truyện *Lục độ tập kinh* ra tiếng Trung Quốc cho phù hợp với truyền thống tiếng Phạn. Và văn bản truyền thống tiếng Phạn của truyện ấy lẫn dịch bản tiếng Trung Quốc của nó không phải là không lưu hành ở Trung Quốc vào thời Hội dịch *Lục độ tập kinh.*

Chi Khiêm trong khoảng từ năm 222 đến 253, tức trước khi Khương Tăng Hội đến Kiến Nghiệp 30 năm, đã liên tiếp dịch 49 bộ kinh, trong đó có *Soạn tập bách duyên kinh*, và truyền thuyết Trăm trứng đã không xuất hiện trong bản kinh này. Cho nên, không có lý do gì, mà Hội không biết tới chi tiết một trăm cục thịt của truyền thống Phạn văn và bản dịch chữ Trung Quốc đã lưu hành, trước khi Hội dịch *Lục độ tập kinh* vào năm 251. Việc bảo lưu chi tiết Trăm trứng trong *Lục độ tập kinh* tiếng Trung Quốc do thế không biểu lộ gì khác hơn là lòng yêu mến tha thiết nói trên đối với truyền thống văn hóa và lịch sử người Việt.

Vậy thì, qua những dấu vết gián tiếp vừa nêu, ta có thể giả thiết mẹ Hội có khả năng là một cô gái người Việt. Và nhờ người mẹ Việt này, Hội mới có được những ảnh hưởng sâu đậm về mặt ngôn ngữ cũng như tình cảm tư tưởng, như đã nói. Thế cuộc hôn nhân Khương - Việt ấy chỉ sản sinh được một mình Khương Tăng Hội sao? Cả Tăng Hựu và Huệ Hạo đều im lặng không những về bà mẹ, như ta đã thấy, mà còn về anh chị em của Hội. Tuy nhiên, chính tác phẩm của ông là bài tự cho kinh *An ban thủ ý* trong *Xuất tam tạng ký* tập 6 ĐTK 2145 tờ 43b24 đã viết: "Tôi sinh muộn màng" (Dư sinh mạt tung). Chữ "mạt tung", mà chúng tôi dịch là "muộn màng" ở đây, nghĩa đen là "dấu vết cuối ngọn", và nghĩa bóng có thể chỉ dấu vết cuối ngọn của đạo Phật, tương đương với khái niệm "mạt pháp" của Phật giáo. Và ý của Hội muốn nói tới việc mình sinh ra cách Phật quá xa về mặt thời gian. Nhưng cũng có thể chỉ sự kiện Khương Tăng Hội là người con cuối ngọn của gia đình.

Ý nghĩa thứ hai này, chúng ta có thể suy ra từ câu tiếp theo: "mới biết vác củi, cha mẹ đều mất" (thỉ năng phụ tân, khảo tỷ trở lạc). Thế là vì "sinh muộn màng", nên "mới biết vác củi" thì cha mẹ Hội đã mất. "Mới biết vác củi" là mấy tuổi? Tăng Hựu và Huệ Hạo nói Hội mất cha mẹ "năm hơn mười tuổi". Vậy tuổi "mới biết vác củi" là "hơn mười tuổi". Hội mất cha mẹ, là khi tuổi còn nhỏ. Như thế, có khả năng Hội là con út trong gia đình. Mà cũng có thể cha mẹ Hội lấy nhau khá muộn, nên khi sinh Hội, họ cũng đã lớn tuổi. Do đó, lúc Hội "hơn mười tuổi", họ đã mất.

Cha mẹ mất rồi, chôn cất xong, Hội đi xuất gia. Việc xuất gia này chứng tỏ Phật giáo nước ta vào thế kỷ thứ ba sau dương lịch đã có một hệ thống chùa chiền và sư tăng khá phát triển để làm nơi cho Hội xuất gia và học tập. Thực trạng này thực ra không đáng ngạc nhiên cho lắm, vì ngay từ thời Mâu Tử viết *Lý hoặc luận* vào khoảng năm 195, ta đã thấy nói tới hiện tượng "nay Sa-môn mê thích rượu ngon, hoặc nuôi vợ con, mua rẻ bán đắt, chuyên làm điều dối trá", mà *Lý hoặc luận* trong *Hoằng minh* tập 1 ĐTK 2102 tờ 4a15 - 6 đã ghi lại. Và chính Khương Tăng Hội cũng thừa nhận trong lời tựa viết cho kinh *An ban thủ ý*, ĐTK 2145 tờ 43b24 - 26: "Tôi sinh muộn màng, mới biết vác củi, cha mẹ đều mất, ba thầy viên tịch, ngước trông mây trời, buồn không biết hỏi ai, nghẹn lời trông quanh, lệ rơi lặng lẽ". (Dư sinh mạt tung, thỉ năng phụ tân, khảo tỷ trở lạc, tam sư điêu táng, ngưỡng chiêm vân nhật bi vô chấp thọ, quyện ngôn cố hi, tiềm nhiên xuất thế).

Như thế, khi Hội "mới biết vác củi", mà cả Tăng Hựu lẫn Huệ Hạo đều nhất trí qui định là "hơn mười tuổi" (niên thập dư tuế), thì không những cha mẹ đều mất, mà cứ vào mạch văn, "ba thầy" (tam sư) của Hội cũng mất. "Hơn mười tuổi" có thể là 11, 12 tuổi mà cũng có thể 17, 19 tuổi. Như vậy, Hội không chỉ mất cha mẹ lúc "hơn mười tuổi, mà còn mất luôn "ba thầy" của mình nữa.

Sự thực, từ "ba thầy" (tam sư) là một bộ phận của thành ngữ giới đàn Phật giáo "tam sư thất chứng" về sau, có nghĩa trong nghi thức truyền giới Tỳ-kheo hay Tỳ-kheo ni không có phẩm, tiêu chuẩn đòi hỏi phải có sự hiện diện của ba thầy là Hòa thượng, kiết ma và a xà lê, và bảy thầy làm chứng (hay gọi là thất chứng). Việc nhắc đến "ba thầy" này, phải chăng ám chỉ đến việc thọ đại giới trong khi tuổi "mới biết vác củi" của Hội. Tất nhiên, nếu đứng về mặt những tiêu chuẩn để được thọ đại giới, cứ theo luật tạng thì Hội phải có số tuổi từ 20 trở lên, chứ không thể dưới được, dù cũng có trường hợp ngoại lệ. Nhưng ta hiện nay không biết Khương Tăng Hội có thuộc trường hợp ngoại lệ không. Cho nên, phải kết luận, không thể có chuyện "ba thầy điêu táng", khi Hội "mới biết vác củi". Rồi khi cư tang xong, mới xuất gia. Và chắc chắn là mấy năm sau, Hội thọ đại giới trở thành một nhà sư.

Việc Khương Tăng Hội phải thọ đại giới, tức thọ giới phẩm Tỳ-kheo ở nước ta là sự kiện chắc chắn, vì những lý do sau. Thứ nhất, không thể có chuyện Hội thọ giới ở Trung Quốc được, vì vùng mà Hội đến là Giang Tả "Phật giáo chưa lưu hành", "mới thấy Sa-môn, trông dáng mà chưa kịp hiểu đạo, nên nghi lập dị". Thứ hai, *Biệt truyện* của An Thế Cao do Huệ Hạo dẫn trong *Cao Tăng truyện* 1 ĐTK 2059 tờ 324a11 - 18, tuy chứa đựng những mẩu tin sai lạc, như Huệ Hạo đã chỉ ra, nhưng đã nói tới việc một "An Hầu đạo nhân" để lại một lời tiên tri, ghi rằng: "Tôn đạo ta là cư sĩ Trần Huệ, người truyền thiền kinh là Tỳ-kheo Tăng Hội". Điều này chứng tỏ khi lên Kiến Nghiệp truyền giáo, Khương Tăng Hội đã là Tỳ-kheo, do thế phải thọ đại giới ở nước ta. Thứ ba, chính tiểu sử của Khương Tăng Hội dịch trên kể tới chuyện Tôn Hạo đòi xem "giới luật của Sa-môn", Hội không thể không cho hạo xem, nên đã lấy 135 nguyện của Kinh *Bản nghiệp* viết thành 250 giới của Tỳ-kheo. Thời Hội như vậy đã biết giới luật của Tỳ-kheo khá rõ. Và điều này thật không đáng ngạc nhiên, vì ngay khi viết *Lý hoặc luận* năm 195 trong *Hoằng minh* tập 1 ĐTK 2102 tờ 2ả, Mâu Tử đã biết "Sa-môn giữ 250 giới, ngày ngày ăn chay". Cho nên, Hội đã thọ đại giới Tỳ-kheo ở nước ta, và "ba thầy" chính là một bộ phận của thành ngữ "tam sư thất chứng" của giới đàn Tỳ-kheo tiêu chuẩn.

Dẫu sau khi thọ giới ba thầy của Hội "điêu táng", nên thời gian thọ giáo có ngắn ngủi tới đâu chăng nữa, các vị thầy nầy đã để lại những dấu ấn sâu đậm trên con người Tăng Hội. Trong các tác phẩm hiện còn được biết chắc chắn của ông, có ba tác phẩm đã nhắc đến họ một cách đầy kính mến và yêu thương. Đó là *An ban thủ ý kinh tự, Pháp kính kinh tự* và *Tạp thí dụ kinh. An ban thủ ý kinh tự*, ta đã dẫn ở trên. Còn *Pháp kính kinh tự* trong *Xuất tam tạng ký* tập 6 ĐTK 2145 tờ 46c9 - 10 viết: "Tang thầy nhiều năm, (nên) không do đâu mà hỏi lại được. Lòng buồn, miệng nghẹn, dừng bút rầu rĩ, nhớ thương thánh xưa, nước mắt giàn giụa".

Rõ ràng tình cảm của Khương Tăng Hội đối với các thầy mình thật thắm thiết, mà mỗi lần nhắc tới là "nước mắt giàn giụa", đúng như bài tán do Tôn Xước đề trên bức tượng ông, "Tâm vô cận lụy, tình hữu dư dật". Tình cảm này dẫn đến một niềm kính mến sâu xa và lâu dài đến nỗi về sau khi biên soạn *Tạp thí dụ kinh*, cứ sau một số câu truyện, Hội đều có ghi lại những bình luận của thầy mình về truyện đó với câu mở đầu: "Thầy nói". Trong số truyện của *Tạp thí dụ kinh*, có tới 12 truyện có ghi lại những nhận xét bình luận vừa nêu. Điều đáng tiếc là ta hiện nay vẫn chưa tìm ra được tên vị thầy nầy của Khương Tăng Hội, nhưng chắc chắn những nhận xét bình luận ấy có thể là những bài giảng giáo lý đầu tiên còn ghi lại được của lịch sử truyền giáo Phật giáo Việt Nam.

Và ngay cả khi viết chú thích cho kinh *An ban thủ ý*, tuy có "thỉnh vấn" (xin hỏi) Hàn Lâm, Bì Nghiệp và Trần Huệ, và tuy có nói: "Trần Huệ chú nghĩa, tôi giúp châm chước", Khương Tăng Hội vẫn không quên thêm câu: "Không do thầy thì không truyền, không dám tự do". (Phi sư bất truyền, bất cảm tự do). Nói cách khác, những chú thích kinh *An ban thủ ý* hiện còn thực tế là một ghi chép lại những giải thích của thầy truyền cho Khương Tăng Hội, do đó phần nào phản ảnh quan điểm giáo lý và tư tưởng của vị thầy này. Vì vậy, ta có thể kết hợp bản chú thích ấy với những câu bình luận nhận xét do Hội tự chép lại trong *Tạp thí dụ kinh* để nghiên cứu tình hình tư tưởng và Phật giáo của người thầy của Khương Tăng Hội và qua đó tình hình của Phật giáo nước ta trước khi Hội ra đời, tức trước thế kỷ thứ ba sau dương lịch.

Vị thầy, mà Khương Tăng Hội nhắc đến trong ba tác phẩm trên của mình, như vậy tuy ngày nay ta không biết tên tuổi, nhưng đã để lại một học phong khá rõ nét, có thể xác định một cách tương đối chắc chắn và cụ thể. Học phong này về mặt thực tế dựa tên phương pháp tu tập thiền định an ban theo kiểu An Thế Cao, và về mặt lý luận thì tập trung trình bày giáo lý và tư tưởng qua các truyện kể mang tính ngụ ngôn hay cổ tích. Nó như vậy đã cột chặt tư tưởng với thực tế, tư duy với cuộc sống, lấy thực tiễn kiểm nghiệm chân lý, như đức Phật đã căn dặn trong Kinh *Kalama*. Nó không cho phép lý luận suông, không cho phép tư duy mông lung huyền ảo, mà vào thời đó đã bắt đầu manh nha, rồi phát triển mạnh ở Trung Quốc qua phong trào huyền học thanh đàm. Học phong ấy có thể nói đã khẳng định bản lĩnh văn hóa Việt Nam, đại diện cho học phong Việt Nam và Phật giáo Việt Nam thời bấy giờ, tương phản với học phong "huyền học thanh đàm" đương đại của Trung Quốc, và biểu thị tính độc lập cũng như khả năng tiếp thu sáng tạo của văn hóa Việt Nam lúc tiếp xúc với Phật giáo và nền văn hóa Trung Quốc.

Kế thừa học phong nầy, Khương Tăng Hội phát triển nó thành nguyên tắc chỉ đạo trong công tác phiên dịch trước tác của mình, mà đỉnh cao là *Lục độ tập kinh*, khi thực hiện sứ mệnh truyền giáo ở Trung Quốc. Theo *Lịch đại tam bảo ký* và các kinh lục về sau như *Đại đường nội điển lục* và *Khai Nguyên Thích giáo lục*, Hội đã dịch *Lục độ tập kinh* vào năm Thái Nguyên thứ nhất (251), tức bốn năm sau khi đến Kiến Nghiệp. Như sẽ thấy dưới đây, *Lục độ tập kinh* tiếng Trung Quốc hiện nay không phải là một tác phẩm dịch từ tiếng Phạn, mà cũng chẳng phải là một tác phẩm do chính Khương Tăng Hội viết ra, như Thang Dụng Đồng đã chủ trương, mà là một dịch bản của Hội từ một nguyên bản kinh *Lục độ tập* tiếng Việt. Việc chọn bản kinh này để dịch ra tiếng Trung Quốc, như vậy, là một thể hiện nhất quán tính kế thừa nói trên, vừa là một biểu trưng cho lòng trung thành của Khương Tăng Hội đối với truyền thống văn hóa giáo dục Việt Nam của mình. Chính sự kế thừa và trung thành này đã giữ Khương Tăng Hội không điều chỉnh những sự kiện mang tính đặc thù địa phương Việt Nam như truyền thuyết Trăm trứng cho phù hợp với truyền thống yêu cầu văn học và lịch sử Trung Quốc.

Nói thẳng ra, Khương Tăng Hội đã thừa hưởng một nền giáo dục Việt Nam và Phật giáo Việt Nam khá trọn vẹn và vững vàng, nên đã để lại những dấu ấn sâu đậm và mạnh mẽ trên con người ông, dẫn đến sự kế thừa cực kỳ trung thành vừa nói. Một mặt, đó là những tình cảm ngưỡng mộ thắm thiết đối với các vị thầy mà mỗi lần nhắc tới là "nước mắt lai láng". Và mặt khác, đó là các tác động tư tưởng lâu dài và liên tục trong nếp sống và suy nghĩ cũng như trong công tác truyền giáo của ông. Vì thế, Khương Tăng Hội có thể nói là một thành tựu đầu tiên và xuất sắc của nền giáo dục Việt Nam và Phật giáo Việt Nam, khác hẳn các sản phẩm của nền giáo dục nô dịch Trung Quốc đang hoạt động mạnh mẽ vào thời đó như Tiết Tôn, Hứa Tỉnh, Hứa Từ, v.v... ở nước ta. Lịch sử giáo dục Việt Nam và Phật giáo Việt Nam thật đáng tự hào với những thành tựu đầu tiên như thế. Nó đã tự xác định cho mình một sứ mạng thiêng liêng cao quý là gắn bó thịt xương với dân tộc để phục vụ dân tộc, và không bao giờ đi ngược lại sứ mệnh ấy. Cho nên, trong lịch sử dân tộc không bao giờ thiếu những khuôn mặt anh tài từ Lý Miễu. Đinh Tiên Hoàng, Lý Thái Tổ cho đến Nguyễn Trãi, Nguyễn Huệ, Ngô Thì Nhiệm, v.v...

Nền giáo dục Việt Nam và Phật giáo Việt Nam thời ấy có nội dung gì? Cả Tăng Hựu lẫn Huệ Hạo đều nói Hội "hiểu rõ ba tạng, xem khắp sáu kinh, thiên văn đồ vĩ, phần lớn biết hết, giỏi việc ăn nói, lanh việc viết văn". Ba tạng đây là Kinh, Luật, Luận của Phật giáo. Sáu kinh là *Thi, Thơ, Lễ, Nhạc, Dịch, Xuân Thu* của Nho giáo. Thiên văn, đồ vĩ là các môn học của các nhà âm dương, mà qua lịch sử Trung Quốc cũng như Việt Nam đóng một vai trò hết sức quan trọng và có tính quyết định. Ngay trước khi Khương Tăng Hội ra đời, trong dân gian đã lưu hành câu sấm, tức là một loại đồ vỹ, nói rằng "Hán hành dĩ tận, Hoàng gia đương lập", mà đọc ngoa thành "Thương thiên dĩ tử, Hoàng thiên đương lập", như Nguỵ chí mục Vũ đế kỷ năm Sơ Bình thứ ba (192) đã ghi chẳng hạn. Cho nên, khi Tào Phi lên ngôi thành lập nhà Nguỵ bèn đặt niên hiệu là Hoàng Sơ (221).

Còn Tôn Quyền xưng đế thì đặt Hoàng Vũ (221). Rõ ràng hai niên hiệu Hoàng Sơ và Hoàng Vũ chứng tỏ đã chịu ảnh hưởng nặng nề của câu sấm "Hoàng gia đương lập". Rồi việc xem sao để tiên đoán các biến động chính trị xã hội và cá nhân cũng như những thay đổi khí hậu mưa nắng là đối tượng nghiên cứu của khoa thiên văn thời Hội. Chỉ cần đọc lại lời biểu xin Lưu Bị lên ngôi hoàng đế của đám Lưu Báo, Hướng Cử, Trương Duệ, Hoàng Quyền, v.v... ta thấy nói đến *Hà đồ Lạc thư, Ngũ kinh sấm vỹ* và đám Hứa Tỉnh, My Trúc, Gia Cát Lượng, v.v... nói đến "phù thụy đồ sấm minh trưng" và Hà lạc khổng tử sấm ký do "quần nho anh tuấn dâng", thì khoa thiên văn đồ vĩ vào thời Hội quan trọng tới mức nào. Nhưng không chỉ học tam tạng, sáu kinh và thiên văn đồ vỹ, Khương Tăng Hội còn được dạy cả khoa ứng đối ăn nói (xu cơ), viết văn và viết chữ (văn hàn). Nội dung giáo dục Phật giáo Việt Nam vào thời Khương Tăng Hội, như thế, không phải là một nền giáo dục thuần túy Phật giáo hay tôn giáo, mà là một nền giáo dục tổng hợp toàn diện, có thể nói đại diện cho nền giáo dục Việt Nam thế kỷ thứ III.

Nền giáo dục nầy không chỉ giới hạn trong chức năng truyền giáo, đào tạo ra những con người Phật giáo, mà trên hết và trước hết là đào tạo ra những trí thức dân tộc toàn diện có tính bách khoa am hiểu và lãnh hội được hết tinh hoa dân tộc và nhân loại của thời đại mình, rồi trở lại đóng góp bằng những thành quả của mình cho kho tàng hiểu biết của loài người. Cho nên, Khương Tăng Hội không chỉ học ba tạng kinh điển của Phật giáo, không chỉ học sáu kinh của Nho giáo, và chắc chắn là các giáo khác nữa, mà còn học tới cả thiên văn đồ vỹ, khoa ăn nói và nghệ thuật viết lách.

Chính nền giáo dục tổng hợp toàn diện và phóng khoáng này đã đào tạo cho lịch sử dân tộc những thiên tài trong các lĩnh vực khác nhau, thậm chí đối lập nhau, như nghệ thuật và khoa học, chính trị và âm nhạc, văn chương và kỹ thuật, từ Lý Miễu cho đến Lý Công Uẩn, từ Lương Thế Vinh cho đến Ngô Thì Nhiệm, từ Lê Ích Mộc cho đến Trần Cao Vân, từ Tuệ Tỉnh cho đến Võ Trứ, chứ khoan nói chi tới Vạn Hạnh, Chân Lưu, Pháp Thuận, Quảng Đức, v.v... Dựa trên học phong thiết thực, nó đã trang bị cho những đối tượng cần đào tạo những kiến thức rộng rãi phóng khoáng của tất cả các ngành tri thức của nhân loại thời nó, mà không nhất thiết đóng khung vào một chủ thuyết nào, nên đã tạo được những vùng trời tự do cho khả năng tư duy hành động sáng tạo của con người.

Nền giáo dục Phật giáo này không chỉ tồn tại vào đời Khương Tăng Hội, mà còn được tiếp tục kế thừa tiếp nối cho đến ngày hôm nay, dù ở thời điểm này khác nó, đôi khi cũng bị khủng hoảng, dẫn đến những hậu quả vô cùng tai hại. Nó qua các khoa thi tam giáo đời Lý, Trần, Lê, qua bài thi của trạng nguyên Lê Ích Mộc và tác phẩm *Trúc Lâm tôn chỉ nguyên thanh* của Ngô Thì Nhiệm, đã thể hiện tính nhất quán của mình. Nó đã thiết kế được một cơ cấu giáo dục tương đối hoàn chỉnh, đủ mực thước để đào tạo ra những trí thức gương mẫu gánh vác trách nhiệm trước dân tộc và lịch sử và đủ phóng khoáng cho những hoạt động tự do sáng tạo của con người. Và đặc biệt là yếu tố dân tộc thường xuyên hiện diện làm cột sống cho cơ cấu giáo dục đó. Không có yếu tố dân tộc này, nền giáo dục Việt Nam và Phật giáo Việt Nam đã không bao giờ thực hiện được thiên chức cao quý và dạy dỗ đào tạo những con người trí thức Việt Nam biết gánh vác trách nhiệm trước dân tộc và lịch sử dân tộc mình như Đinh Tiên Hoàng, Lý Thái Tổ, Nguyễn Trãi, Nguyễn Huệ, Ngô Thì Nhậm. Quá lắm thì nó chỉ cho xuất xưởng những mẫu người như Hứa Tỉnh, Tiết Tông thời Khương Tăng Hội, rồi Khương Công Phụ, Bùi Bá Kỳ ... ở những thời kỳ sau, chỉ biết cúi đầu cam tâm phục vụ cho quyền lợi nước ngoài.

Chính cái cột sống dân tộc ấy đã nâng đỡ cho những người con xa quê khỏi ngã gục trước gánh nặng của trách nhiệm và trước những cám dỗ tha hóa của vật chất. Họ có thể đứng thẳng người lên trông ngắm giang sơn gấm vóc và nhớ thương quê hương diệu vợi. Mà quê hương là gì? Là câu hò của mẹ, là vẻ mặt của cha, là lời dạy của thầy, và là nhiều thứ nữa. Trong các tác phẩm hiện còn của Khương Tăng Hội, có hai tác phẩm Khương Tăng Hội viết ở Trung Quốc và nhắc tới bản thân mình một cách minh nhiên, đó là hai bài tựa viết cho kinh *An ban thủ ý* và kinh *Pháp kính*, mà chúng ta đã có dịp dẫn nhiều lần ở trên.

Trong cả hai, Hội đã bày tình cảm của riêng mình, không chỉ đối với cha mẹ, mà đặc biệt đối với "vị thầy" của ông. Vì "ba thầy điêu táng" (*An ban thủ ý kinh tự*), vì "tang thầy nhiều năm" (*Pháp kính kinh tự*), mà bây giờ gặp khó khăn, "buồn không biết hỏi ai" (*An ban thủ ý kinh tự*), "không do đâu mà hỏi lại được" (*Pháp kính kinh tự*), nên "nghẹn lời trông quanh, lệ rơi lặng lẽ", "dừng bút buồn bã... nước mắt lai láng". Viết như thế, Khương Tăng Hội rõ ràng biểu lộ không che dấu lòng nhớ thương vô hạn của mình đối với miền đất nơi mình sinh ra và cha mẹ và thầy mình đang yên nghỉ vĩnh viễn.

Đọc những câu ấy của Khương Tăng Hội, ta thấy tương phản hoàn toàn với lá sớ của Tiết Tôn trong *Ngô Chí* 8 tờ 6b8 - 8a13 đầy những lời lẽ thóa mạ, hẳn học khinh mạn, biểu thị não trạng Đại Hán kỳ thị chủng tộc: "Dân như cầm thú, già trẻ không khác ... Hai huyện Mê Linh của Giao Chỉ và Đô Bàng của Cửu Chân, thì anh chết em lấy chị dâu làm vợ, đời lấy đó làm tục, trưởng lại nghe tới cũng không thể cấm chỉ, trai gái quận Nhật Nam lõa thể không lấy làm thẹn. Do thế mà nói, chúng có thể gọi là sâu bọ chồn cáo, mà trông có mặt mũi con người". Không những thế, Tiết Tôn còn bày mưu vẽ kế cho đám Tôn Quyền để nô dịch lâu dài dân tộc ta. Còn Hứa Tỉnh tìm đến nước ta để tránh nạn, lại bảo "Tự trốn ở mọi rợ". Đến đời con của Tiết Tôn là Tiết Oán, tuy biết cha mình nhờ cơm áo của đất Giao Chỉ để lớn lên và học hành, cũng vẫn bảo cha mình "Khốn đốn ở cõi mọi" (khốn vu man thùy).

Cho nên, khi Khương Tăng Hội viết những hàng trên bày tỏ niềm nhớ thương vô hạn đối với Giao Châu xa xôi, trong bối cảnh những lời công kích thóa mạ đất nước ta, như đã thấy thì chỉ việc nêu những dòng ấy cũng phải nói là một thành tựu kiệt xuất của nền giáo dục Việt Nam và Phật giáo Việt Nam. Yếu tố dân tộc đã được khắc sâu vào tâm khảm những người con xa quê vì một lý do nào đó và để lại trong lòng những tình cảm nhớ thương da diết khôn nguôi. Trong lịch sử dân tộc, không chỉ một mình Khương Tăng Hội vì sứ mệnh truyền giáo, mà phải xa quê, mà sau này khi Vi tả tướng quốc Hồ Nguyên Trừng lúc bị bắt đưa qua Trung Quốc, đã tự gọi mình là Nam ông, và để lại cho ta *Nam ông mộng lục* tức cuốn sách viết trong mộng của một ông già người Nam.

Nói tóm lại, Phật giáo Việt Nam vào thời Khương Tăng Hội đã xây dựng thành công một cơ cấu giáo dục tổng hợp khá hoàn chỉnh và đa dạng, bao gồm toàn bộ tất cả các ngành tri thức có mặt ở thời đó, mà không đóng khung vào một giới hạn chật hẹp nào. Người ta không chỉ học ba tạng kinh điển Phật giáo, sáu kinh của Nho giáo, mà còn học tới cả khoa sấm vỹ thiên văn, thậm chí cả khoa học ứng đối, và đặc biệt truyền thống dân tộc Việt Nam. Nền giáo dục ấy vì vậy có thể nói là đại diện cho nền giáo dục Việt Nam thế kỷ thứ II và thứ III đối lập lại với nền giáo dục nô dịch Trung Quốc đang tồn tại song song cùng nó. Nhờ thế, qua lịch sử nó đã đào tạo ra những thiên tài đáp ứng được yêu cầu của đất nước, và được tiếp nối cho đến ngày nay.

Thừa hưởng một nền giáo dục như thế, có thể nói Khương Tăng Hội đã được trang bị khá đầy đủ những kiến thức và kỹ năng cần thiết cho những công tác đang chờ trước mặt. Lại thêm bản thân Khương Tăng Hội là một người "rộng rãi nhã nhặn, có hiểu biết độ lượng, dốc chí hiếu học". Cho nên, việc học hành của ông đã diễn ra khá thuận lợi và êm đẹp. Tất nhiên, giống như bất cứ bản tiểu truyện nào về các vị thánh của phương đông hay của phương tây, *Cao Tăng truyện* cùng *Xuất tam tạng ký* tập có khả năng cường điệu một số nét các nhân vật. Tuy nhiên, với trường hợp Khương Tăng Hội ở đây, ta có thể kiểm tra những gì Tăng Hựu và Huệ Hạo viết qua chính các công trình do chính Khương Tăng Hội để lại như *Lục độ tập kinh*, *Cựu tạp thí dụ kinh*, *An ban thủ ý kinh* tự và *Pháp kính kinh tự*. Các tác phẩm này quả đã xác minh cho thấy ít nhiều bản thân con người và trình độ giáo dục văn hóa của Khương Tăng Hội, ghi nhận giúp ta những gì Tăng Hựu và Huệ Hạo viết là hoàn toàn có thể biện minh được.

Thế là phần đầu của bản tiểu sử trên tuy ngắn ngủi, đã cho ta khá nhiều thông tin theo Khương Tăng Hội, khi kết hợp với chính các tác phẩm của ông. Gốc gác Khương cư, tổ tiên Hội mấy đời đã di cư tới Ấn Độ. Đến đời cha Hội, vì buôn bán, ông một mình dời tới sống ở vùng Bắc bộ của nước ta.

Ngoài ra, truyện Sĩ Nhiếp trong Ngô chí 4 tờ 7b10, khi mô tả một buổi lễ hành thành của Nhiếp, đã viết: "Người Hồ mấy chục, đi sát theo xe, đốt hương..." ta ngày nay không thể xác định chính xác lễ hành thành này xảy ra vào năm nào, ta có thể chắc chắn nó diễn ra không chậm hơn năm 226, bởi đó là năm Sĩ Nhiếp mất, đồng thời là thời điểm chậm nhất. Còn thời điểm sớm nhất có khả năng rơi vào những năm 195, khi Chu Phù đã "bỏ điển huấn của tiền thánh, vứt pháp luật của

Hán gia", để đi theo Phật giáo và liên kết chặt chẽ với những người Phật giáo như Mâu Tử, mà *Lý hoặc luận* đã ghi lại, từ đó tạo nên một bầu không khí chính trị thuận lợi cho những hoạt động Phật giáo, trong đó có lễ hành thành rước Phật của Sĩ Nhiếp. Dù với trường hợp nào đi nữa, trong hơn 30 năm từ 195-226 đã có mặt tại nước ta một tập thể người Ấn Độ nói chung tới "mấy chục nhân khẩu". Trong số "mấy chục" người Hồ này, có thể cha của Khương Tăng Hội đã hiện diện, đặc biệt khi ta giả thiết Hội sinh vào khoảng những năm 200. Ở đây, ông có thể đã lấy một cô vợ người Việt và sinh ra Khương Tăng Hội.

Như thế, mẹ Khương Tăng Hội có thể là một cô gái Việt. Còn cha Hội chắc chắn là một nhà buôn gốc Khương cư ở nước ta. Tất cả các tài liệu từ Tăng Hựu, Huệ Hạo cho đến *Lịch đại tam bảo ký* ĐTK tờ 59b6 - 60a24, *Khai Nguyên Thích giáo lục* 2 tờ 490b14 - 491b23 và *Trinh nguyên tập định thích giáo mục lục* 3 tờ 787c13 - 788c21 đều nhất trí với nhau. Chỉ *Cổ kim dịch kinh đồ ký* 1 ĐTK 2151 tờ 352a26 lại nói: "Khương Tăng Hội là con đầu của đại thừa tướng nước Khương cư", còn *Đại Đường nội điển lục* 2 tờ 203a21-23 thì hoàn toàn im lặng về nguồn gốc của Hội.

Dựa vào đâu để viết như vậy, Tỉnh Mại không bảo cho ta biết. Điều chắc chắn là với một người như Tỉnh Mại, ông không thể quan niệm nổi một nhân vật tầm cỡ như Khương Tăng Hội lại có thể phát xuất từ một miền đất "mọi rợ" như Giao Chỉ. Tăng Hựu viết tự cho *Xuất tam tạng ký* tập 1 ĐTK 2145 tờ 1a16-17 đã coi Hội như một trong hai người đặt nền móng cho Phật học Trung Quốc: "Xưa đời Châu Phật giáo nổi lên, nhưng bến thiêng còn cách, đời Hán tượng pháp diệu điển mới đưa vào, giáo pháp phải đợi cơ duyên mới rõ (...) Đến cuối Hán, An (Thế) Cao tuyên dịch rõ dần, đầu đời Ngụy, Khương (Tăng) Hội chú thích thông thêm...".

Huệ Duệ viết *Dụ nghi luận* chép trong *Xuất tam tạng ký* tập 5 tờ 41b13-14 đã khen Hội là người "soạn tập các kinh, tuyên dương nghĩa sâu". *Pháp Kinh* viết: *Chúng kinh mục lục* 7 ĐTK 2146 tờ 148c18 cũng ghi nhận "Chi Khiêm, Khương Hội đến giảng ở Kim lăng". Còn Huệ Hạo soạn *Cao Tăng truyện* 3 ĐTK 2059 tờ 245c5 đã xếp Hội ngang hàng với An Thế Cao, Chi Lâu Ca Sấm và Trúc Pháp Hộ. Vị thế Khương

Tăng Hội trong lịch sử Phật giáo Trung Quốc trong những thế kỷ đầu là cực kỳ to lớn. Cho nên, sau khi Hội mất không lâu, người ta đã vẽ tượng để thờ, Tôn Xước đã đề lời tán, mà Hạo đã cho dẫn trên.

Đến thời Huyền Trang, trên vách viện Phiên kinh của chùa Đại từ ân, người ta cho vẽ tượng các nhà phiên dịch Phật giáo Trung Quốc xưa nay, "bắt đầu từ Ca Diếp Ma Đằng đến tới Đại Đường tam tạng, Mại công nhân soạn (tiểu truyện) đề lên trên vách", như Trí Thăng đã nói trong *Tục cổ kim dịch kinh đồ ký* ĐTK 2154 tờ 367c22-24 và *Khai Nguyên Thích giáo lục* 10 ĐTK 2154 tờ 578c1-6. Và trong số các bức tượng đó có cả tượng Khương Tăng Hội. Hẳn vì muốn "phong thần" cho Hội, làm cho Hội xứng đáng để người Trung Quốc tôn thờ, Tỉnh Mại đã tước bỏ nguồn gốc Giao Chỉ của Hội và biến Hội thành "trưởng tử của đại thừa tướng nước Khương Cư".

Điểm lý thú là Đạo Tuyên khi soạn *Đại Đường nội điển lục* 2 ĐTK 2149 tờ 230a21-c23, cũng hoàn toàn im lặng về sinh quán của Khương Tăng Hội. Ông viết: "Đời Tề vương nước Ngụy, trong năm Chánh thỉ, Sa-môn Thiên Trúc Khương Tăng Hội, học thông ba tạng, xem khắp sáu kinh, thiên văn đồ vĩ, phần nhiều hiểu biết, ứng đối lanh lợi, giỏi việc viết văn. Lúc ấy Tôn Quyền chiếm lấy Giang Biểu, uy vũ bao trùm khắp cả ba Ngô. Trước có thanh tín sĩ Chi Khiêm tuyên dịch kinh điển. Nhưng mới nhiễm đạo lớn, phong hóa chưa đủ. Tăng Hội muốn khiến đạo nổi Giang Hoài, dựng lập chùa tháp, bèn chống gậy đông du, vào năm Xích Ô nhà Ngô thì tới Kiến Nghiệp".

Dẫu không đi xa tới chỗ xuyên tạc sự thật như Tỉnh Mại, để nói Khương Tăng Hội là "con trưởng của đại thừa tướng nước Khương Cư", Đạo Tuyên, với tư cách một luật sư giữ giới nghiêm ngặt, đành phải im lặng. Sự im lặng này đánh dấu thứ bối rối của các nhà trí thức Phật giáo Trung Quốc, khi nhận ra Phật giáo Trung Quốc một phần nào là sản phẩm của nền Phật giáo nước ta. Mà nước ta vào thời ấy đã bắt đầu giai đoạn hùng cứ để vương với kiểu xưng đế của Lý Bôn vào năm 544, nếu không là của Lý Miểu một trăm năm trước đó. Và hình ảnh một nước Vạn Xuân với các đế vương của nó đang thách thức triều đình Trung Quốc vẫn còn ám ảnh những người viết sử như Đạo Tuyên. Cho nên, ông đành im lặng chứ không thể ăn nói như Tỉnh

Mại, sau này đối với nguồn gốc quê quán của Khương Tăng Hội.

Nhân đây, cần nói trước một chút về mẩu tin của Tỉnh Mại có liên quan đến thời điểm Khương Tăng Hội đến Kiến Nghiệp. Mại nói: "Vào năm Xích Ô thứ 4 nhằm Tân Dậu (241), Hội chống gậy đến Kiến Khương, dựng lập lều tranh, thiết tượng hành đạo. Tới năm thứ 10 nhằm năm Đinh mão (247) nước Ngô cho là lạ lùng. Có ty tâu lêu, Vua cho gọi Hội hỏi..." Vậy Khương Tăng Hội đến Trung Quốc từ năm 241, chứ không phải năm 247, như các tư liệu trước và sau thời Tỉnh Mại đã có. Tuy nhiên, do Mại không cho biết xuất xứ của mẩu tin cùng với việc sai lầm về sinh quán của Khương Tăng Hội, chúng ta chỉ nhắc tới ở đây để tham khảo thêm. Khi Hội hơn 10 tuổi, cả cha mẹ Hội đều mất. Chôn cất xong, ông xuất gia ở trong một ngôi chùa Việt Nam, và được dạy dỗ cẩn thận không chỉ ba tạng kinh điển của Phật giáo, mà còn cả sáu kinh của Nho giáo, cả thiên văn đồ vĩ, thậm chí khoa ăn nói và nghệ thuật viết lách. Sau đó, ông thọ đại giới Tỳ-kheo. Rồi đến năm 247 ông qua Trung Quốc truyền giáo ở Kiến Nghiệp. Năm 247 là một thời điểm đáng chú ý, vì *Đại Việt sử ký toàn thư* và *Khâm định Việt sử thông giám cương mục* ghi là năm sau 248 hai anh em Triệu Quốc Đạt và Triệu Thị Trinh khởi nghĩa, đánh chiếm Giao Châu thành công.

Đây là một cuộc khởi nghĩa lớn đã làm toàn bộ "Giao Châu tao động" như *Ngô Chí* 16 tờ 10a5 đã ghi: "Tôn Quyền sai Lục Dận làm An Nam hiệu úy qua nước ta "đánh dẹp". Nhưng truyện của Lục Dận trong *Ngô Chí* 16 tờ 10a 4-9 nói: "Xích Ô năm 11 (248) giặc mọi Giao Chỉ Cửu Chân đánh chiếm thành ấp, Giao bộ tao động, lấy Dận làm Giao Châu thứ sử An Nam hiệu úy. Dận vào cõi Nam, dùng ân tín dụ dỗ, nhằm mục đích chiêu nạp. Chi đảng của cừ soái Cao Lương là Hoàng Ngô, v.v... hơn ba nghìn nhà đều ra hàng. Rồi dẫn quân nam tiến, lại tuyên bố sự chí thành (của triều đình) dùng tiền của đút lót, tướng giặc hơn trăm người, dân hơn 5 vạn nhà lánh sâu không chịu lệ thuộc, không ai là không cúi đầu (theo). Cõi Giao yên bình, được phong An Nam tướng quân. Lại đánh giặc Kiến Lăng của Thương Ngô, phá được. Trước sau ra quân hơn 8000 người, sung làm quân dụng".

Như vậy, cuộc khởi nghĩa của Bà Triệu, dựa chính ngay tài liệu của kẻ thù, không phải bị vũ trang "đánh dẹp" mà đã được "thương thả" trước thì bằng "ân tín" rồi sau dùng "tiền của" (tài tệ) đút lót. Đây phải nói là một phương thức đánh dẹp khá khác thường. Song đối với Lục Dận ta có thể hiểu được bản thân Dận vào khoảng những năm 242 - 245 đã bị tù và tra khảo suýt chết do dính líu vào việc phế lập Tôn Hòa. Vì thế, có thể Lục Dận không mấy đậm đà với chính quyền nhà Ngô, và có khả năng có cảm tình với phe khởi nghĩa. Thêm vào đó cũng do dính líu vụ phế lập Cố Đàm và em ruột là Cố Thừa bị đày và chết ở nước ta. Đàm là cháu nội của thừa tướng Cố Ung và cháu ngoại của thừa tướng Lục Tốn (183-245), bị đày khoảng năm 245 và mất hai năm sau trong niềm uất hận, hưởng dương 42 tuổi. Cuộc khởi nghĩa năm 248 như thế bùng nổ ra không chỉ với lực lượng chủ lực là sự bất mãn và đòi độc lập của nhân dân ta, mà còn được tiếp sức thêm với lực lượng các thành phần người Trung Quốc bất mãn trốn sang hay bị đày sang nước ta sống. Ngoài ra, ta phải kể đến vai trò những người như Khương Tăng Hội trong việc ảnh hưởng tới các nhân vật lịch sử như Lục Dận. Ngày nay không có một tư liệu nào nói xa gần đến mối liên hệ có thể ấy một cách minh nhiên. Nhưng trong *Thiên nam ngữ lục* khi mô tả cuộc khởi nghĩa của bà Triệu, có hai câu:

> *Những tài sãi vãi đi tu*
> *Nam Mô lạy Bụt đi cho khỏi mình.*

Điều này rõ ràng Chân Nguyên muốn nói đến vai trò các nhà sư Phật giáo trong cuộc khởi nghĩa ấy với việc Bà Triệu thúc đẩy một số họ qua Trung Quốc thực hiện nhiệm vụ dàn xếp chăng. Ta thực khó trả lời.

Dẫu sao, sau khi "thương thảo" thành công với phe khởi nghĩa và trở về Kiến Nghiệp, Lục Dận lại xin trở sang làm việc ở Giao Châu, nhưng không phải ở nước ta, mà ở Quảng Châu, vì theo bài biểu của Hoa Hoạch trong *Ngô Chí* 16 tờ 10b3 thì "thủ phủ của châu ngó ra biển, sông chảy ra biển mùa thu mặn, Dận lại trở nước, dân được ăn ngọt". "Thủ phủ của châu" (Châu trị) mà "ngó ra biển" (lãm hải) thì chắc chắn không phải Long Biên hay Luy Lâu được, mà phải là Quảng Châu.

Điều đáng tiếc là phần đầu nầy đã không cho biết ông sinh năm nào và khi qua Trung Quốc vào khoảng mấy tuổi. Tuy nhiên, căn cứ vào năm qua Kiến Nghiệp là Xích Ô thứ 10 (247) đời Tôn Quyền và năm mất là Thái Khương thứ nhất (280) nhà Tấn, ta thấy Khương

Tăng Hội hoạt động ở Trung Quốc hơn 30 năm. Vậy thì, ông qua Kiến Nghiệp ít lắm cũng phải vào khoảng 30 tuổi, nếu không là lớn hơn, bởi vì khi qua đó, ông đã có những đồ đệ của mình. Do thế, Khương Tăng Hội có thể sinh vào khoảng những năm 200 đến 220.

Khương Tăng Hội ở Trung Quốc

Năm 247 Khương Tăng Hội lúc ấy khoảng 30-50 tuổi, đã đến Kiến Nghiệp. Khi Hội "đến Kiến Nghiệp, dựng lên lều tranh, đặt tượng hành đạo" thì các viên chức báo cho Tôn Quyền. Tất cả các tiểu truyện của Hội trong *Xuất tam tạng ký tập*, *Cao Tăng truyện* cho đến *Đại Đường nội điển lục* 2 ĐTK 2149 tờ 230a21 - c23, *Cổ kim dịch kinh đồ kỷ* 1 ĐTK 2151 tờ 352a26 - b22, *Khai Nguyên Thích giáo lục* 2 ĐTK 2154 tờ 490b14-491b23 và *Trinh nguyên tân định thích giáo mục lục* 3 ĐTK 2157 tờ 787c13-788c21 đều nhất trí nói, khi nghe tin báo, Quyền cho mời Hội đến hỏi trực tiếp. Riêng trong lời tựa cho phần *Nam ngô Tôn thị truyền dịch Phật kinh lục* của *Đại Đường nội điển lục* 2 tờ 227b7-13, Đạo Tuyên không biết lấy tư liệu ở đâu, lại viết: "Đến khi Tăng Hội mới tới đặt tượng đãi chay, bấy giờ cho là lạ lùng, đem hỏi thượng thư lịnh Hám Trạch: "Theo Phật lan tràn từ đời Hán Minh, truyền vào đã lâu, sao bây giờ mới đến Giang Đông?" Trạch trả lời: "Từ lúc Ma Đằng mới đến Lạc Dương, khi đạo sĩ mười tám đạo quán núi Ngũ Nhạc đọ sức, đạo sĩ không bằng. Đạo sĩ Nam Nhạc Tự Thiện Tín tự cảm mà chết. Đệ tử đem thây về chôn Nam Nhạc. Không người truyền bá, nên nay mới đến đây".

Khảo truyện Hám Trạch trong *Ngô Chí* 8 tờ 5a9 - 64b không thấy ghi Trạch có tham gia việc bàn luận sự có mặt của Khương Tăng Hội ở Kiến Nghiệp, dù đó là một có thể, bởi bản thân Trạch dẫu là một nhà nho, cũng có khuynh hướng muốn học những phương thuật "dị đoan". Truyện *Triệu Đạt* của *Ngô Chí* 18 tờ 3b3 chép việc Hám Trạch đòi học phép bói biến hóa của Đạt, nhưng bị Đạt từ chối.

Dẫu sao đi nữa, khi đến Kiến Nghiệp, Tôn Quyền đã cho mời Hội đến. Tăng Hựu trong *Xuất tam tạng ký tập* 13 ĐKT 2145 tờ 96b5-6 viết: "Bấy giờ Tôn Quyền xưng đế Giang Tả, mà chưa có Phật giáo.

Hội muốn chuyển đưa đại pháp đến, nên chống gậy đông du". Viết thế này, rõ ràng Tăng Hựu muốn nói Phật giáo chưa có mặt ở Kiến Nghiệp, khi Tôn Quyền cầm quyền vào năm 221. Tất nhiên, viết vậy là không đúng lắm, bởi vì chính bản thân Tăng Hựu cũng biết và đã ghi lại tiểu sử của Chi Khiêm trong *Xuất tam tạng ký tập* 13 ĐKT 2145 tờ 97b13-c18 Hựu nói: "Sau Ngô chúa Tôn Quyền nghe Khiêm học rộng có tài trí, cho mời gặp, nhân đó hỏi nghĩa sâu kín trong kinh. Khiêm tùy cơ giải thích, không có nghi ngờ gì là không bẻ gãy. Quyền rất vui, phái làm bác sĩ, sai phụ đạo đông cung... Từ Hoàng Sơ năm thứ nhất (221) đến trong khoảng Kiến Hưng (252-3) ông dịch ra được 27 kinh như *Duy ma cật*, *Đại bát nê hoàn*, *Pháp cú*, *Thụy ứng bản khởi*....

Hơn nữa, khi Khương Tăng Hội viết *An ban thủ ý kinh chú* ông đã may mắn gặp Hàm Lâm từ Nam Dương, Bì Nghiệp từ Dĩnh Xuyên và Trần Huệ từ Cối Kê, như *An bản thủ ý kinh tự* trong *Xuất tam tạng ký* tập 16 tờ 43b26-29 đã ghi: "Song phước xưa chưa hết, may gặp Hàm Lâm từ Nam Dương, Bì Nghiệp từ Dĩnh Xuyên, Trần Huệ từ Cối Kê... tôi theo xin hỏi, ý đồng lý hợp, nghĩa không sai khác, Trần Huệ chú nghĩa, tôi giúp châm chước..." Điều này chứng minh ở các địa phương khác nhau của miền nam Trung Quốc, mà cụ thể là Nam Dương, Dĩnh Xuyên và Cối Kê, Phật giáo đã lan truyền khá mạnh mẽ và có những người theo đạo một cách chân thành và có học thức như Hàm Lâm, Bì Nghiệp và Trần Huệ, mà Khương Tăng Hội đi theo để "thỉnh vấn" về kinh điển. Ba người này có thể Hội gặp ở nước ta, nhưng cũng có thể gặp ở Kiến Nghiệp. Khả năng gặp ở Kiến Nghiệp là khá lớn, vì lúc bấy giờ ở nước ta thì ngoài "ba thầy" của Hội ra, hẳn phải còn những vị thầy khác có học thức, mà Hội có thể đến hỏi, như vị thầy của Đạo Thanh, người bút thọ bản kinh *Pháp Hoa tam muội* của Chi Cương Lương Tiếp năm 256, mà vào thời Hội chuẩn bị qua Kiến Nghiệp chắc hẳn còn sống.

Như vậy, khi Tôn Quyền "xưng đế Giang Tả" vào năm 221, ở Kiến Nghiệp đã có Phật giáo và đang hoạt động một cách rộn rịp với sự nghiệp dịch thuật của Chi Khiêm. Cho nên, nói như Tăng Hựu lúc ấy Kiến Nghiệp "chưa có Phật giáo" là không chính xác. Có lẽ vì nhận ra thiếu sót này của Tăng Hựu, Huệ Hạo đã cho điều chỉnh lại một câu "mà chưa có Phật giáo" của *Xuất Tam tạng ký tập* thành câu "mà Phật giáo chưa hoạt động" (nhi Phật giáo vị hành). Rồi sau đấy, Huệ Hựu cho bắt đầu tiểu sử của Chi Khiêm. Tới hết tiểu sử của Khiêm, Huệ Hạo một lần nữa lại thêm một câu, mà bản tiểu sử của Khương Tăng Hội do Tăng Hựu viết không có, đó là: "Bấy giờ đất Ngô mới nhiễm giáo pháp vĩ đại, phong hóa chưa tròn. Tăng Hội muốn khiến đạo nổi Giang Tả, dựng xây quốc tự". Sau câu này, Huệ Hạo mới tiếp lại câu "nên chống gậy đông du".

Điều chỉnh lại như thế, Huệ Hạo rõ ràng muốn xác nhận Phật giáo đã có mặt ở Kiến Nghiệp, nhưng chưa phải tôn giáo của triều đình. Cho nên chỉ có chùa của dân lập, mà chưa có quốc tự, tức chùa của nhà nước. Nhiệm vụ của Khương Tăng Hội vì vậy là nhằm thuyết phục Tôn Quyền tin theo Phật giáo và công nhận như một tín ngưỡng nhà nước thể hiện bằng việc xây chùa dạng quốc tự. Khương Tăng Hội thực hiện nhiệm vụ này như thế nào?

Sau khi đến Kiến Nghiệp "cất nhà tranh, bày tượng hành đạo", Khương Tăng Hội được đám quan chức nhà Ngô báo lên Tôn Quyền là "có người Hồ nhập cảnh, tự xưng Sa-môn, mặt mày áo quần chẳng thường". Tôn Quyền biết đó là một người Phật giáo, bèn cho gọi Hội đến hỏi: "Có gì linh nghiệm". Hội bảo: "Đức Phật mất thoắt hơn nghìn năm, nhưng Xá-lợi vẫn còn, thần diệu khôn sánh". Quyền nói: "Nếu được Xá-lợi, thì sẽ dựng tháp thờ". Qua ba tuần, đến canh năm ngày 21 thì Hội cầu được Xá-lợi, mà lửa đốt không cháy, chày kim cương đập không nát. Quyền xem thán phục, nên xây tháp nơi chỗ nhà tranh của Hội và gọi chùa là Kiến Sơ, còn vùng đất xung quanh gọi là xóm Phật (Phật đà lý).

Cứ vào Tăng Hựu và Huệ Hạo, việc Khương Tăng Hội thuyết phục Tôn Quyền theo Phật giáo biểu lộ qua việc dựng chùa và tháp là hoàn toàn thành công và thành công rực rỡ. Tuy nhiên, cứ vào chính bản kỷ của Tôn Quyền trong *Ngô Chí* 2 ta không có một thông tin nào về biến cố theo đạo Phật của Tôn Quyền cả. Dẫu vậy, qua những nguồn khác ta biết Tôn Quyền bản thân là một người có ít nhiều khuynh hướng tôn giáo, hay ít nhất, có khuynh hướng tâm lý thích những việc "linh nghiệm". *Ngô Chí* 12 tờ 4a6-9 khi nói về lý do Ngu Phiên (164 - 233) bị đày ra Giao Châu, đã viết: "Phiên tính thẳng thắn dễ dãi, nhiều lần uống rượu say. Quyền cùng Trương Chiêu bàn đến thần tiên. Phiên chỉ Chiêu nói: "Chúng đều là người chết, mà nói chuyện thần tiên. Đời há có người tiên ư?" Quyền nén giận nhiều lần, bèn đày Phiên ra Giao Châu ... Ở miền nam mười lăm hơn, mất lúc 70 tuổi.

Việc Ngu Phiên bị đày, tất không phải chỉ phát xuất từ chuyện phê phán thần tiên, mà còn vì tính Phiên "sơ trực" và "có tửu thất". Điểm lôi cuốn ở chỗ Tôn Quyền với tư cách một người kinh bang tế thế lúc bấy giờ đang nắm hết quyền hành ở miền Nam Trung Quốc và tuổi tương đối còn trẻ, khoảng 39 tuổi (Quyền sinh năm 182 và mất năm 252), thế mà vẫn quan tâm đến bàn luận thần tiên và bàn luận với một trọng thần của mình là Trương Chiêu. Điều này phơi bày ít nhiều khuynh hướng tâm lý thích những việc "linh nghiệm" của Quyền, bởi vì chuyện "thần tiên" mà Quyền và Trương Chiêu bàn ở đây thuộc dạng chuyện thần tiên của những người tiên như Can Cát, kẻ bị chính anh ruột Tôn Quyền là Tôn Sách giết, và Đổng Phụng, người có công đưa thuốc cứu sống Sĩ Nhiếp. Dạng thần tiên này mang tính pháp thuật linh nghiệm, mà phía Phật giáo như Mâu Tử cùng như phía nho gia như Ngu Phiên đều không đồng tình và phê phán mạnh mẽ.

Không những thích bàn chuyện "thần tiên", Tôn Quyền còn đòi học những phép thuật linh nghiệm. Truyện Ngô Phạm trong *Ngô Chí* 18 tờ 1b11 - 13 ghi Phạm "chiêm nghiệm rõ đúng như thế, Quyền cho Phạm làm ky đô úy lĩnh chức thái sử lịnh. Quyền nhiều lần thăm hỏi muốn biết bí quyết. Phạm dấu, tiếc phép thuật của mình, nên không đem điểm chí yếu nói cho Quyền. Quyền do thế tức giận". Rồi truyện *Triệu Đạt* cũng trong *Ngô Chí* 18 tờ 3b13 - 4a1 ghi: "Quyền hỏi phép thuật của Đạt, Đạt rốt cuộc không nói, do thế bị đối xử tệ bạc, bổng lộc và địa vị không tới". Trong các phép thuật của Đạt, truyện kể có hôm Đạt được mời ăn, chủ nhà nói vì gấp nên thiếu rượu, Đạt lấy một chiếc đũa làm phép, bảo chủ nhà đào dưới vách phía đông nhà thì được một hộc rượu ngon và cân thịt nai. Vậy, những phép thuật của Ngô Phạm và *Triệu Đạt* đều thuộc loại phép thuật linh nghiệm. Và Tôn Quyền ưa thích không những trong việc dùng họ, mà còn muốn học nữa.

Chính khuynh hướng tâm lý ưa thích những việc linh nghiệm đó của Tôn Quyền giúp ta lý giải quan hệ giữa Khương Tăng Hội và Tôn

Quyền có khả năng xảy ra, như Tăng Hựu và Huệ Hạo đã ghi, chứ không phải là các sự kiện hư cấu thường gặp phải trong các tác phẩm lịch sử tôn giáo. Khuynh hướng ấy tạo thời cơ thuận lợi cho Khương Tăng Hội phát huy hết tác dụng những phương tiện thuyết phục của mình, mà trong đó nổi bật nhất là việc cầu Xá-lợi. Qua 21 ngày Khương Tăng Hội đã thành công cầu được Xá-lợi, từ đó thuyết phục được Tôn Quyền theo Phật giáo và dựng chùa. Cho nên những sự kiện liên hệ đến quá trình thuyết phục Tôn Quyền của Khương Tăng Hội bây giờ ta thấy có dáng dấp của sự thật và thực tế phản ảnh được ít nhiều quan điểm giáo lý của chính bản thân Khương Tăng Hội.

Cốt lõi của quan điểm này là lòng chí thành và tư tưởng cảm ứng. Nó đã trở thành cột sống của nền Phật giáo nước ta từ thế kỷ thứ III đến thứ V, mà cụ thể khoảng năm 450, khi những người Phật tử Việt Nam bắt đầu nghi ngờ và gây ra cuộc tranh cãi giữa Lý Miểu và hai pháp sư Đạo Cao và Pháp Minh trong sáu lá thư xưa nhất của văn học và Phật giáo nước ta. Chủ đề của cuộc tranh cãi xuất phát từ câu hỏi của Lý Miểu là "Tại sao tu mà không thấy Phật?" Câu trả lời của cả Đạo Cao lẫn Pháp Minh là vì ta chưa đủ chí thành, nên chưa cảm ứng được Phật. Câu trả lời nghe sao gần gũi với câu than của Khương Tăng Hội hai trăm năm trước: "Phép thiêng phải xuống mà chúng ta không cảm được!".

Thông thường về sau người ta quan niệm phạm trù cảm ứng là một bộ phận của tín ngưỡng dân gian mang tính quần chúng chất phác. Nhưng ở đây vào thời Khương Tăng Hội và Đạo Cao, Lý Miểu, nó là một chủ đề tư tưởng hàng đầu, một tín niệm xuyên suốt của không những các Phật tử bình thường, mà còn của giới trí thức, của nền tư duy bác học. Nó thể hiện được học phong của giới Phật giáo thời đại đó, một học phong cột chặt tu với học, đạo với đời, tư duy với thực tiễn, tín ngưỡng với thể nghiệm. Không những thế, nó còn được sử dụng như một phương tiện để thuyết phục người ngoài Phật giáo tin vào Phật giáo, trao cho họ một niềm tin để sống và hành xử ở đời.

Tất nhiên, cảm ứng như một phạm trù tư tưởng không phải là mới mẻ gì, và nhất thiết không phải là một phạm trù đặc thù của Phật giáo. Nó đã tồn tại rất lâu trước khi Phật giáo truyền vào nước ta và Trung Quốc thể hiện qua những ước mơ kiểu "trông trời, trông đất, trông mây; trông mưa, trông gió, trông ngày, trông đêm; trông cho chân cứng đá mềm; trời êm bể lặng mới yên tấm lòng". Việc cầu đảo có mưa, có nắng, có con trai, có tiền bạc của cải chắc hẳn đã tồn tại trước thời Khương Tăng Hội. Điểm đáng chú ý là nếu ngày trước người ta cầu xin trời đất, quỷ thần thì bây giờ người ta cầu xin đức Phật. Đức Phật được quan niệm lại, để có thể đưa vào thần điện bản xứ, nhằm Phật giáo hóa thần điện ấy. Đối với Tôn Quyền, việc Khương Tăng Hội cầu được Xá-lợi đã thiết thực xác lập tính ưu việt mà chính thống của niềm tin Phật giáo, của thần điện mới này, trong đó đức Phật là nhân vật trung tâm.

Việc cầu Xá-lợi ấy, Khương Tăng Hội tiến hành trong ngôi nhà tranh, mà ông cho "thiết tượng" để hành đạo. Tượng đây có thể là một bức tranh vẽ, mà cũng có thể là một pho tượng gỗ, đất hay đồng do Khương Tăng Hội mang theo từ Việt Nam. Dù tượng vẽ, gỗ, kim loại hay đất, điểm lôi cuốn vẫn là nó phải được mang từ Việt Nam sang Kiến Nghiệp, bởi vì Khương Tăng Hội qua để truyền giáo, thì không lý do gì mà không mang theo những đồ thờ cúng và sách vở, mà ông biết ở đó không có, hoặc có đi nữa thì cũng giới hạn. Do thế, bức tượng hay pho tượng này là thông tin thành văn đầu tiên hiện biết về nghề làm tượng và nghệ thuật tranh tượng của Phật giáo Việt Nam và lịch sử nghệ thuật Việt Nam.

Thế thì sau khi đến Kiến Nghiệp "dựng nhà tranh, thiết tượng hành đạo", Khương Tăng Hội đã thuyết phục thành công Tôn Quyền theo đạo Phật qua việc cầu Xá-lợi Phật. Việc cầu này Khương Tăng Hội không tiến hành một mình, mà tiến hành cùng với các "pháp thuộc" của ông, như cả Tăng Hựu lẫn Huệ Hạo đã ghi. Điều đó chứng tỏ khi sang Kiến Nghiệp, ông không đi một mình, mà còn có các đồ đệ, tức các "pháp thuộc" của ông. Các pháp thuộc này hẳn phải đến từ Việt Nam, để sau đó khi xây dựng xong chùa Kiến Sơ do lệnh Tôn Quyền, họ đã ở lại quanh chùa và lập thành một xóm gọi là "xóm Phật" (Phật đà lý).

Nhiệm vụ đầu tiên thuyết phục Tôn Quyền theo Phật giáo của Khương Tăng Hội như thế đã được hoàn thành thắng lợi. Cuộc sống của ông và những môn đồ đi theo bây giờ ổn định. Quyền đã xây dựng xong chùa Kiến Sơ, để thờ Xá-lợi và để Hội ở. Các môn đồ thì được phép ở quanh chùa. Cho nên, Hội bắt đầu tiến hành công tác thứ hai là phiên dịch các kinh điển Phật giáo và trước tác các tác phẩm để phổ biến giáo lý và tư tưởng cho những người tin theo.

Xuất tam tạng ký tập 2 nói Khương Tăng Hội dịch *Lục độ tập kinh* và *Ngô phẩm* vào "đời Ngô chúa Tôn Quyền và Tôn Lượng". Tôn Quyền lên ngôi năm 222 và mất năm 262 thọ 70 tuổi. Mà Khương Tăng Hội qua Kiến Nghiệp năm Xích ô thứ 10 (247), lúc Quyền đã 65 tuổi. Theo *Lịch đại tam bảo ký* cũng như *Đại Đường nội điển lục* và *Khai Nguyên Thích giáo lục* thì Khương Tăng Hội dịch *Lục độ tập kinh* xong vào năm Thái nguyên thì chết (251), tức một năm trước khi Quyền mất. Vậy, việc tiến hành phiên dịch *Lục độ tập kinh* có thể xảy ra, sau khi Khương Tăng Hội cầu Xá-lợi thành công và dựng chùa, tức khoảng từ năm 240 trở đi. Và công tác này được thực hiện một cách tuần tự bằng cách cho dịch các kinh trọng yếu trong *Lục độ tập kinh* như *A-li niệm di*, *Kính diện vương*, *Sát vi vương* và *Phạm hoàng vương* trước, để đáp ứng yêu cầu học tập và giảng dạy giáo lý cấp thiết trước mắt, rồi sau mới tiếp tục và hoàn thành vào năm Thái Nguyên thứ nhất (251).

Đến tháng tư năm Thần Phượng thứ nhất (252), Tôn Quyền mất, Tôn Lượng lên thay, Tôn lâm giết Toàn Thương, Lưu Thừa, phế Lượng làm Cối Kê vương, tôn người con thứ 6 của Tôn Quyền là Tôn Hựu lên làm vua. Như thế, nếu *Lục độ tập kinh* được dịch vào năm 251, thì *Đạo phẩm* phải dịch vào khoảng những năm 251 đến 258, khi Tôn Lượng bị phế và Tôn Hựu lên ngôi.

Năm 258 này, lịch sử Phật giáo Trung Quốc có một biến cố lớn, đó là việc Tôn Lâm (231 - 258) ra lệnh đốt miếu Ngũ Tử Tư ở đầu Cầu lớn, lại phá chùa Phật, giết các sư (thiêu Đại Kiều đầu Ngũ Tử Tư miếu, hựu hoại Phù đồ tỳ, trảm đạo nhân), như truyện *Tôn Lâm* trong *Ngô Chí* 19 tờ 17a6 đã ghi. Tiểu sử của Khương Tăng Hội trong *Xuất tam tạng ký* tập cũng như trong *Cao Tăng truyện* lại nói việc "phế bỏ dâm từ, cho đến chùa Phật cũng muốn huỷ hoại". Xảy ra vào lúc "Tôn Hạo lên ngôi", nhưng nhờ quần thần can gián, nói "Khương Tăng Hội cảm thụy, Thái hoàng (tức Tôn Quyền) dựng chùa", nên Hạo mới không phá chùa của Hội.

Khảo chính bản kỷ của Hạo trong *Ngô Chí* 3 và các nhân vật liên hệ với triều đại của Hạo như thừa tướng Bộc Dương Hưng, tả tướng quân Trương Bố, v.v... thì trong thời gian Hạo trị vì từ năm 264 - 280, không một lần Hạo ra lịnh "phế bỏ dâm từ, cho đến chùa Phật cũng muốn hủy hoại". Việc "phế bỏ dâm từ" và "muốn hủy hoại chùa Phật" này cũng không xảy ra trong đời Tôn Quyền và Tôn Lượng. Vậy nó chỉ xảy ra vào đời Tôn Hựu (258 - 264) do Tôn Lâm ra lệnh, như đã thấy. Ngày mậu thìn 27 tháng 9 năm Thái Bình thứ 3 (258), Tôn Lâm bắt Toàn Thượng đày ra Linh Lăng, sai em Tôn Ân giết Lưu Thừa, rồi đưa con của Tôn Quyền là công chúa Lỗ Ban ra Dự Chương Tôn Lương làm Cối Kê vương.

Xong Tôn Lâm sai Tôn Giai và Đông Triều ra Cối Kê đón Tôn Hựu về. Ngày Kỷ Mão 18 tháng 10, Hựu về đến Kiến Nghiệp nhận tỷ phù lên ngôi. Thực hiện hoàn tất việc phế lập thì Lâm càng phóng túng, khinh mạn dân thần, bèn đốt miếu Ngũ Tử Tư ở đầu Cầu Lớn, lại phá hủy chùa Phật, chém các nhà sư. Lệnh đốt miếu phá chùa này như vậy không thể xảy ra sớm hơn ngày Kỷ Mão 18 tháng 10, vì đây là ngày Tôn Giai đưa Tôn Hựu về Cối Kê đến Kiến Nghiệp nhận "tỷ phù" lên ngôi, và phải trước ngày Mậu Thìn 7 tháng 12 cùng năm, khi Tôn Hựu bắt và giết Lâm tại triều. Lệnh ấy do Tôn Lâm ra, chứ không phải Tôn Hạo, như Tăng Hựu và Huệ Hạo đã ghi. Có thể Tăng Hựu và Huệ Hạo không sai, nhưng việc truyền tả *Xuất tam tạng ký* tập và *Cao Tăng truyện* về sau đã chép lộn Tôn Lâm thành Tôn Hạo, như đã thấy, nên mới có sự kiện lệnh trên được gắn cho Tôn Hạo.

Dẫu sao, lệnh "phá hủy chùa Phật, chém các nhà sư" chỉ tồn tại trong một thời gian ngắn ngủi chưa tới hai tháng, và bản thân Tôn Lâm lại có quá nhiều kẻ thù, từ người mà Tôn Lâm phò lên làm vua là Tôn Hựu (235 - 264) cho đến các đại thần như Trương Bố, Đinh Phụng, Ngụy Mạo, v.v... và có quá nhiều công việc từ chuyện bố trí lại quân đội cho đến việc xếp đặt tổ chức lại chính quyền trung ương. Cho nên, lệnh ấy không phát huy được hiệu lực của nó, mà dấu hiệu cụ thể và hùng hồn là chùa Kiến Sơ không thấy ghi bị phá và Khương Tăng Hội vẫn sống cho tới tuổi già của mình để mất vào năm 280, hơn 20 năm sau khi Tôn Lâm đã chết.

Điểm lôi cuốn là tại sao Tôn Lâm lại ra lệnh cho đốt miếu Ngũ Tử Tư và phá chùa giết sư? Trả lời câu hỏi này, ta hiện không có những bằng chứng rõ rệt. Tuy nhiên, qua lệnh đó ta thấy Phật giáo Kiến Nghiệp mười năm sau khi Khương Tăng Hội qua truyền giáo đã phát triển mạnh mẽ trong giới cầm quyền và có một ảnh hưởng nhất định, đến nỗi Tôn Lâm phải ra lệnh triệt hạ. Sự thực, trong các nhân vật mà Tôn Lâm xử lý, bao gồm thái thường Toàn Thượng, tướng quân Lưu Thừa, đại tư mã Đằng Dận, tướng quân Lữ Cứ, Vương Đôn, Vĩnh Khương, Hầu Tôn Hiến và đặc biệt công chúa Lỗ Ban, con gái của Tôn Quyền, một số các nhân vật này chắc chắn phải có liên hệ với Phật giáo, nếu không trong tư cách chính trị, thì cũng trong tư cách Phật tử. Và một số nhà sư chắc chắc đã có quan hệ với họ vượt ra ngoài giới hạn quan hệ Phật tử bình thường. Có lẽ vì thế, mà bản thân mạng sống họ và chùa chiền đã bị đe dọa bởi lệnh nói trên của Tôn Lâm. Nói cụ thể hơn, Phật giáo Kiến Nghiệp, nếu không nói là Phật giáo miền Nam Trung Quốc, đã trở thành một thế lực có một sức mạnh chính trị phải quan tâm.

Sau khi lệnh phá chùa giết sư được dẹp bỏ nhờ đám quần thần can gián, theo Tăng Hựu và Huệ Hạo, thì Tôn Hạo sai Trương Dực đến chùa hỏi chuyện Khương Tăng Hội. Dực trở về báo với Hạo là Hội "tài giỏi sáng suốt", không phải Dực có thể lường được, và xin Hạo trực tiếp thẩm xét lấy. Hạo cho xe đến chùa đón Hội về cung. Hạo hỏi Hội: "Phật giáo dạy rõ việc thiện ác báo ứng, có phải thế không?" Hội trả lời là đúng thế, giống như *Kinh Dịch* nói "tích thiện dư khánh" và *Kinh Thi* khen "cầu phước không lui", "cách ngôn của sách nho, tức là minh huấn của Phật giáo". Hạo hỏi tiếp: "Nếu vậy, thì Chu Khổng đã rõ, còn dùng Phật giáo làm chi?". Hội trả lời Chu Khổng "bày sơ dấu gần", còn Thích giáo thì "đầy đủ cả tới chỗ u vi". Hạo thoả mãn hết chỗ bắt bẻ.

Nhân vật Trương Dực và cuộc đàm đạo giữa Khương Tăng Hội và Tôn Hạo không thấy có trong *Ngô Chí*. Điểm đáng lưu ý ở đây là dù có xảy ra hay không, nó vẫn ít nhiều phản ảnh trung thực quan điểm của Khương Tăng Hội đối với Nho giáo, bởi vì quan điểm ở đây Khương Tăng Hội cũng có dịp phát biểu ở một nơi khác, trong *Lục độ tập kinh*, qua cửa miệng của anh thợ săn, Hội đã nói: "Tôi ở đời đã lâu, thấy Nho gia không bằng Phật tử". Do thế, quan hệ Phật giáo và Nho giáo ngay từ đầu của lịch sử Phật giáo Việt Nam đã được xác định một cách minh bạch. Tư tưởng Nho giáo có thể là "minh huấn của Phật giáo", nhưng không thể ngược lại. Phật giáo còn đề cập đến nhiều vấn đề nữa mà Nho giáo không nói tới. Vì vậy, Nho giáo là một hệ tư tưởng chưa hoàn chỉnh, chưa đầy đủ, còn nhiều mắc mứu. Chỉ có Phật giáo là hoàn chỉnh, đầy đủ, giải đáp được hết mọi mắc mứu của con người.

Xác định quan hệ Nho Phật như thế này tất không phải là một sáng tạo của Khương Tăng Hội, khi qua truyền giáo ở Kiến Nghiệp, mà là một kế thừa học phong độc lập của nền giáo dục Việt Nam và Phật giáo Việt Nam thời ông. Như đã thấy, Khương Tăng Hội khi xuất gia, không chỉ học ba tạng kinh điển của Phật giáo, ông còn học sáu kinh của Nho giáo và nhiều thứ khác nữa. Lúc học sáu kinh này, chắc chắn các vị thầy, mà sau này mỗi khi nhắc tới Hội đều chảy nước mắt thương nhớ, đã dạy cho ông quan điểm của họ về Nho giáo. Quan điểm này, ngày nay ta không chỉ biết qua những ghi chép lại của Khương Tăng Hội, mà còn biết qua *Lý hoặc luận* do Mâu Tử viết trước khi Khương Tăng Hội sinh một thời gian. Nó xác định Phật giáo như "sông biển", còn bảy kinh của Nho gia thì như ngòi rạch, giếng suối, Phật giáo sáng như mặt trời mặt trăng, còn Nho giáo như đèn như đóm, v.v.... Không những chỉ khẳng định tính ưu việt của Phật giáo, *Lý hoặc luận* còn đi xa hơn đánh một đòn trí mạng vào não trạng Đại Hán của người Trung Quốc thời bấy giờ với câu: "Đất Hán vị tất là trung tâm của trời đất".

Xuất phát từ một học phong độc lập như thế, nên thái độ và quan điểm của Khương Tăng Hội đối với Nho giáo tất nhiên phải ảnh hưởng một phần nào, nếu không phải là trọn vẹn. Với tư cách một người Phật giáo và một nhà truyền giáo Phật giáo, Khương Tăng Hội hẳn không thể chấp nhận tính ưu việt của Nho giáo, càng không thể chấp nhận Nho giáo ngang với Phật giáo. Điều thú vị ở chỗ không chỉ xác định Nho giáo thiếu sót, mà còn đi xa hơn tới việc phủ nhận Trung Quốc không còn là "trung tâm" của thiên hạ, là cái rốn của trời đất. Chính bởi được hun đúc trong một học phong như thế, Khương Tăng Hội mạnh dạn cất bước "đông du", làm nhiệm vụ khai hóa của mình đối với Kiến Nghiệp, khẳng định một sự thực, mà sau này Lý Giác vào đời Lê Đại Hành đã mô tả một cách ví von và thơ mộng, là "ngoài trời còn có trời" (thiên ngoại hữu thiên), tức là ngoài trời Trung Quốc ra, còn có trời Đại Việt.

Qua buổi đàm đạo nói trên không biết bao lâu, Tăng Hựu và Huệ Hạo kể tiếp là Tôn Hạo sai lính túc vệ vào hậu cung làm vườn. Họ được một tượng đứng bằng vàng cao mấy thước, đem trình Hạo. Theo Tăng Hựu, Hạo bảo "đem để trước nhà xí, đến ngày 8 tháng 4, Hạo đến nhà xí làm ô uế tượng rồi nói: "Tắm Phật xong", trở về cùng với quần thần cười làm vui. Chưa tới chiều, bìu dái sưng đau, kêu la không chịu nổi". Nhưng theo Huệ Hạo, thì Tôn Hạo "sai đem để chỗ bất tịnh, lấy nước dơ tưới lên, cùng quần thần cười, cho là vui. Trong chốc lát, cả mình sưng to, chỗ kín càng đau, gào lên tới trời".

Như thế, theo Huệ Hạo, Tôn Hạo không phải đợi đến ngày 8 tháng 4, ngày đức Phật đản sanh, mới vào nhà xí làm "ô uế" tượng, mà có lẽ ngay khi đào được, Hạo đã "lấy nước dơ tưới lên" tượng.

Việc "làm vườn hậu cung", mà đào được một tượng đứng bằng vàng cao mấy thước, chắc đã xảy ra trong thời gian Tôn Hạo cho xây dựng cung Chiêu Minh ở phía đông cung Thái Sơ của Tôn Quyền vào tháng 6 năm Bảo Đỉnh thứ hai (267). Theo *Giang biểu truyện* do Bùi Tùng Chi dẫn trong *Ngô Chí* 3 tờ 13a9 - 10, "Hạo dựng cung mới... mở rộng vườn hào, dựng núi đất lầu đài cực kỳ khéo lạ". Có thể vì "mở rộng vườn hào", nên Tôn Hạo mới sai "lính túc vệ làm vườn" và đào được một pho tượng như trên. Đây là một pho tượng đứng bằng vàng tương đối lớn, vì "cao tới mấy thước" Trung Quốc.

Khi lính đem tượng đến trình Hạo, Hạo đã sai đem để ở nhà xí, rồi làm lễ "tắm Phật" theo kiểu của Hạo. Kết quả là "bìu dái sưng to" (Tăng Hạo) "cả mình sưng to, chỗ kín càng đau" (Huệ Hạo). Hạo cho thái sử bốc quẻ, bảo Hạo đã làm xúc phạm một vị thần lớn. Hạo cầu đảo vẫn không bớt. Cuối cùng trong đám cung nhân có người theo Phật giáo, mới hỏi Hạo đã đến chùa Phật cầu phước chưa. Hạo hiểu ý, rước tượng đặt lên chính điện, lấy nước thơm rửa qua mười lần, rồi thắp hương sám hối. "Hạo cúi đầu trên gối bày tỏ tội lỗi của mình", chốc lát thì bớt đau.

Hạo cho sứ đến chùa mời Hội vào cung thuyết pháp, nhân đó xin Hội cho xem các giới cấm của Tỳ-kheo. Hội nghĩ giới cấm Tỳ-kheo không thể cho Hạo xem được, nên đã điều chỉnh 135 nguyện của Kinh *Bản nghiệp* thành 250 giới của Tỳ-kheo, để đưa cho Hạo xem. Xem xong Hạo càng thêm "ý lành", đến Hội xin thọ năm giới trong vòng 10 ngày, Hạo hết bịnh, cho sửa đẹp lại chỗ Hội ở, mà theo Tăng Hựu gọi là chùa Thiên Tử, và ra lệnh cho tôn thất quần thần theo Phật giáo.

Một lần nữa, tất cả các biến cố của cuộc đời Tôn Hạo vừa ghi đã không thấy xuất hiện trong bản kỷ của Hạo ở *Ngô Chí* 3, kể từ năm Hạo lên ngôi là Nguyên Hưng thứ nhất (264) cho đến khi đầu hàng nhà Tấn vào tháng tư năm Thiên Kỷ thứ 4 (280). Tháng 9 năm ấy, Khương Tăng Hội đau, rồi mất, không biết thọ bao nhiêu tuổi, nhưng chắc phải từ 60 tuổi trở lên, nếu giả thiết ông sinh khoảng những năm 200-220 nói trước được chấp nhận.

Phần hai của bản tiểu sử Khương Tăng Hội nói tóm, đã ghi lại các hoạt động truyền giáo của ông ở Trung Quốc tương đối khá tỷ mỷ. Từ việc thuyết phục Tôn Quyền dựng chùa Kiến Sơ đến việc quy y Tôn Hạo, nó cho thấy sự nghiệp hoằng pháp của ông thành công rực rỡ, dù chính sử hiện còn của nhà Ngô là *Ngô Chí* không có một ghi chép nào.

Sự nghiệp phiên dịch và trước tác

Không chỉ làm công tác truyền giáo, Khương Tăng Hội còn tiến hành sự nghiệp phiên dịch trước tác. Như đã thấy, ông dịch *Lục độ tập kinh* vào năm Thái Nguyên thứ nhất (251) đời Tôn Quyền và *Đạo phẩm* vào đời Tôn Lượng (252-258). Cứ *Xuất tam tạng ký* tập 2 ĐTK 2145 tờ 7a27-b1, Khương Tăng Hội đã phiên dịch hai bộ kinh là *Lục độ tập kinh* 9 quyển và Ngô Phẩm 5 quyển "vào đời Ngô chúa Ngô Quyền và Tôn Lượng". *Xuất tam tạng ký* tập là một bản kinh lục xưa nhất hiện còn đáng tin cậy, vì khi viết nên Tăng Hựu có tham khảo với bản kinh lục của Đạo An và một số kinh lục khác. Tuy nhiên, trong bản tiểu sử của Khương Tăng Hội ở *Xuất tam tạng ký* tập 13 ĐTK 2145 tờ 97a13-16, Tăng Hựu lại viết: "Hội ở chùa Kiến Sơ dịch ra kinh pháp (như) *A-nan* (?) *niệm di kinh, Kính diện vương, Sát vi vương, Phạm hoàng vương kinh, Đạo phẩm* và *Lục độ tập kinh,* đều khéo được thể kinh, văn nghĩa doãn chính. Lại chú thích ba kinh là *An ban thủ ý, Pháp kính* và *Đạo thọ,* cùng viết lời tựa cho các kinh ấy, lời lẽ đẹp đẽ, nghĩa lý vi diệu, đều được hậu thế kính trọng".

Vậy, không chỉ dịch *Lục độ tập kinh* và *Ngô phẩm* hay *Đạo phẩm,* Khương Tăng Hội còn dịch các kinh *A-li niệm di, Kính diện vương, Sát vi vương* và *Phạm hoàng vương.* Kinh *A-li niệm di,* mà *Xuất tam tạng ký tập* và *Cao Tăng truyện* đều viết thành *A-nan niệm di,* ngày nay có mặt trong *Lục độ tập kinh.* Các kinh *Kính diện vương, Sát vi vương* và *Phạm hoàng vương* đều cũng thế. Hiện chúng cùng kinh *A-li niệm di* đã tạo nên bộ phận cuối cùng của *Lục độ tập kinh.* Vậy phải chăng tự nguyên thủy *Lục độ tập kinh* không có các kinh này? *Xuất tam tạng ký tập* 4 ĐTK 2145 tờ 25b8 - 9 trong mục tân *Tập tục soạn thất dịch tạp* kinh lục đã ghi: "*Kính diện vương kinh* 1 quyển xuất từ *Lục độ tập kinh, Sát vi vương kinh* 1 quyển xuất từ *Lục độ tập*". Thế thì, tự nguyên thủy *Lục độ tập kinh* tự bản thân đó có các kinh đó, rồi sau mới tách rời ra thành từng bản đơn hành.

Một kiểm soát sơ bộ chính *Xuất tam tạng ký tập* cũng cho thấy, ngoài hai kinh vừa nói, *Lục độ tập kinh* còn có 20 kinh lưu hành dưới dạng đơn kinh bản, mà Tăng Hựu ghi rõ xuất phát từ nó. Cụ thể là *Di liên kinh* (tờ 16b25), *Tát hòa đàn vương kinh* (tờ 17c6), *Mật phong vương kinh* (tờ 17c23), *Phật dĩ tam sự tiến kinh* (22a26, *Nho đồng Bồ-tát kinh* (22c18), *Bồ-tát dĩ minh ly quỉ thệ kinh* (23a25), *Điều-đạt giáo nhân vi ác kinh* (23c18), *Kiệt tham vương kinh* (25b11), *Sát thân tế cổ nhân kinh* (26c25), *Sát long tế nhất quốc nhan kinh* (26c26), *Bồ-tát thân vi cáp vương kinh* (27b5), *Tước vương kinh* (27b10), *Trung tâm chính hạnh kinh* (29a12), *Già-la vương kinh* (34a6), *Càn-di vương kinh* (34a11), *Thái tử Pháp thí kinh* (34a23) *Tiên thán kinh* (34b9), *Bồ-tát tác qui bản sự kinh* (34c29), *Bồ-tát vi ngư vương kinh* (35a2), *Bố thí độ vô cực kinh* (36a11).

Vậy, các kinh *A-li niệm di, Kính diện vương, Sát vi vương* và *Phạm hoàng vương* là những đơn hành bản của *Lục độ tập kinh.* Bản thân *Lục độ tập kinh* là một "tập kinh" nên các kinh trong nó có thể được tách ra và lưu hành độc lập, mà không ảnh hưởng gì đến nội dung của chúng. Vì thế, ta mới thấy lưu hành một số lượng lớn đơn hành bản, như vừa thấy. Nếu vậy, tại sao cả Tăng Hựu lẫn Huệ Hạo đều viết: "Hội ở chùa Kiến Sơ dịch ra kinh pháp (như) *A-li niệm di kinh, Kính diện vương, Sát vi vương, Phạm hoàng vương kinh, Đạo phẩm* và *Lục độ tập* kinh". Việc ghi tên bốn kinh *A-ly niệm di, Kính diện vương, Sát vi vương, Phạm hoàng vương* tách riêng ra với *Lục độ tập kinh* như thế này hẳn để báo cho chúng ta biết quá trình phiên dịch của *Lục độ tập kinh*.

Nói cách khác, trong khi tiến hành phiên dịch *Lục độ tập kinh,* Khương Tăng Hội đã chọn bốn kinh vừa nêu dịch và cho lưu hành trước, rồi mới tiếp tục dịch tiếp toàn bộ bản *Lục độ tập kinh* còn lại. Sự thực, bốn kinh có một nội dung triết học sâu xa, đặc biệt kinh *A-ly niệm di* và *Sát vi vương.* Cho nên, có thể vì yêu cầu học tập và phổ biến giáo lý cho các tầng lớp trí thức cỡ từ Tôn Quyền trở xuống, Khương Tăng Hội phải cho chọn và dịch ra một số kinh cần thiết nhằm đáp ứng đòi hỏi trước mắt. Do thế, mới có việc Tăng Hựu và Huệ Hạo ghi tên các kinh ấy trước *Lục độ tập kinh.*

Sau năm 251 đến năm 258, Khương Tăng Hội dịch *Đạo phẩm. Đạo phẩm* mà *Xuất tam tạng ký tập* 2 gọi là *Ngô phẩm*, vì nó được dịch ở triều Ngô của Tôn Quyền, thực chất là bộ kinh *Bát-nhã tám ngàn kệ*, đúng như *Cao Tăng truyện* đã nói là Khương Tăng Hội dịch *Tiểu phẩm. Tiểu phẩm* đây là *Tiểu phẩm bát-nhã tám ngàn kệ*, mà Kumārajīva dịch (Cưu Ma La Thập) về sau. Vào thời Tăng Hựu viết *Xuất tam tạng ký tập, Đạo phẩm* đang còn lưu hành. Đến khi Phí Trường Phòng hoàn thành *Lịch đại tam bảo ký*, nó đã thất lạc. Cho nên, *Đại Đường nội điển lục* và *Khai Nguyên Thích giáo lục* đã xếp vào loại khuyết bản.

Như thế, theo Tăng Hựu sự nghiệp dịch thuật Khương Tăng Hội chỉ giới hạn vào *Lục độ tập kinh* và *Đạo phẩm.* Và vì *Đạo phẩm* thất lạc sớm, nên hiện nay chỉ còn *Lục độ tập kinh.* Tuy nhiên, theo Huệ Hạo, Khương Tăng Hội còn dịch *Tạp thí dụ kinh. Xuất tam tạng ký tập* 42 ĐTK 2145 hiện ghi có bốn mục ghi *Tạp thí dụ kinh*, nhưng không ghi là dịch giả. Ở quyển 4 tờ 21 c11, nó ghi dưới mục ấy ở tờ 22ạ ghi: "*Tạp thí dụ kinh* 2 quyển". Rồi ở tờ 31a11, nó ghi: "*Tạp thí dụ kinh* 1 quyển, phàm 11 việc. An pháp sư chép *Trúc Pháp Hộ kinh mục* có *Thí dụ kinh* 300 chuyện 25 quyển, xen lẫn không có danh mục khó có thể phân biệt. Bản mới soạn vừa có được đều liệt định các quyển để người xem hiểu. Tìm hiểu các bản này phần lớn xuất phát từ các kinh lớn, có lúc mất tên người dịch, nhưng bản Hội cũng dịch ra, hoặc có ở trong đó".

Ba bản *Tạp thí dụ kinh*, mà Tăng Hựu vừa liệt kê, đó là các "tân tập mới được, nay đều có bản của chúng tất cả đều ở kinh tạng" (tờ 32a1 - 7). Cũng ở quyển 4 tờ 32a 3 - 4 dưới mục Điều tân soạn mục lục khuyết kinh, Tăng Hựu viết: "*Tạp thí dụ* kinh 80 quyển. *Cựu lục* có ghi". Bản *Tạp thí dụ kinh* này Tăng Hựu bảo là "chưa thấy kinh văn" của nó.

Trong *Đại Chính đại tạng kinh* đang lưu hành hiện nay, có một bản *Tạp thí dụ kinh* 2 quyển thượng hạ, ghi là do Khương Tăng Hội dịch. Vậy, trong bốn bản *Tạp thí dụ kinh* do Tăng Hựu kể trên, phải chăng bản 2 quyển là bản của Khương Tăng Hội? Câu hỏi này hiện không thể trả lời dứt khoát được, vì Tăng Hựu làm việc khá nghiêm túc, và ông đã không biết ai là dịch giả của bản 2 quyển ấy. Dẫu thế, ngày nay nếu căn cứ vào nội dung và văn phong của chính bản *Cựu tạp thí dụ kinh* hiện còn, ta vẫn có thể kết luận nó là do Khương Tăng Hội dịch, đặc biệt trong đó có dấu vết của các câu tiếng Việt cổ, mà cụ thể là chữ "thần thọ", tức thần cây, như ta đã gặp trong *Lục độ tập kinh*. Sự nghiệp dịch thuật của Khương Tăng Hội, như vậy, ngoài bản Đạo phẩm đã mất, hiện đang tồn tại trong *Lục độ tập kinh* và *Cựu tạp thí dụ kinh*.

Bản *Cựu tạp thí dụ kinh* này có thể là một bản phác thảo, chứ không phải là một bản phiên dịch thực thụ, bởi vì nếu phân tích kỹ, một số truyện ta thấy chúng được giản lược tối đa, và cuối truyện có khi Khương Tăng Hội ghi lại lời bình luận của vị thầy của ông qua câu: "Thầy nói" (sư viết). Điều này chứng tỏ ông có thể đã nghe thầy ông giảng những chuyện ấy và ông ghi lại trong khi ở Việt Nam. Đến lúc qua Kiến Nghiệp, trong những thời gian rảnh rỗi, ông đem ra nhuận chính và tổ chức lại bản phác thảo ấy và biến thành *Cựu tạp thí dụ kinh*. Có lẽ vì tính chất phác thảo này, nên cho đến thời Tăng Hựu nó vẫn chưa được thừa nhận là một dịch phẩm của Khương Tăng Hội. Phải đợi hơn ba mươi năm sau, khi Huệ Hạo viết *Cao Tăng truyện*, tính kinh điển của nó và tác quyền của Khương Tăng Hội mới được thừa nhận.

Với tư cách một bản phác thảo được nhuận chính, *Cựu tạp thí dụ kinh* chắc hẳn phải được hoàn thành trong một thời gian dài. Điều này có nghĩa nó đã được ghi chép ở Việt Nam rồi sau đó qua Trung Quốc mới nhuận chính. Và việc nhuận chính chắc chắn phải xảy ra sau năm 258 cho đến khi Khương Tăng Hội mất vào năm 280, bởi vì những năm trước đó ông còn lo phiên dịch *Lục độ tập kinh* và *Đạo phẩm*.

Không những phiên dịch, cả Tăng Hựu lẫn Huệ Hạo đều nói Khương Tăng Hội còn viết chú thích cho ba kinh *An ban thủ ý*, *Pháp kính* và *Đạo thọ* cùng lời tựa cho chúng. Trong ba bản này, ngày nay bản chú thích cho kinh *An ban thủ ý* đang còn, còn hai bản kia đã thất lạc. Về phần ba bài tựa, hiện được bảo lưu hai bài trong *Xuất tam tạng ký* tập 6 ĐTK 2145 tờ 42c29 - 43c3 và tờ 46b19 - c11. Qua hai bài tựa này, ta có thể giả thiết ba bản chú thích vừa nói phải được viết ở Trung Quốc. Thứ nhất là lời than về việc mất thầy, nên không thể hỏi ai được, mà Khương Tăng Hội hai lần nhắc đến trong cả hai bài tựa. Sự thực nếu Khương Tăng Hội còn ở Việt Nam, thì dù thầy ông có mất đi, ông vẫn có thể đến hỏi các thầy khác, mà cụ thể là thầy của Đạo Thanh, người bút thọ của Chi Cương Lương Tiếp trong việc dịch kinh *Pháp Hoa tam muội* vào năm Cam Lộ thứ nhất (256) nhà Ngụy, gần mười năm sau khi Khương Tăng Hội qua Kiến Nghiệp. Thứ hai, trong *Pháp kính kinh tự*, Khương Tăng Hội nói ông "mất thầy nhiều năm" (táng sư lịch tải). "Nhiều năm" đây tất nhiên không thể là năm bảy năm, mà phải là mười lăm năm trở lên.

Cuối cùng, trong khi viết chú thích cho *An ban thủ ý* kinh, theo *An ban thủ ý* kinh tự trong *Xuất tam tạng ký* tập 6 ĐTK 2145 tờ 43b26 - 29, Khương Tăng Hội đã gặp ba "người hiền" là Hàn Lâm từ Nam Dương, Bì Nghiệp từ Dĩnh Xuyên và Trần Huệ từ Cối Kê. Trong ba nhân vật này, hai người đầu là Hàn Lâm và Bì Nghiệp không thấy các tài liệu khác nói tới. Còn Trần Huệ, thì trong truyện *An Thế Cao* của *Cao Tăng truyện* 1 ĐTK 2059 tờ 324a11 - 18, Huệ Hạo đã dẫn một *Biệt truyện* của An Thế Cao, nói rằng: "Người trọng đạo ta là cư sĩ Trần

Huệ, người truyền kinh thiền là Tỳ-kheo Tăng Hội". Điều này chứng tỏ Trần Huệ là một nhân vật có một vai trò khá quan trọng trong lịch sử Phật giáo Trung Quốc. Vì thế với quê quán ở Cối Kê, Trần Huệ đã gặp Khương Tăng Hội không phải ở Việt Nam mà phải ở Kiến Nghiệp. Việc viết các bản chú thích trên như vậy phải xảy ra ở chùa Kiến Sơ, chứ không phải ở Việt Nam, dù Khương Tăng Hội có thể mang theo một số ghi chép lời giảng của các vị thầy Việt Nam.

Cũng cứ vào chính *An ban thủ ý kinh tự*, "Trần Huệ chú nghĩa", còn Khương Tăng Hội thú nhận chỉ "giúp châm chước". Thế phải chăng bản chú thích kinh *An ban thủ ý* là do Trần Huệ? Trả lời câu hỏi này, ta có An ban chú tự của Thích Đạo An cũng trong *Xuất tam tạng ký tập* 6 ĐTK 2145 tờ 43c22 - 23. Thích Đạo An viết: "Ngụy sơ Khương Hội vì kinh làm chú nghĩa. Song nghĩa hoặc tối chưa rõ, An tôi trộm không tự lượng, dám nhân người trước, là giải thích ở dưới". Thế rõ ràng viết chú thích cho *An ban thủ ý kinh* không phải là Trần Huệ, mà chính là Khương Tăng Hội. Cho nên khi Khương Tăng Hội chỉ nhận mình "châm chước", có thể ông muốn biểu lộ một sự khiêm tốn đối với Trần Huệ.

Và điều này càng rõ hơn, lúc ta đọc hết lời tựa. Sau khi nói: "Trần Huệ chú nghĩa, tôi giúp châm chước", Khương Tăng Hội còn viết tiếp một câu: "Chẳng do thầy thì không truyền" (phi sư bất truyền). Như vậy, những chú thích do Khương Tăng Hội viết cho *An ban thủ ý kinh* là lấy từ những lời dạy của thầy ông, chứ không phải là từ ba "vị hiền" là Hàn Lâm, Bì Nghiệp và Trần Huệ, mà ông đi theo thỉnh vấn. Chính điều này đã cho ta giả thiết là Khương Tăng Hội khi qua Kiến Nghiệp có mang theo một số ghi chép lời giảng của các vị thầy ở Việt Nam của ông.

Cần nói thêm là những lời tựa bạt do Tăng Hựu chép lại trong *Xuất tam tạng ký tập* đã chịu một quá trình "sao soạn", như Huệ Hạo đã nhận xét trong truyện của Tăng Hựu ở *Cao Tăng truyện* 11 ĐTK 2059 tờ 402c29 - 403a1: "Xưa kia Hựu đã tập hợp tạng kinh xong, bèn sai người sao soạn yếu sự làm *Tam tạng ký*, *Pháp uyển ký*, *Thế giới ký*, *Thích Ca phổ* và *Hoằng minh* tập, v.v.... đều lưu hành ở đời". Quá trình sao soạn này đã làm mất đi bao nhiêu diện mạo thực của các văn bản, ta hiện nay không thể xác định được một cách chính xác. Tuy nhiên, cứ vào những gì đang có trong tay, ta có thể nói Tăng Hựu đã ít nhiều cải đổi bộ mặt của văn bản, mà ông cho người "sao soạn".

Chỉ cần đọc lại *Lý hoặc luận* trong *Hoằng minh tập* 1 ĐTK 2102 tờ 1ả - 7a22 và các trích dẫn của Kinh Khê đại sư Trạm Nhiên trong *Ma ha chỉ quán phụ hành huyền hoằng quyết* và *Hoằng quyết ngoại điển sao* thì thấy ngay. Trong trường hợp *An ban thủ ý kinh tự* ở đây, ta may mắn có một câu trích của Huệ Hạo trong truyện của An Thế Cao ở *Cao Tăng truyện* 1 ĐTK 2059 tờ 324a27 - b1, nói rằng: "Chú *An ban thủ ý kinh tự* của Khương Tăng Hội nói: "Kinh này do Thế Cao dịch ra lâu bị chìm che, may có Hàn Lâm từ Nam Dương, Văn Nghiệp từ Dĩnh Xuyên, Trần Huệ từ Cối Kê, ba vị hiền này tin đạo dốc lòng, Hội cùng họ thỉnh thọ, nên Trần Huệ chú nghĩa, tôi giúp châm chước. Rõ ràng bản *An ban thủ ý kinh tự* hiện nay không có hai câu "kinh này do Thế Cao dịch ra, lâu bị chìm che".

Dẫu sao đi nữa, ta ngày nay vẫn ít nhiều có được hai bài tựa viết cho kinh *An ban thủ ý* và kinh *Pháp kính*, cùng với bản chú thích kinh *An ban thủ ý*. Bản chú thích kinh *An ban thủ ý* này hiện nay gây không ít khó khăn, vì có sự nhập nhằng giữa lời chú của Khương Tăng Hội và lời giải của Thích Đạo An, mà *An ban chú tự* dẫn trên đã nói tới. Tuy vậy, dù có khó khăn nhập nhằng, điều may mắn là nó đã tồn tại và sẽ là đối tượng nghiên cứu của chúng ta, để tìm lại những gì mà thầy của Khương Tăng Hội đã truyền cho ông, và từ đó xác định hệ tư tưởng nơi vị thầy này cũng như của Phật giáo Việt Nam thời Hội.

Ngoài việc viết ba bản chú thích và ba bài tựa vừa bàn, *Cao Tăng truyện* còn nói Khương Tăng Hội "lại truyền lời bối Nê hoàn réo rắt trầm buồn, làm mô thức cho một thời". Tiểu sử của Khương Tăng Hội trong *Xuất tam tạng ký tập 13* không ghi sự kiện này. Nhưng quyển 12 ĐTK 2145 tờ 92b3, ghi chép lại nội dung *Pháp uyển tạp duyên nguyên thỉ tập mục lục*, có ghi Khương Tăng Hội truyền *Nê hoàn bối ký*. Điều này chứng tỏ Tăng Hựu có biết việc truyền bá *Nê hoàn bối* của Khương Tăng Hội, nhưng đã không ghi vào tiểu sử. Có thể Tăng Hựu cho *Nê hoàn bối* tự bản thân là một bài ca bày tỏ cảm tình về sự viên tịch của đức Phật, nên không xứng đáng để vào sự nghiệp trước tác của Khương Tăng Hội. Thêm vào đó, tiểu truyện trong các quyển 13, 14 và 15 của *Xuất tam tạng ký tập* đều xoay quanh chủ đề phiên dịch và chú thích kinh điển. Cho nên, có lẽ Tăng Hựu thấy nó không hợp để ghi vào tiểu truyện một tác phẩm âm nhạc. *Cao Tăng truyện* của Huệ Hạo ngược lại đã dành hẳn một mục gọi là kinh sư, để ghi lại những Cao Tăng giỏi về lễ nhạc Phật giáo Trung Quốc. Cho nên, Huệ Hạo ghi *Nê hoàn bối* như một tác phẩm của Khương Tăng Hội là điều tự nhiên.

Khi nói về lịch sử của nền lễ nhạc này, Huệ Hạo trong *Cao Tăng truyện* 13 ĐTK 2059 tờ 415b23 - 29 đã viết: "Khởi nguyên của Phạn bối vốn bắt nguồn từ Trần tư vương khởi đầu viết *Thái tử tụng* và *Thiệm tụng*... Sau đó cư sĩ Chi Khiêm cũng truyền Phạn bối ba bài đều mai một không còn... Chỉ Khương Tăng Hội sáng tạo *Nê hoàn* phạn bối đến nay vẫn truyền, tức *Kính yết* một bài, lời lấy từ bản kinh *Nê hoàn* hai quyển, nên gọi là *Nê hoàn bối*". Rồi khi ca ngợi lễ nhạc của chi Đàm Thược là tuyệt vời ở tờ 413c11 - 12, Huệ Hạo lại nói: "Tuy có Đông a (tức Tào Thực) bắt đầu ở trước, Khương Hội sáng tạo về sau, đầu cuối tiếp nhau, cũng chưa có ai tuyệt vời như Thược".

Bối hay Phạn bối là một loại nhạc bản dùng trong lễ nhạc Phật giáo. Chính Huệ Hạo đã phân biệt nhạc và bối khác nhau như thế nào ở tờ 414c22 - 28: "Cho nên lời tựa *Kinh Thi* nói: 'Tình động ở trong, thì biểu hiện thành lời nói, lời nói không đủ, nên vịnh ca. Song lời ca của Đông quốc là kết vận để thành vịnh, còn tán của phương Tây là làm kệ để hòa thanh. Tuy ca tán khác nhau, nhưng đều lấy việc hiệp hài chung luật, phù hợp cung thương thì mới nên hay ho thấm thía. Cho nên, tấu ca vào kim thạch thì gọi nhạc, diễn tán bằng ống dây thì đặt tên là bối".

Rõ ràng, nói đến bối hay Phạn bối phải giả thiết người ta biết sử dụng nhạc lý và nhạc cụ, phải hiểu khả năng diễn xuất và tiết tấu của từng nhạc khí, vì "diễn tán bằng ống dây thì đặt tên là bối". Ống đây là loại tiêu, địch, kèn, tù và.... Và dây đây là các loại đàn từ một dây, như đàn độc huyền, mà *Soạn tập bách duyên kinh* đã nói tới, cho tới nhiều dây như tranh, nguyệt, tỳ bà, mà ta thấy khắc trên bệ đá chùa Phật tích.

Cho nên, *Nê hoàn bối* có thể nói là một phổ nhạc lời ai điếu của chư thiên trong kinh *Niết-bàn bản* hai quyển, Lời văn như thế không phải là một sáng tạo của chính Khương Tăng Hội. Điểm Khương Tăng Hội sáng tạo là biến nó thành một bản nhạc, và trở thành *Nê hoàn bối*. *Nê hoàn bối* còn có tên *Kính yết*. Gọi là *Kính yết* hẳn ám chỉ đến việc đến yết kiến đức Phật. Nhưng vì yết kiến Ngài qua Xá-lợi còn để lại, nên có lẽ Khương Tăng Hội mới làm bài *Nê hoàn bối*, diễn tả cảm tình nhớ thương vô hạn của những người con Phật về sau khi chiêm ngắm di cốt của Ngài qua Xá-lợi. Nếu giả thiết này đúng, thì có thể *Nê hoàn bối* là một trong những sáng tác phẩm đầu tiên được viết ở Trung Quốc của Khương Tăng Hội, khoảng những năm sau khi cầu được Xá-lợi, tức từ năm 247 đến năm 251.

Vậy, viết *Nê hoàn bối*, Khương Tăng Hội chứng tỏ không những ông là một trong những người đặt nền móng cho nền lễ nhạc Phật giáo Trung Quốc, mà còn là một thành tựu kiệt xuất của nền âm nhạc và giáo dục âm nhạc Việt Nam và Phật giáo Việt Nam. Lịch sử và truyền thống âm nhạc Việt Nam trước năm 939 khi Ngô Quyền đánh bại quân Nam Hán, không phải hoàn toàn trống vắng. Với những thành tựu như Khương Tăng Hội, ta thấy giả thiết về một nền giáo dục Việt Nam và Phật giáo Việt Nam hoàn chỉnh đa dạng và khai phóng ở trên là hoàn toàn có thể biện minh và đúng đắn. Chính nền giáo dục hoàn chỉnh đa dạng cởi mở đó đã tạo nên được những thiên tài có những đóng góp nhất định cho dân tộc và nhân loại.

Đó là kết quả thiết lập theo Tăng Hựu và Huệ Hạo. Đến cuối năm cuối Khai hoàng đời Tùy (600) Phí Trường Phòng viết *Lịch đại tam bảo ký* ĐTK 2034 đã kê khai tác phẩm của Khương Tăng Hội gồm "14 bộ hợp thành 29 quyển" như sau:

1. *Lục độ tập kinh*

2. *Đạo phẩm*

3. *Tạp thí dụ kinh*

4. *An ban thủ ý kinh chú*

5. *Pháp kính kinh chú*

6. *Đạo thọ kinh chú*

7. *An ban thủ ý kinh tự*

8. *Pháp kính kinh tự*

9. *Đạo thọ kinh tự*

Bản kê khai này, khi viết *Đại Đường nội điển lục* 2 ĐTK 2149 tờ 230a6-c23 vào năm Lân đức thứ nhất (679), Đạo Tuyên đã cho chép lại, mà không bình luận gì thêm. Sau đó Tỉnh Mại viết *Cổ kim dịch kinh đồ kỷ* 1 ĐTK 2151 tờ 352 cũng làm thế. Nhưng đến năm Khai nguyên thứ 18 (738) Trí Thăng viết *Khai Nguyên Thích giáo lục* 2 ĐTK 2154 tờ 490b4-491b23 đã rút lại còn "7 bộ 20 quyển".

1. *Lục độ tập kinh* 8 quyển hoặc 9 quyển. Hoặc *Lục độ tập kinh*. Hoặc gọi *Độ vô cực tập*. Hoặc gọi *Tạp vô cực kinh*. Xem *Trúc Đạo Tổ Ngô lục* và *Tăng Hựu lục*.

2. *Cựu tạp thí dụ kinh* 2 quyển

Nội điển (lục) có chữ "cựu", trong *Phòng lục* thì không. Cũng gọi *Tạp thí dụ kinh*. Hoặc không có chữ tập. Xem *Cao Tăng truyện* và *Trường Phòng lục*.

3. *Ngô phẩm kinh* 5 quyển

Hựu lục không có chữ kinh, nói gồm có 10 phẩm, dịch lần thứ ba. (Phí Trường) Phòng nói: "Tức là *Tiểu phẩm Bát-nhã*". Xem *Tăng Hựu lục*.

4. *Bồ-tát tịnh hạnh kinh* 2 quyển

Là bản dịch khác của phẩm Bảo Kế của *Đại tập* (Kinh). Hoặc gọi thẳng là *Tịnh luật kinh*. Dịch năm Xích ô. Xem *Trúc Đạo Tổ Ngô lục*.

5. *Quyền phương tiện kinh* 1 quyển

Đồng bản với *Thuận quyền phương tiện kinh*, v.v...

Dịch lần đầu. Xem *Ngô lục* và *Biệt ký*.

6. *Bồ-tát nhị bách ngũ thập pháp kinh* 1 quyển

Hoặc 2 quyển. Đem kinh này thế 250 giới của đại tăng, để trình với (Tôn) Hạo. Xem *Cao Tăng truyện* và *Trường Phòng lục*.

7. *Tọa thiền kinh* 1 quyển

Xem *Trường Phòng lục.*

Rồi trình bày lý do tại sao phải rút lại còn "7 bộ 20 quyển", như: "Kinh lục của (Phí) Trường Phòng, v.v... lại có *A-nan niệm di kinh, Kính diện vương kinh, Sát vị vương kinh, Phạm hoàng vương kinh.* Bốn kinh trên đây, tuy nói là Hội dịch, nhưng cũng xuất hiện trong *Lục độ tập,* không hợp với số chính dịch. Nay chép trong *Biệt sinh lục.* Lại có *Pháp kính kinh chú giải* 2 quyển, *Đạo thọ kinh chú giải* 1 quyển, *An ban kinh chú giải* 1 quyển. Ba kinh trên đây, Hội cũng viết tựa: Ba kinh, Hội tuy chú giải, nhưng vốn không phải do Hội dịch, nên cũng không thể xếp vào số dịch của Hội. Cộng 7 bộ trên đây, nay đều san bỏ".

Thế đã rõ, đứng về mặt thiết lập mục lục phiên dịch, ba bản chú giải về các kinh *Pháp kính, Đạo thọ* và *An ban thủ ý* tất không thể nào xếp vào số kinh do Khương Tăng Hội dịch. Còn bốn kinh *A-ly niệm di, Kính diện vương, Sát vi vương, Phạm hoàng vương* thì đúng là đã xuất hiện trong *Lục độ tập kinh* 8 ĐTK 152 tờ 49b24 - 52b1 truyện số 88 đến 91. Vì vậy, tuy do Khương Tăng Hội dịch, chúng chỉ nên xếp vào loại "biệt kinh" tức các bản kinh được trích ra từ một bản kinh gốc và cho lưu hành riêng lẻ. Nói một cách khác, chúng chỉ là những đơn hành bản. Việc san bỏ chúng từ đó là hoàn toàn tất nhiên.

Quan điểm san bỏ này của Trí Thăng, Viên Chiếu đã lập lại trong *Trinh nguyên tân định Thích giáo mục lục* 3 ĐTK 2157 tờ 787c4 - 788c21 viết vào năm Trinh nguyên thứ 11 (801), mà không có nhận xét gì. Rõ ràng đứng về mặt kinh lục, một quan điểm như vậy là hợp lý và có thể biện minh được. Tuy nhiên, đứng về mặt thiết lập danh mục các tác phẩm của Khương Tăng Hội, việc loại bỏ ba bản chú giải cùng các lời tựa là không thể chấp nhận. Cho nên, để tiến hành nghiên cứu sự nghiệp của Hội, việc điều tra và dựng lại đầy đủ bảng danh mục toàn bộ các dịch phẩm và tác phẩm của ông là một đòi hỏi cấp bách. Thông qua các mẫu tin của Tăng Hựu và Huệ Hạo, chúng tôi đã bước đầu dựng nên bảng danh mục ấy ở trên. Bây giờ với những đóng góp của Phí Trường Phòng, Đạo Tuyên và Trí Thăng, bảng danh mục được mở rộng thêm với các bản dịch:

1. *Bồ-tát tịnh hạnh kinh,* 2 quyển

2. *Quyền phương tiện kinh*, 1 quyển

3. *Bồ-tát nhị bách ngũ thập pháp kinh*, 1 quyển

4. *Tọa thiền kinh*, 1 quyển

Nhưng thực chất nó không thay đổi bao nhiêu, bởi vì các bản này ngày nay đã mất và qua thời gian đã không được trích dẫn trong các tác phẩm người khác. Do thế, trong tình trạng tư liệu và hiểu biết hiện tại, bản danh mục các dịch và tác phẩm của Khương Tăng Hội do chúng tôi thiết lập ở trước vẫn giữ nguyên giá trị của nó và căn bản phản ánh được sự nghiệp trước tác của Hội, mà ta có thể dùng để nghiên cứu những cống hiến của ông không chỉ đối với lịch sử Phật giáo Việt Nam và Trung Quốc, mà còn đặc biệt đối với lịch sử dân tộc ta qua nhiều mặt từ tư tưởng, lịch sử, cho tới ngôn ngữ và khoa học kỹ thuật.

Điểm đáng ngạc nhiên là các kinh lục từ *Xuất tam tạng ký* tập cho đến *Trinh nguyên tân định thích giáo mục lục* đều hoàn toàn im lặng về một tác phẩm, mà Đạo An khi viết *Thập pháp cú nghĩa kinh tự* trong *Xuất tam tạng ký* tập 10 ĐTK 2145 tờ 70b11-13 đã có nhắc tới, đó là *Lục độ yếu mục*: "Xưa Nghiêm Điều soạn Thập huệ chương cú, Khương Tăng Hội tập *Lục độ yếu mục*, rồi tìm dấu chúng, vui vì có hiểu, nhưng vẫn có thiếu, truyền lâu chưa chép. Nay sao sắp xếp, đặt tên *Thập pháp cú nghĩa*". Vậy, ngoài 10 tác dịch phẩm đã biết, ta phải kể thêm *Lục độ yếu mục*.

Lục độ yếu mục có lẽ đã thất lạc rất sớm. Cho nên, đến giữa thế kỷ thứ IV, Đạo An còn nhắc tới và dùng làm tài liệu để viết *Thập pháp cú nghĩa*. Nhưng qua thế kỷ thứ V và VI, khi Tăng Hựu soạn *Xuất tam tạng ký* tập và Huệ Hạo viết *Cao Tăng truyện* đã không nhắc tới nữa. Các bản kinh lục về sau thì hoàn toàn im lặng. Phải chăng đó là vì *Lục độ yếu mục* là những đoạn giải thích về sáu độ, như ta có ngày nay trong *Lục độ tập kinh*? Ta không thể trả lời được. Dẫu sao đi nữa, ta biết thêm một công trình khác của Khương Tăng Hội và ảnh hưởng của Hội đến những gương mặt anh tài của Phật giáo Trung Quốc với tầm cỡ như Đạo An. Nói tóm, cứ vào những bản kinh lục xưa nhất, mà cụ thể là *Xuất tam tạng ký tập*, cùng tham khảo thêm *Cao Tăng truyện*, ta hiện biết sự nghiệp phiên dịch và trước tác của Khương Tăng Hội tồn tại trong các tác phẩm sau:

1. *Lục độ tập kinh*

2. *Đạo phẩm*

3. *Tạp thí dụ kinh*

4. *An ban thủ ý kinh chú*

5. *Pháp kính kinh chú*

6. *Đạo thọ kinh chú*

7. *An ban thủ ý kinh tự*

8. *Pháp kính kinh tự*

9. *Đạo thọ kinh tự*

Trong đó hiện thất lạc *Đạo phẩm, Pháp kính kinh chú, Đạo thọ kinh chú* và *Đạo thọ kinh tự*. Thế nghĩa là qua thời gian đã mất đi gần một nửa sự nghiệp phiên dịch trước tác của Khương Tăng Hội. Tuy nhiên, với hơn một nửa còn lại, nó cung cấp cho ta khá nhiều thông tin về cuộc sống vật chất và tinh thần của cha ông ta vào thế kỷ thứ III sdl.

Về mặt lịch sử, Khương Tăng Hội thông qua *Lục độ tập kinh* là người bảo lưu đầu tiên hiện biết của truyền thuyết Trăm trứng của dân tộc ta. Truyền thuyết chắc hẳn đã lưu hành rộng rãi vào thời *Lục độ tập kinh* trong nhân dân người Việt để giải thích cho nguồn gốc Bách Việt của họ. Rồi trong quá trình Việt hóa Phật giáo, những trí thức Phật giáo Việt Nam đã dựa vào để cải biên. Đến sau này khi phiên dịch *Lục độ tập kinh* ra tiếng Trung Quốc, Khương Tăng Hội vẫn bảo lưu tình tiết một Trăm trứng này, dù chắc chắn ở Kiến Nghiệp hồi bấy giờ đã biết tới truyện một trăm người con từ một trăm cục thịt do Chi Khiêm dịch trong *Soạn tập bách duyên kinh* vào khoảng từ 222 đến 253.

Về mặt ngôn ngữ, *Lục độ tập kinh* cùng với *Cựu tạp thí dụ kinh* đã để lại cho ta một loại những cấu trúc tiếng Việt cổ quý giá, mà từ đó tham khảo thêm bài Việt ca do Lưu Hướng chép lại trong *Thuyết uyển* ta có thể phục chế lại một phần nào diện mạo của tiếng nói dân tộc ta cách đây hai nghìn năm. Đây phải nói là một đóng góp vô giá đối với khoa ngữ học lịch sử tiếng Việt.

Về mặt tư tưởng, những phạm trù và quan hệ xã hội cơ bản đã được thiết định theo nhân quan người Việt và Phật giáo một cách minh nhiên trong *Lục độ tập kinh*, đồng thời tiến hành phê phán hệ tư tưởng người Hán, mà đại biểu cụ thể ở nước ta thời bấy giờ là các tay nho cỡ như Lưu Hy, Hứa Tỉnh, Tiết Tôn, Ngu Phiên... Những phạm trù nhân nghĩa, trung hiếu, thành tín, v.v.... những quan hệ vua tôi, cha con, vợ chồng, thầy trò này được thổi vào một nội dung mới, dựa trên cơ sở những thành tựu của nền văn hóa Việt Nam và tiếp thu những đóng góp của hệ tư tưởng Phật giáo. Chính xuất phát từ những lý luận mới được thiết định này, dân tộc ta phản công lại các luận điệu vu vơ do các tay ấy tung ra với ý đồ nô dịch lâu dài, nếu không là đồng hóa vĩnh viễn dân tộc.

Về mặt văn học, những cống hiến của sự nghiệp dịch thuật và trước tác của Khương Tăng Hội càng khởi sắc, vì ở đây Khương Tăng Hội đã bảo lưu cho chúng ta một số các tác phẩm văn học dân tộc, mà sau này đã trở thành loại hình văn học dân gian vô danh không niên đại. Truyện người mù rờ voi, truyện giết rồng cứu một nước của *Lục độ tập kinh* chẳng hạn, hay truyện cò đem rùa đi chơi của *Tạp thí dụ kinh*... là những thí dụ điển hình. Chúng sẽ là đối tượng nghiên cứu của khoa lịch sử văn học Việt Nam, nhằm xác định lại quá trình hình thành và phát triển của lịch sử văn học dân tộc. Lịch sử văn học dân tộc ta như vậy không phải bắt đầu với Trần Nhân Tôn và Nguyễn Trãi, hay xa hơn với Từ Đạo Hạnh với bài thơ mở đầu tuồng chèo, thậm chí với cả Đạo Cao, Pháp Minh, Lý Miễu. Nó đã bắt đầu với các truyện của *Lục độ tập kinh*, nếu không là bài *Việt ca* do Lưu Hướng ghi lại trong *Thuyết uyển*. Về mặt khoa học kỹ thuật, *Lục độ tập kinh*, và *Cựu tạp thí dụ kinh* sẽ cung cấp cho ta các dữ kiện trong các lĩnh vực khoa học tự nhiên, xã hội, và kỹ thuật, giúp ta không những hiểu được trình độ khoa học kỹ thuật của dân tộc ta thời bấy giờ, mà còn giúp ta xây dựng lại lịch sử khoa học kỹ thuật Việt Nam. Những tri thức khoa học tự nhiên như quá trình phát triển thai nhi, thời gian hoàn tất mỹ mãn quá trình... những hiểu biết về khoa học xã hội như quan hệ hôn nhân, tập tục cưới xin, những kiến thức kỹ thuật như rèn, đúc, làm gốm... với trình độ ngày nay, phải nói đã đạt được một sự chính xác khá cao đáng khâm phục. Về mặt nghệ thuật âm nhạc, với sự xuất hiện của các tượng Phật và *Nê hoàn bối*, ngày nay ta biết lịch sử nghệ thuật và âm nhạc Việt Nam không trống vắng, vào những thế kỷ đầu của cuộc đấu tranh một mất một còn với kẻ thù phương bắc, như trước đây nhiều người đã lầm tưởng. Đặc biệt về âm nhạc Việt Nam và lễ nhạc Phật giáo Việt Nam, bây giờ ta có thêm tên tuổi của một nhạc sĩ tầm cỡ, từng làm "khuôn mẫu cho một thời", đó là Khương Tăng Hội, dù Khương Tăng Hội chỉ làm công tác "truyền", chứ không phải sáng tác loại nhạc Phạn bối đó.

Như vậy, sự nghiệp phiên dịch trước tác của Khương Tăng Hội không chỉ giới hạn vào việc hoằng dương chính pháp ở Trung Quốc, mà đối với lịch sử dân tộc ta đã để lại nhiều cống hiến quý báu. Tất nhiên, đối với lịch sử Phật giáo Trung Quốc, Khương Tăng Hội có một vị trí và ảnh hưởng lớn lao, mà những nhân vật lớn của nền lịch sử ấy không ai là không nhắc tới. Từ Đạo An cho đến Huệ Duệ, từ Tăng Hựu cho đến Huệ Hạo, từ Tôn Xước cho đến Phí Trường Phòng, từ Đạo Tuyên cho đến Trí Thăng, họ đã dành cho Khương Tăng Hội một niềm kính trọng sâu xa và một lòng ngưỡng mộ thắm thiết.

Còn đối với lịch sử Việt Nam và Phật giáo Việt Nam, vị thế của Khương Tăng Hội nằm ở chỗ đây là lần đầu tiên Phật giáo nước ta đã thành công thực hiện nghĩa vụ hoằng pháp của mình đối với thế giới và dân tộc ta đã khẳng định mạnh mẽ bản lĩnh văn hóa ưu việt của mình qua việc đông du khai hóa của Khương Tăng Hội. Dĩ nhiên, Khương Tăng Hội không phải là người duy nhất đi ra khỏi nước để làm nhiệm vụ truyền giáo. Sau ông có Huệ Thắng, Đạo Thiền, rồi Đại Thừa Đăng, v.v... Điểm lôi cuốn là vào cuối thế kỷ thứ hai đầu thế kỷ thứ ba, dân tộc ta thông qua và kết hợp chặt chẽ với Phật giáo đã xây dựng xong bức tường thành văn hóa có khả năng chặn đứng mọi âm mưu xâm lược và đồng hóa của kẻ thù, mà Khương Tăng Hội là một cột mốc trong bức tường thành đó.

Sự nghiệp phiên dịch và trước tác của Khương Tăng Hội đáng cho ta nghiên cứu nghiêm túc hơn nữa để làm rõ thêm những thành tựu mà dân tộc ta đã đạt được trong những ngày tháng đầu tiên đấu tranh đầy cam go và khốc liệt, nhưng cũng đầy hào hùng và hoành tráng ấy. ❁

Liên lạc HỘI ĐỒNG HOẰNG PHÁP

Hòa thượng Thích Như Điển, Chánh Thư Ký, HĐHP
Chùa Viên Giác. Karlsruher Str. 6, 30519 Hannover, Germany
Website: www.hoangphap.org; Email: hdhp.ctk@gmail.com;
Tel: + 49 511 879 630

Thượng tọa Thích Nguyên Tạng, Trưởng ban Báo Chí & Xuất Bản, HĐHP
Tu Viện Quảng Đức, 105 Lynch Road, Fawkner, Vic.3060 Australia
Website: www.hoangphap.org; Email: hdhp.bbc@gmail.com;
Tel: +61 481 169 631

Thượng tọa Thích Tâm Hòa, Trưởng ban Bảo Trợ, HĐHP
Trung Tâm Văn Hóa Phật Giáo Pháp Vân, Ontario, Canada
420 Traders Blvd E, Mississauga, ON L4Z 1W7, Canada
Website: www.phapvan.ca; Email: thichtamhoa@gmail.com
Tel: +1 905-712-8809

Liên lạc thỉnh ĐẠI TẠNG KINH

Ni Sư Thích Nữ Quảng Trạm - Tổ Đình Khánh Anh (Bagneux)
14 Avenue Henri Barbusse, 92220 Bagneux- France
Tel.: +33 609 09 01 19 - Email: hdhp.inan@gmail.com

www.ingramcontent.com/pod-product-compliance
Lightning Source LLC
Chambersburg PA
CBHW081654120626
46550CB00010B/2900